கதல்

சிவமணி

டிஸ்கவரி பப்ளிகேஷன்ஸ்
எண்: 9, பிளாட் எண்: 1080A, ரோஹிணி பிளாட்ஸ்
முனுசாமி சாலை, கே.கே.நகர் மேற்கு,
சென்னை - 600 078. பேச: 99404 46650

வெளியீட்டு எண்: 0302

கதலி (நாவல்)
ஆசிரியர்: சிவமணி©

Kathali (Novel)

Author: Sivamani©

Print in India

1st Edition : Oct - 2023

ISBN No : 978-93-95285-91-9

Pages - 154

Rs - 180

Publisher • *Sales Rights*

Discovery Publications
No. 9, Plot,1080A, Rohini Flats,
Munusamy Salai,
K.K.Nagar West, Chennai - 78.
Tamilnadu, India.
Mobile: +91 99404 46650

Discovery Book Palace (P) Ltd
No. 1055-B, Munusamy Salai,
K.K.Nagar West,
Chennai-600 078.
Ph: (044) 4855 7525
Mobile: +91 87545 07070

discoverybookpalace@gmail.com / www.discoverybookpalace.com

இந்த நூலில் பிரசுரமாகியுள்ள எந்த ஒரு பகுதியையும் எழுத்துபூர்வமான முன்அனுமதி பெறாமல் எடுத்தாள்வதோ, மறுபிரசுரம் செய்வதோ, மொழியாக்கம் செய்வதோ, ஊடகங்களில் மறுபதிப்புச் செய்வதோ, காப்புரிமைச் சட்டப்படி தடை செய்யப்பட்டுள்ளது. இந்த நூலிலிருந்து சில பகுதிகளை மேற்கோள்காட்டி நூல்அறிமுகம் செய்யலாம்.

உங்கள் மொபைல் போனிலிருந்து ஸ்கேன் செய்து 'டிஸ்கவரி புக் பேலஸ்' மொபைல் ஆப்பை டவுன்லோடு செய்து, புத்தகங்களை வாங்குங்கள்.

Scan and download

அம்மாவழித் தாத்தாவான **சுந்தரமகாலிங்கம்** அவர்களுக்கும்,
பாசக்காரி **அம்மாச்சி பர்வதம்** அவர்களுக்கும்

என்னுரை

*க*தலி எனது நான்காவது நூல்; முதல் புதினம். இந்தக் கதலி உருவானது அனுபவத்தால் என்று சொல்லிவிட முடியாது. ஆனால் வாழ்க்கை கற்றுத் தரும் பாடத்திலிருந்து எழுந்தது. ஒரு சிறிய விதை ஆலமரமாகும் என்பதைப் போல, ஒரு சிறிய கரு ஒரு புதினமாகப் பிறந்திருக்கிறது.

எப்போதும் மரணம் கற்றுத் தரும் பாடத்தை மரணித்தவர்கள் சுவைத்திட இயலாது. ஆனால், மரணித்தவர்களின் குடும்பம் கற்றுக் கொள்ளும் பாடத்தை அவர்களே அறிவார்கள்.

சில மரணங்கள் ரசித்து, ருசித்து, வாழ்ந்து நிகழ்ந்திருக்கும். சில மரணங்கள் வாழாமலே வாழ்ந்து மரணப்படுக்கையில் வீழ்ந்திருக்கும்.

"ஒவ்வொரு முறையும் ஒருவர் உலகைவிட்டு உதிரும்போது எத்தனை ஏக்கத்தோடு சென்றார்களோ? எத்தனை ஆசைகள் நிறைவேறாமல் சென்றார்களோ?" என்ற எண்ணம் அடிக்கடி உதிக்கும் போது தான், அந்தப் புலம்பல்களைப் பதிவு செய்ய வேண்டும் என்ற ஆசை பிறந்தது.

ஒரு வேளை மரணத்துக்குப் பிறகோ இல்லை மரணம் அடைவதற்கு முன்பு இருக்கும் மனநிலையைப் பதிவு செய்தால் எப்படி இருக்கும் என்ற கற்பனையையும் பதிவு செய்து இருக்கிறேன்.

இந்தக் கதைக்களம் கிராமத்தில் மண்வாசத்தோடு வலம் வரும் நாயகர்களைத் தாங்கி வருகிறது. இது மண்ணின் வாசம், நேசம், பாசத்தைச் சுமந்து வந்திருக்கிறது.

நித்தமும் பார்க்கும் மனிதர்களிடம் கேட்டுவிடக் கூடிய, பேசிவிடக் கூடிய விஷயங்களைக் காலம் கடந்தும் பேசாமல் கடக்கும் மனிதனின் வேதனைகளைப் பதிவு செய்யவே இந்தக் கதலி உதித்து இருக்கிறது.

ஒரு சிறிய வாழ்வியலில் உள்ள சிக்கலை எதார்த்தமாகச் சொல்ல முயற்சித்து இருக்கிறேன்.

முந்தைய நூல்களைப் போலவே இந்த நூலில் இருக்கும் கதாப்பாத்திரங்கள் நீங்கள் வாசித்து முடிக்கும் போதே தங்கள் நெஞ்சத்தில் தடம் பதிக்கும் என்ற நம்பிக்கை இருக்கிறது.

இந்தப் புதினத்தைப் படித்து பிழைத் திருத்தம் செய்து தந்ததோடு, தொடர்ந்து உற்சாகம் தந்திடும் ஐயா திரு. பண்ணை கோமகன் அவர்களுக்கும், நண்பன், எப்போதும் கரம் தந்திடும் தோழன் சிறப்பாக அட்டைப்படம் வடிவமைத்த பௌர்ணமி கிராபிக்ஸ் திரு. முத்து பாண்டியராஜன் அவர்களுக்கும் நன்றியைத் தெரிவித்துக் கொள்கிறேன்.

இந்தப் புதினம் வெளிவர உந்துதல் தந்திட்ட திருமதி. நஸீமா ரசாக் அவர்களுக்கும், இந்நூலினை சிறப்புடன் வெளியிடும் டிஸ்கவரி புக் பேலஸ் நிறுவனர் அண்ணன் திரு. வேடியப்பன் அவர்களுக்கும் நன்றி.

இந்தப் புதினத்தில் இருக்கும் விவசாயம் தொடர்பான செய்திகளைப் பகிர்ந்து, உற்சாகம் தந்திட்ட அப்பா நடராசன் அவர்களுக்கும், அம்மா மலர்விழி அவர்களுக்கும் நன்றியை உரித்தாக்குகிறேன்.

அன்புடன்
சிவமணி

மின்னஞ்சல்: svmn25@gmail.com

புலனம் எண்: 00971 50 2955879

1

இந்த ஆவணியோடு சுந்தரத்துக்கு வயசு எழுபத்தேழு முடிஞ்சுருச்சு. "அழகுல மட்டுமல்ல? அறிவிலும் அழகேன்!". நீளமும் இல்லாம, உருண்டையும் இல்லாத நீள்வட்ட மொகம். வெயிலு பட்டா சுண்டாமலே கூடச் செவந்து விடும் நெறம். காது மத்தி வர மட்டுமே இருக்கும் கிருதா. பூரான் போலவே மெல்லிய மீசை. ஒயரம் அஞ்சடி எட்டு அங்குலம்.

காலையில ஏந்திரிச்சதும் மோண்டு, முகத்த கழுவிட்டு, நேரா சாமி ரூமுக்கு போயி ஆக்கருவா, வெட்டருவா, ஊன்று கம்ப எடுத்துட்டு வயலுக்கு போவாரு! சாமி ரூமில் இருக்கும் மர பீரோவிலிருந்து கதர்ச் சட்டையையும், துண்டையும் எடுத்துப் போட்டுக்குவாரு!

வயலுக்குப் போறதுக்கு முன்னே, முந்தைய நா வரவு செலவுக் கணக்கு எழுதுறது வழக்கந்தேன். கணக்கு எழுதி முடிச்சதும், நேராக் களப்புக் கடைக்குத்தேன் போயி சுடச்சுட டீ குடிப்பாரு. பெறவு அரக்கப் பறக்க வயலுக்குப் போறதுதேன் வாடிக்கை. அஞ்சரை மணிக்கெல்லாம் வயலுல இருப்பாரு.

ஒன்னரை ஏக்கரா நெலமும், அந்த நெலத்தோடு ஒரு வீடுந்தேன் அவரது சின்னய்யா நாகரத்தினம் பட்டா போட்டு பதிஞ்சது. வயல விட்டா போக்கடம் ஏதும் இல்ல சுந்தரத்துக்கு. மோட்டார் ரூமில காலெண்டரும், பேட்டரி கட்டையும், ஓட்டை விழுந்த முண்டா பனியனும் மட்டுந்தேன் சுதந்தரத்துக்கு சொர்க்கம். அழுக்கு வேட்டியையும், முண்டா பனியனையும் போட்டுக்கிட்டு வயலுல இறங்குவாரு.

திருவிழா வந்தாலும் சரி, விருந்தாள் வந்தாலும் சரி இப்படித்தேன் பொழுத அமைச்சுக்க ஆசப்படுவாரு. இதில எந்த மாற்றம் வந்தாலும் அவரது மொணமொணப்பைக் கேட்கக் காது கொள்ளாது.

"மனுஷன் அத்தனை லேசா இளக மாட்டாரு. கல்நெஞ்சுக்காரரு. மனுச மக்க வந்தாங்கனா, சிரிச்சு நாலு வார்த்த பேசினாத்தானே அவகளும் வந்து போவாக"

“நாங்க என்ன சோத்துக்கா வந்து இருக்கோம், மாமா எங்ககிட்ட பேசமாட்டேங்கறாருன்னு எனக்கு இளையவ நாக்கு புடுங்குற மாதிரி கேட்டகுறா. அந்த அளவுக்கா நீ நடந்துக்குறது. இந்தா பாரு! வந்தவங்களப் பார்த்தா நலம் விசாரி. குறைஞ்சா போகப் போற! நேத்து பொறந்தது எல்லாம் பேசுற மாதிரியா நடந்துக்குறது. நாளும், கிழமையும் வந்துட்டா இப்படி சீப்படுறது நல்லாவா இருக்கு”ன்னு சுந்தரத்தின் சம்சாரம் பார்வதி, காது படப் பொலம்புவது வழக்கமா நடக்குறதுதேன்.

“எனக்கு வேல கெடக்கு. அங்க வயக்காட்ட யாரு பாக்க? மண்ணு காஞ்சா இங்க வயிறு நிறையுமா. சும்மா நீயும் இப்படிப் பேசுற” ன்னு சொல்வதோடு நிறுத்திக்குவாரு.

“அப்பாரு யார்கிட்டதேன் நல்லா பேசினாரு. அவரப் புரிஞ்சிக்கிறது அத்தனை லேசு இல்ல. வயக்காட்டுக்குச் சோறு கொண்டு போனா, ஒரு நா என்கிட்ட பேசிக்கிட்டே இருப்பாரு. இன்னொரு நா முச்சூடும் பேசாமலே இருப்பாரு. அப்பவெல்லாம் ஓடியாந்துருவேன்”ன்னு மூத்த வாரிசு அறிவுமதியும் ஆத்தாவோடு ஒத்து ஊதுவான்.

“அவரு புத்தி நமக்குத்தானே தெரியும். வந்தவகளுக்கு எப்படிப் புரிய வைக்குறது. அவிய்ங்க முன்னாடி நாமலே வெசனப்பட்டுப் பேசிக்க வேண்டியதா இருக்கு. அந்த மனுசனப் பத்திப் பேசினா எதுவும் திகையாது. நசநசன்னு பேசாம வேலயப் பாரு”ன்னு பார்வதி வெசனப் படுறதும் வாடிக்கைதேன்.

சுந்தரம் எங்கேயும் தங்கினதில்ல. மண் வாசம் இல்லாம, எதார்த்தப் பேச்சு கேட்காம ஒரு நிமிஷம் இருக்க மாட்டாரு. வெளியூர்ல ஏதும் விசேஷமுன்னா அரை மனசாத்தேன் போவாரு. வேத்து மண்ணின் மக்களோடு ஒட்டுறது ரொம்பவே கடிசா இருந்துச்சு அவருக்கு.

எப்பயும் சுருக்கா ஏந்திரிக்கும் சுந்தரம் கருக்கால சேவல் கூவும் சத்தம் கேட்டே இன்னைக்கு எழுந்தாரு. ஏனோ அவரு அசந்து தூங்கிட்டாரு. ராத்திரி இத்தனை மணின்னு சொல்லிட்டுப் படுத்தா, சொல்லி வச்ச மாதிரி அத்தன மணிக்கு எந்திரிப்பாரு.

“சேவ கூவி, நாம எழுந்திருக்கிற நெலம வந்திருச்சு! என்னத்தச் சொல்ல? இரத்தம் செத்தா, இளந்தாரி முறுக்கு இருக்கவா போகுது”ன்னு முணுமுணுத்தாரு.

கை, கால் எல்லாம் ஓஞ்சு போன மாதிரி இருந்துச்சு. கயித்துக் கட்டிலுல இருந்து எந்திரிக்க முடியல. தலை கிறுகிறுன்னு சுத்துறது போல இருந்துச்சு. காலத் தரையில ஊனி வைக்கப் பாத்தாரு.

வாசல் தெளிச்சு வெளக்கமாரால கூட்டும் சத்தம் இன்னைக்கு என்னவோ காதுக்கு ஒரு மாதிரியா இருந்துச்சு. பால்ராசு மிதிவண்டியில பால் கேனைக் கட்டிக்கிட்டு இருந்த சத்தம் கேட்டுச்சு. மிதிவண்டியில அவேன் கட்டிருந்த மணி வேற அதுபாட்டுக்கு ஆடிக்கிட்டு இருந்துச்சு. மாட்டுக்கார வேலு உழுமாட்டை வயலுக்கு அழைச்சிட்டுப் போற நேரந்தேன் இது. இந்நேரம் போயிருப்பான். முருகேசு ஆணி பதிச்ச தோல் செருப்ப வறட்டுவறட்டுனு இழுத்துக்கிட்டு நடக்கும் சத்தம் கேட்டுச்சு. வழக்கமா அவனோடுதேன் டீத் தண்ணி குடிக்கச் சேர்ந்து போவாரு. இன்னைக்குக் கொஞ்சம் அசந்துட்டாரு.

எப்போதும் இருந்த சுறுசுறுப்பு சுத்தமா இல்ல. சாமி ரூமுக்குள்ள நுழைஞ்சாரு. பேட்டரிக் கட்டையையும், ஊன்று கம்பையும் எடுத்துக்கிட்டு வயலுக்குப் புறப்பட்டவருக்கு முந்தய நா கணக்கு எழுதலன்னு நெனப்பு வர நாற்காலியில எழுத உக்காந்தாரு. பேனாவ எடுத்து மூடியைத் தொறக்கும் போதே தலையில ஏதோ குத்துறது போல இருந்துச்சு.

“காய்கறிச் செலவு அறுபது ரூபாய். மூக்குப்பொடி மட்டை ஒரு ரூபாய், கடலை எண்ணெய் ஒரு கிலோ நாற்பது ரூபாய்”ன்னு எழுத ஆரம்பிச்சாரு.

திடீர்ன்னு வலியோட வேதன மண்டையப் போட்டு ஒடச்சது. அப்பப்போ இது மாதிரி வலி வரும், போகும். இன்னைக்கும் அப்படித்தேன் இருக்குமுன்னு நெனைச்சு நெத்திப் பொட்டை அழுத்தியபடியே எழுதிக்கிட்டு இருந்தாரு. வலது பக்கக் கையும், காலும் மறத்துப் போக ஆரம்பிச்சது. கையில் இருந்த பேனா கை நழுவி விழப் போச்சு. இறுக்கிப் பிடிச்சாரு. பிடியில் இருந்து விலகிச்சு. இது மாதிரி வரும் போதெல்லாம் பிரஷர் மாத்திரையப் போட்டதும் கொஞ்ச நேரத்துல ஒடம்பு சுளுவா வந்துடும் அப்படின்னு நெனச்சு பக்கத்துல இருந்த பிரஷர் மாத்திரை மூடியத் தொறந்தாரு. தொறக்க முடியல. பதட்டம் தொத்திக்கிச்சு. டப்பா கையில பிடிகொடுக்காம உருண்டு கீழே விழுந்துச்சு. மாத்திரை டப்பா ஒடைஞ்சு மாத்திரைக சிதறி ஓடிச்சு. கையில் சிக்கிய ரெண்டு மாத்திரையை எடுத்து வாயில் போட்டு விழுங்கினாரு. மாத்திரையை எடுத்து போட்டாலும் வலியின் நீட்சி அதிகமாகதேன் இருந்துச்சு. இனம் புரியாத வலி ஆட்டிப் படைச்சது. நெல தடுமாறினாரு. நாற்காலியின் ரெண்டு கைகளயும் இறுகப் பற்றினாரு. கைக மறத்துப்போச்சு.

நாற்காலியில இருந்து கீழே விழுந்தாரு. விழுந்த மாத்திரத்தில வலது கண் மூடத் தொடங்கிச்சு. வலது கையும், காலும் அசைக்க முடியல. வாய் ஒரு பக்கமா இழுத்துக்கிச்சு. கன்னத் தசைக இழுத்துப் பிடிச்சுக்க ஆரம்பிச்சது. இன்னும் வலி உயிர் போவது போல இருந்துச்சு. குரலும் அடைக்க ஆரம்பிச்சது. சத்தம் போட வாயத் தொறந்தபோதுதேன் பேச முடியாததை உணர்ந்தாரு. வார்த்தைக வரல. ஊளையிட்டாவது கூப்பிட முயற்சி செஞ்சும் தோல்விதேன் மிச்சம். எப்படியாவது எழுந்து நடந்திடனுமுன்னு வைராக்கியம் வர, இடது கையால நாற்காலிக் கரத்தப் பிடிச்சு, இடதுகாலத் தரையில ஊன முயற்சி செஞ்சாரு. அப்படியே சரிஞ்சு விழுந்தாரு. வலது கையும், காலும் மரக்கட்டை போல இருப்பத ஒத்தக் கண்ணால பாத்து அவருக்கே அதிர்ச்சி. அன்று விடிஞ்சது விடியல்தானா? இல்லை கனவா?ன்னு நெனக்கும் போதே வாழ்க்க அஸ்தமனமாகிப் போச்சுன்னு தோணுச்சு அவருக்கு. இயலாமை எத்தனைய வலி என்பதை அப்போதுதேன் உணர ஆரம்பித்தாரு. இயலாமை தன்னை முற்றுகையிட்டு விட்டத அவரால் நம்ப முடியல. ஒரு அடி தள்ளி இருந்த ஊன்று கம்பை எடுத்தா, எந்திரிச்சுடலாமுன்னு நம்பிக்கையோடு எட்டிப் பிடிக்க முயற்சி செஞ்சாரு. எட்டிப் பிடிக்க முடியல.

அன்னைய கருக்கல் அவருக்கு அதிர்ச்சி தரும் விடியலாக விடிஞ்சு இருந்துச்சு. டீக் கடையில முருகேசனும் பாண்டியும் மற்றவகளும் காத்து இருப்பாகன்னு நெனப்பு வந்து போச்சு. முருகேசன் தன்னைத் தேடி வந்தா தேவலைன்னு தோணுச்சு. அவேன் தேடி வந்த போதெல்லாம் “பொச கெட்ட பயல! ஒன் வேல மசுர பாத்துக்கிட்டு களப்புக் கடையிலேயே இருவே. நா என்ன செத்தாப் போகப் போறேன்”னு விரட்டி அடிச்சது நியாபகத்துக்கு வந்துச்சு. “சாகுற வர யாரு உதவியும் தேவ இல்ல, யாரு தொணையும் தேவையில்ல”ன்னு அடிக்கடி சொன்ன வார்த்த அவரு முன்னே வந்து சிரிச்சுது.

அந்த விடியல் அவருக்குன்னு முடிவு செஞ்சு வச்சுருந்தத யாரும் குடும்பத்துல எதிர்பாத்திருக்க மாட்டாக. இப்படித் தரையில் விழுந்து கிடப்பார்ன்னு யாரும் நெனச்சிருக்க மாட்டாக. இழுத்துக்கொண்ட வாயில இருந்து எச்சில் ஒழுக ஆரம்பிச்சது. அந்த எச்சில் அதிக வழுவழுப்பாக இருந்துச்சு. அது அவருக்கு அருவருப்பத் தந்துச்சு. வலது பக்கம் முழுதும் விறைச்ச நெலயில விழுந்து கெடந்தாரு. காய்ஞ்சு போன நாத்துப் போல சுந்தரம் படுத்து இருந்தாரு. சுந்தரத்தின் மொத்த உடலும் வலுவிழந்து கெடந்துச்சு.

2

சுந்தரத்துக்கு ஒரு பிடி கூட கெடைக்கல. புடிச்சு எந்திரிருக்க முடியாம இருந்தாலும் ஒரு குருட்டு நம்பிக்கை மொதல்ல இருந்துச்சு. எப்போதும் மனசு முடியாததை முடியுமுன்னும், முடிந்ததை முடியாதுன்னும் சொல்றது இயல்பு தானேன்னு நெனச்சவரு இறுதியா முயற்சியக் கைவிட்டாரு.

"கொஞ்ச நாளா வீட்டுல டீ குடிப்பதும் இல்ல! இல்லைனா டீ குடிக்கிறீகளா"ன்னு கேட்காவாவது மருமக வருவா. அடுப்படிக்கும், சாமி ரூமுக்கும் இடையே கொஞ்சம் தொலவு வேறு. அது அந்த மூலை, சாமி ரூமு இந்த மூலை. சத்தம் போட்டுக் குரல் கொடுத்தாலே செத்த காது போல விழுந்து தொலையாது. இப்போ வாய் வேற தகரமா வளைஞ்சு போய்க் கெடக்கு. இப்போ கூப்பிட்டா கேக்கவா போகுது. கூப்பிட முடியாட்டியும், இப்போ இதயெல்லாம் யோசிக்கிற நேரமா இது. இனி யாராவது வந்து தூக்கும் வர இங்கதேன் கெடக்க வேண்டுமு"ன்னு நெனப்பு ஆங்காரத்தத் தந்துச்சு. விழுந்த இடத்துல அலங்கோலாமாக் கெடந்தாரு. பல திடீர் இறப்புகளச் சந்தித்த வீடு இப்படி ஒரு வீழ்ச்சியச் சந்திச்சது இல்ல. இதுவே மொத முறைதேன்.

தரையோடு தரையா சுந்தரத்தின் கன்னம் ஒட்டி இருந்துச்சு. சிறுவயசுல அந்தக் கருங்கல் தரையில அடிக்கடி கன்னம் வச்சு விளையாண்ட நியாபகம். ஒடம்பே மின்சாரம் பாய்ஞ்சது போல இருக்கும். அந்தக் குளிர்ச்சி ஒடம்புக்குத் தெம்பு தரும். மனசுக்கு இதமாக இருக்கும். இப்போது அப்படித்தேன் படுத்துக் கெடக்கிறார் சுந்தரம். அந்தச் சில்லாப்பு இப்போது சுருக்சுருக்கென்று குத்திச்சு. பழய நெனப்பைத் தவிர அப்போது எதுவும் ருசிக்கல. ஒரு முறை இந்த வீடு எப்படி உருவாச்சுன்னு சின்னய்யா சொன்னது நெனவுக்கு வந்துச்சு.

“முப்பட்டான் அருணாச்சலம் புள்ளதேன் இந்த வீட்டக் கட்டினாரு. இருநூறு வருசங்களுக்கு மும்பு சோழ நாட்டில இருந்து பஞ்சத்தில் அடிபட்டு இங்க வந்தாக. நம்மோட பூர்வீகம் தஞ்சாவூர்ப் பக்கம் இருக்கும் பண்டாரவடைங்குற கிராமம்தேன். நாலு வருஷத்துக்கு ஒரு முறை பங்காளிக் கூட்டம் போட்டு, முடிவு செஞ்சு மாச பௌர்ணமியில போயிட்டு வருவாக. வெவசாயத்தில வரும்படி கம்மியான பெறவுதேன் அங்க போறதுல்ல. அருணாச்சலம் புள்ள இந்த ஊருக்குப் பொழைக்க வரும் போது அவருக்கே அஞ்சு வயசுதேன். கடுசா உழைப்பாகளாம். நிலம்பொலம் எல்லாம் வாங்கும் அளவுக்கு உயர்ந்தாக. அருணாச்சலத்துக்கு ஒரே ஒரு வித்துதேன் நெலச்சது. அவருதேன் உங்க தாத்தா சதாசிவம்”

“அருணாச்சலம் இருக்காருல, அவரு ஜாதகம் பார்க்குறதுல கெட்டிக்காரரு. அவர் கணிச்சா அப்படியே நடக்கும். ஒரு நூலு பிசகாது. அவரது வழியில் ஒம் பாட்டன் சதாசிவத்தின் கணிப்பும் எப்பயும் தப்புனதுல்ல. எந்தக் கொழந்தை பொறந்தாலும் அவகளின் சாவு வர கணிச்சுடுவாரு. இறக்கும் வயசு என்ன? எந்த மாதிரி சாவு இருக்கும் என்பதக் கூடச் சரியாக கணிச்சுடுவாரு. நீ பொறந்த வீட்டில தாத்தா சதாசிவம் வந்து பாத்தாரு. ராசி, நட்சத்திரம் பாத்தாரு. நல்ல ராசிதேன். ஆனா பொறந்த நேரத்தப் பாக்கும் போது, சுந்தரம் ஐந்து வயதுக்குள்ள ஏழு பேருக்கு கருமம் செய்ய வேண்டிவரும். இவன் ஆத்தா பரமேஸ்வரி இவனோட தொண்ணூறாவது நாளுல இறந்து போவா. அப்பனுக்கு இவனோட அஞ்சு வயசுல காரியம் செஞ்சாகணுமுன்னு அவர் சொன்னது அப்படியே நடந்துச்சு”

“பெறவு ஒனக்கும் ஜாதகம் எழுதினாரு. சுந்தரத்துக்கு ஆறு புள்ளைக பொறக்கும். அதுல நாலு புள்ளைகதேன் நெலைக்கும். இவனுக்கு எழுபத்தேழாவது வயசுல ஒரு கண்டம் இருக்கு, அதுல தப்பினா அவனுக்கு தொன்னூத்திமூனாவது வயசுலதேன் இறப்புன்னு எழுதி வச்சாரு. உனக்கு ஒரு வயசு இருக்கும் போது உங்க தாத்தா பாம்பு கொத்தி மூனு நா அவதிப்பட்டு நுரை தள்ளிச் செத்தாரு. பெறவு ஒன் அப்பாயி ராக்காயி இறக்க, இந்தக் குடும்பம் விருத்தி இல்லாம போக ஆரம்பிச்சுடுச்சு. சாதகம் கணிக்க வாரிசு இல்லாம போயிடுச்சு”

“உங்க தாத்தா சதாசிவமும், அப்பாயி ராக்காயியும் இருந்த ஓட்டு வீட்டை பெரிய மெச்சு வீடாகக் கட்ட ஆசப்பட்டாக. பெரிசா வீடு கட்டுற அனுபவம் ஏதும் இல்லாட்டியும், அவகளே கட்ட வேண்டு

முன்னு முடிவு செஞ்சாக. கூட மாட வேல செய்ய ஆட்களுக்கு ஏற்பாடு செஞ்சாக. அரை அடிக்கு, அரை அடி கருங்கல்லை வெளியூர்லருந்து கொண்டு வந்து இறக்கினாக. சுண்ணாம்பு மூட்டையும், கருப்பட்டியும் ஏற்பாடு செஞ்சாக. கடுக்காக்காய மருதையில இருந்து வரவழைச்சாக. செங்கல்லோ, மணலோ, சிமெண்ட்டோ சேர்க்காம கட்டத் தீர்மானிச்சாக"

"தரைத்தளம் ஐந்துமுக வடிவில் இருந்ததால, அதுக்கு ஏற்ப வீட்டைக் கட்ட காகிதக் குச்சியால வரைய ஆரம்பிச்சாரு சதாசிவம் தாத்தா. ராக்காயி அப்பாயியும் அவருக்கு ஆலோசனைகளத் தந்துச்சு. மூணு மாடி கட்டலாமுன்னு முடிவு செஞ்சு, வீட்டு வேலய ஆரம்பிச்சாக"

"கருக்கால வயலுக்கு போய்ட்டு வந்ததும், செத்த அசந்து படுப்பாராம் சதாசிவம் தாத்தா. பெறவு மதியம் மூணு மணிக்கு ஆரம்பிக்கும் வீட்டு வேல பொழுதுசாய எட்டு மணி வர நடக்குமாம். ரொம்ப வெரசா வேல நடந்திருக்கு. சதாசிவமும், ராக்காயி அம்மாளும் பூச்சு வேலயை ஆரம்பிச்சி இருக்காக. சுண்ணாம்பு, கருப்பட்டியோடு கடுக்காயப் பெரிய செக்குல போட்டு ஆட்டி எடுத்துகிட்டாக. வரைப்படத்த வச்சு ஒவ்வொரு சுவரின் நீள, அகலத்த அளந்து, கருங்கல்ல இடங்களுக்கு ஏற்ப அரைக்கல்லாகவும், கால் கல்லாகவும் வெட்டி எடுத்து சரியான அளவுல கட்ட ஆரம்பிச்சாக. அஸ்திவாரத்த எட்டடி ஆழமும், எட்டடி அகலமும் போட்டாக"

"ஒரு கருங்கல்லுக்கும் இன்னொரு கருங்கல்லுக்கும் இடையே ஆட்டி வச்சிருக்கும் சுண்ணாம்பு, கருப்பட்டி, கடுக்கா கலந்த பசைய வச்சு பூசி இருக்காக. இந்தப் பசை கருங்கல்ல இறுக்கிப் பிடிச்சுக்குமாம். அது மட்டுல்ல வெளி உஷ்ணத்தையும் வீட்டுக்குள்ள கொண்டு வராதாம்; குளிர்ச்சியையும் சமநெலப்படுத்தும் என்பதால இந்த முறையிலேயே வீட்டைக் கட்டினாக. ஊரிலேயே பெரிய மெச்சு வீடு நம்ம வீடுதேன். இந்த வீட்டைச் சுத்திப் பாக்க ஊர் மக்கள் வந்து வந்து போவாக. குடிசையும் ஓட்டு வீடுமாய் இருந்த ஊரில பெரிய அரண்மனை போல வீடு கட்டினாக. பெரிய மச்சு வீடு, பெரிய வீடுன்னு சொன்னா போதும் எல்லாத்துக்கும் நல்லா தெரியுமு"ன்னு விழுந்து கெடந்த சுந்தரத்துக்கு சின்னய்யா சொன்னது எல்லாம் நெனவுல வந்து போச்சு.

"தாத்தா சதாசிவம் சொன்னது போல இந்தக் கண்டத்தில் தப்புவோமா? இல்ல இந்த உசுரு இந்த மனையிலேயே போயிடுமா? இப்படியே படுத்துக் கிடந்தோமுன்னா புத்தி பேதலிச்சு போயிடும். மனசு கொஞ்சம் பலவீனமானா ஒடம்பு ரெண்டு பங்கு கனமாகிடும். தலையில மொத்தமா பாரம் ஏத்தி வச்சது போல இருந்தாலும், சின்னய்யா பத்திய நெனவு வந்து போன பெறவு கொஞ்சம் தேவல. சின்னய்யா இங்கதேன் இருக்காரு"ன்னு நெனச்சவரின் இடது கண் சொருக ஆரம்பிச்சது. சொருக விடாமல் கண்ண முழிச்சு பார்த்தாரு. நிதானம் கொறையாம இருக்க முயற்சி செஞ்சாரு. இது வர அந்த வீட்டின் அமைப்பப் பத்தி யோசித்திராத சுந்தரத்தின் மனசு அந்தக் கட்டாந்தரை இழுத்துட்டு போச்சு.

அவரின் மனசு அவர் வீட்டின் மும்பு நின்னுகிட்டு வீட்டை மேலும், கீழும் பாக்க ஆரம்பிச்சுச்சு. பறக்கும் காமிரா போல மனசு தலைவாசல் நோக்கி ஓடிச்சு. தலைவாசல் கிழக்குப் பக்கம் பாத்து இருந்துச்சு. தலைவாசலில் ஏழு அடி உயரத்துக்கு சொர்க்கவாசல் போல மரக்கதவு இருந்துச்சு. மரக்கதவிலும் ஒரு ஜன்னல் இருக்கும். உள்ளிருக்கும் தாழ்ப்பாளை வெளியிலிருந்து திறக்குற மாதிரி கம்பிகளுக்கு இடையே இடவெளி இருக்கும். கதவத் தாண்டி வந்தா வலது, இடது புறமும் திண்ணை இருக்கும். ஒவ்வொரு திண்ணையிலும் ஜன்னல் வச்சு இருப்பாக.

திண்ணையத் தாண்டிய பெறவு ஆறடியில் தேக்கிலான இரண்டாம் நெலக் கதவு வச்சு இருப்பாக. அறை 22 அடி நீளமும் 16 அடி அகலமும் இருக்கும். ஒயரம் 20 அடியிருக்கும். இந்த அறையப் பட்டாசாலைன்னு சொல்வாக. இந்தப் பட்டாசாலையின் நடுவுல கால் அடி உயரத்துக்கு மேடை போட்டு இருப்பாக. எந்த விசேஷமா இருந்தாலும் அங்க வச்சுதேன் செய்வாக. சின்னய்யா சாப்பிடுறதும், தூங்குறதும் அங்கதேன்.

பட்டாசாலையின் உத்திரத்தில் தேக்குக் கட்டைகள கால் அடிக்கு ஒரு கட்டைன்னு அகலவாக்கில் பதிச்சு இருப்பாக. சூரியஒளி அறைக்குள்ளே வரும்படி தெசயக் கணிச்சு வலது பக்கத்துல 12 அடி உயரத்துல ரெண்டு சன்னல்க வச்சு இருப்பாக. பகல்ல திறந்திருக்கும் இந்த சன்னல்கள பொழுசாய சாத்தி விடுவது வழக்கம். பட்டாசாலையின் இடப் புறத்துல சன்னல ஒட்டி இருக்கும் அறையில் பழைய மரக்கட்டைக, ஏர்க் கலப்பைக, வைக்கபுல்லு வைக்க அறை

இருக்கு. அந்த அறையின் மூலகதவு கொல்லையில எட்டடி உயரத்தில வச்சு இருப்பாக. ஏணி போட்டுதேன் ஏறனும். பட்டாசாலையில கடசில சாமி ரூம் இருக்கு. அங்கதேன் விழுந்து கிடக்கேன். அந்தச் சாமி ரூமு தலைவாசலேந்து பாத்தாலே தெரியும்.

தெக்குப் புறமா ஒரு வாச இருக்கு. தெக்குப் புற வாசலுக்குப் போற வழில இடப்பக்கமா மொத மெச்சுக்கு போற படிக்கட்டும், எட்டடி தாண்டி அடுப்படி இருக்கும். வலது பக்கமா ரெண்டு தண்ணீர்த் தொட்டில, ஒண்ணு செவ்வகமாவும், இன்னொன்னு வட்டமாவும் இருக்கும். ரெண்டு தொட்டியும் கருங்கல்லுல கட்டி இருப்பாக. கொல்லையில இருக்கும் தொட்டி மேலுக்கு குளிக்கவும், மாட்டுக் காடியைச் சுத்தம் செய்யவும் பயன்படுத்துவாக. தெற்குப் பக்க வாச ஒரே கதவா வலுவா இருக்கும்.

அடுப்படியில மூணு மண் அடுப்பும், விறகு வைக்க மாடமும் கட்டி இருப்பாக. அடுப்படிக்கு கெழக்கு பக்கமா பொம்பள ஆளுக அசந்து படுக்க அறை இருக்கு. அங்கதேன் அரிசி, பருப்பு வைக்குற களஞ்சியமும் இருக்கும்.

மொத மெச்சுலதேன் அசைவம் செய்வாக. அதுக்குனு தனித் தனி சாமான்கள வச்சு இருப்பாக. அதோடு சேத்து சாரம் கட்டும் பெரிய பெரிய வார்ச்சுக்குச்சிகள சாத்தி வச்சு இருப்பாக. திருவிழான்னு வந்தா சமைக்கத் தேவையான அண்டா, பித்தளைக்கொடங்க அங்கதேன் இருக்கும்.

ரெண்டாவது மெச்ச நடுமெச்சுன்னு சொல்வாக. கல்லாணம் ஆன புதுப்பெண்ணும், மாப்புள்ளயும் தங்கும் அறைதேன் அது. அங்க இணைஞ்சா வாரிசு தழைக்குமுன்னு நம்பிக்கை.

மூணாவது மெச்சுதேன் மொட்டமாடின்னு சொல்லுறாக இப்போ. நாங்க மேல்மெச்சுன்னு சொல்வோம். அந்த மெச்சுக்கு படிக்கட்டுக மரத்தால செஞ்சு இருப்பாக. களவாணிப்பயல்கள் உள்ள இறங்கினா சத்தம் வர்ற அளவுக்கு பதப்படுத்திப் போட்டு இருந்தாக. சுண்ணாம்புக் கல்லால மேல்மெச்ச பூசி இருப்பாக. ஆங்காங்கே குழிக இருக்கும். காயவெச்ச நெல்ல அந்தக் குழி வழியா தள்ளினா நேரடியாப் பட்டாசாலையில் விழும் விதமா எட்டுக்குழிக இருக்கும். கீழே தள்ளிவிட்ட நெல்லை பட்டாசாலையில மூட்டை கட்டி அரவைக்கு எடுத்துச் செல்வாக.

பட்டாசாலை, முதல் மெச்சு, இரண்டாம் மெச்சு எல்லாம் மினுமினுப்பாக இருக்கும். மினுமினுப்பு தர சிமெண்டில் சிறிது சுண்ணாம்புக் கல்லைக் கலந்து, பால் எடுத்துத் தரையில் ஊத்திப் பூசியதா சின்னய்யா சொல்லிக் கேள்விப் பட்டு இருக்கேன்னு நெனச்சார் சுந்தரம்.

இந்த வீடே உலகமா வாழ்ந்துவிட்ட நான் மொத மொறையா அந்த வீட்டைவிட்டுப் போகப் போறேன்! ஆனா, திரும்ப வருவேனா?ங்குற எண்ணம் அவர வாட்டி வதச்சுது. அந்த வீட்ட மொத மொறையா நெல்மணி அளவுக்குக் கூர்ந்து கவனிக்க மனசு ஆசப் பட்டுச்சு. அந்த வீடு அவர ஆத்மார்த்தமாச் சுமக்க ஆரம்பிச்சது.

3

மேற்குத் தொடர்ச்சி மலையின் வால்தேன் கரட்டுப்பட்டி கிராமம். மலைப்பகுதியின் அடிவாரம் என்பதால வாடைக் காத்துக்குப் பஞ்சமிருக்காது. தோப்பும், தொரவும் பசுமைய அப்பிக கொண்டு இருக்கும் அழகு நெறைஞ்ச ஊரு. ஊரு நெனப்பு வந்ததும் சுந்தரம் மனசுக்குள்ள பேச ஆரம்பிச்சாரு.

"வாய்தேன் பேச வரல. மனசுக்கென்ன கேடு. வந்திருக்க பிரச்சனை ரொம்பப் பெருசுதேன். குணமாக நாளாகும். குணமாகுதோ என்னவோ? ஊர நிரந்தரமாப் பிரிஞ்சிடுவோமோ? உசுரு பட்டுனு போயிருந்தா இந்த நெனப்பு எல்லாம் வருமா? உசுரு போறத விட இப்படிப் படுத்துக் கிடப்பது வலியாக் கெடக்கு. இந்த வீடுதேன் யேன் உசுர வளத்தது. ஆனா, இந்த ஊரு என் சீவனோடு கலந்தது. அனாதையாத்தேன் இந்த ஊருக்கு வந்தேன். என்னச் சொமந்தது இந்த ஊரு. என்னயப் புள்ளையா ஏத்துக்கிட்ட பூமி இது. சின்னய்யா நல்லா பாத்துக்கிட்டாலும் இந்த வயலோடும், கரடோடும் ஒறவாடி இருக்கேன். ஆலமரத்தோடும், அரசமரத்தோடும்தேன் அதிகம் பேசி இருக்கேன். நேத்துக் கூட இளவட்டக் கல்லுல உக்காந்து பழசெல்லாம் மனசு போட்டு அலசிகிட்டு இருந்துச்சே"

“இந்த ஊருக்கு வரும் போது அஞ்சு வயசுன்னு என்ன வளத்த செல்லம்மா சொல்லி இருக்கு. இந்த ஊர விட்டு ஒரு நா கூட வெளியில தங்கியதில்ல. ஒரு நா தங்கிகிட்டு போங்கப்பான்னு வேதவள்ளி ஒரு முறை சொன்ன அன்னைக்கி ஒரு நா தங்கினதே மனசுக்கு ஒவ்வல. புழுதிக் காத்தும், வெக்கக் காத்தும் மூச்ச அடைக்குது. ஒடம்புக்கு எம்புட்டு கெடுதி? எப்படித்தேன் வாழறாங்களோன்னு ஓடியாந்துட்டேன். பார்வதி கூட ஒரு மொறக் கேட்டா, உம் மவளும் அங்கதானே வாழுறா. கொஞ்சமாவது இரக்கம் உண்டானு. என்னத்த

நா சொல்ல. கயித்துக் கட்டிலுல மல்லாக்க படுத்து, இளங்காத்து முகத்துல பட்டு, வானத்தப் பாத்தப்படி, அதோட பேசிக்கிட்டே தூங்கற சொகம் வேற எங்க கெடைக்கும்"

எப்பயையும் நெறஞ்சே கெடக்கும் கம்மாய். கரட்டுல நடக்கும் போது அடிக்கிற காத்து பட்டு, கம்மா மேற்பரப்புத் தண்ணி மெல்ல துள்ளூறதும் சிணுங்குவதும் எத்தன சொகம்! மணிக்கணக்கா உட்கார்ந்திருந்தாலும் மனசு சோர்வாகாது. இனியும் அந்தச் சொகம் கிடைக்குமா? வெத்து ஒடம்போடு வரப்புல நடந்து போற தூரம் எத்தன மைலா இருந்தாலும் சொர்க்கந்தேன். எவ்ளோ அனுபவிச்சாலும் இந்த இயற்கை மட்டும் திகட்டுறதே இல்ல. இந்த ஊருல வாழுறதா இருந்தா சாவே வரக்கூடாதுன்னுதேன் வேண்டிப்பேன். இங்க இருக்குற முத்தாலம்மன் சத்தி வாய்ஞ்சது. சுத்துப்பட்டியில நடக்குற திருவிழால இந்த ஊரு திருவிழா பிரசித்தியானது.

இங்க இருக்கிற அடியார் மடம், கம்மா புள்ளையாருன்னு இந்தச் சின்ன ஊர்ல எல்லாத்துக்கும் கத இருக்கு. சின்ன வயசில் மீனாட்சி கிழவி சொன்ன கததேன் இது. இப்போ இருக்குற முத்தாலம்மன் கோயிலு வந்த வரலாறக் கேளு! சுத்துப்பட்டியில எவருக்கும் தெரியாத கதை இது. வயலுக்குப் போற வழியில கருவேல மரங்க பெருசு பெருசா வளந்து இருந்துச்சு. நடைபாதக்குத் எடஞ்சலா இருந்ததால ஊர்ப் பெரியவக அத வெட்ட முடிவு செஞ்சாக. வெட்டும் போது ஒரே ஒரு தூரு வேர் மட்டும் ரொம்பக் கடுசா இருந்துச்சு. கடப்பாரைய வச்சு கொத்த ஆரம்பிச்சாக. "டங்கு டங்கெ"ன்று சத்தம். புதையலுன்னு நெனச்சு தோண்டிப் பார்த்தா லிங்கம் இருந்துச்சு. லிங்கத்தின் தலையில இருந்து இரத்தமுங்குற வர ஊரே ஸ்தம்பிச்சுப் போச்சு. என்ன பண்ணுறதுன்னு யாருக்குமே தெரியல

"அப்புறம், அப்பத்தா"

அன்னைக்கு ராவுல கன்னிப் பொண்ணு சாவித்திரி கனவுல வந்து, என்னப் பாத்த இடத்துல இருந்து எடுத்துடாம அங்கேயே கோயில் எழுப்புங்க. ஆனா என்ன மூலவரா வைக்காதீக. அம்மனுக்குக் கோயில் எழுப்பிக் கும்புடுங்க, நா ஓரமா இருந்து தக்காத்துக் கொடுப்பேன்னு சொல்ல சாவித்திரி முழிச்சுட்டா. ராத்திரியே அப்பன், ஆத்தாள கூப்பிட்டுச் சொல்ல, நாலா பக்கமும் செய்தி பரவிடுச்சு. ஊர் கூடி கோயில் கட்டுவதாய் முடிவு எடுத்தாக. கோயில் கட்டி நானூறு வருஷம் ஆச்சு. நம்ம ஊரு அதுக்குப் பெறவுதேன் செழுப்பாச்சுன்னு அப்பத்தா சொன்னது இன்னும் உசுருல கலந்து இருக்கு.

கோயிலத் தாண்டித்தேன் வயலுக்குப் போகணும். வயக்காடு கெழக்குப் பக்கமும், தோப்பு தெக்குப் பக்கமும், ஊர் மேக்குப் பக்கமாவும், வடக்குப் பக்கம் தரிசு நிலமாவும்தேன் இருக்கும். ஊர்க் காவத்தெய்வம் மதுரைவீரன். கண்மாயில தண்ணி பெருக்கெடுத்தாலும், தண்ணி வத்திப் போனாலும் வெவசாயிக ஒன்னு சேர்ந்து கெடா வெட்டிப் பொங்க வச்சு நன்றியும், கோரிக்கையும் வைப்பாக.

கண்மாயின் ஊடே பெரிய கரடு. கரடு ஆரம்பிக்குற இடத்துல கம்மா புள்ளையார் கோயிலு இருக்கு. வயலுக்கு வரும் போது, போகும் போது சாமி கும்பிட்டுப் போற மாதிரி ஒரு கணக்கு. ஒரு மாட்டு வண்டியோ அல்லது ஒரு டிராக்டரோ போற அளவுக்குத்தேன் கரடு இருக்கும். அந்தக் கரடு கம்மாய வடக்குக் கம்மா, தெக்குக் கம்மான்னு பிரிக்கும். வடக்குக் கம்மாய்க்கு வரும் தண்ணீர் தெற்குக் கம்மாய்க்கும் நிறையுற மாதிரி கரட்டின் அடியில ஐந்து அடி அகலம் கொண்ட ஒரு மடை இருக்கும். வயக்காட்டுக்கும், கம்மாய்க்கும் ஒரு மடை இருக்கும். தெனமும் ரெண்டு மணி நேரம் தொறந்துவிடப் பஞ்சாயத்துல ஒரு சரத்துப் போட்டு நிறைவேத்தினாக.

ஆற்றுப் பாசனம் இல்லாதனால கம்மாத் தண்ணியும் கிணத்துப் பாசனமும் மட்டுமே பிரதானமா இருந்துச்சு. வசதி படைச்சவங்ககிட்ட மட்டுந்தேன் கிணறு இருந்துச்சு. நடுத்தர வர்க்கத்துல கால் ஏக்கரா, அரை ஏக்கரா நெலம் மட்டும் இருக்குறவக, கிணறு இருக்குறவககிட்ட மணிக்கு இவ்ளோன்னு கொடுத்துத் தண்ணி பாய்ச்சி வெவசாயம் பார்ப்பாக. மழை பொய்த்துப் போனா கிணத்துலயும், கம்மாய்லையும் தண்ணி வத்திடும். கிணறு இருக்குறவக, அவக தேவை போகவே மத்தவகளுக்குக் கொடுப்பாக. மழக் காலத்துல அடிக்கும் மழதேன் அந்த வருச வருமானத்தத் தீர்மானிக்கும். மழை குறைவா இருந்தா எந்த நல்ல விசேசமும் வைக்க மாட்டாக. நெலத்தயே புள்ளையா நினைக்கும் மனுசங்கதேன் நாங்க. மண்ணு காஞ்சுப் போனா, பெத்த புள்ள பட்டினி கிடப்பதா நினைப்பாக. விளைச்சல் குறைஞ்சா விவசாயம் செய்யுறவக இப்படி வெசனபட்டுக்கிட்டுதேன் இருப்பாக.

அப்படித்தேன் ஒரு நா சின்னய்யா கிணத்துல துப்பரவா தண்ணி வத்திப் போயிடுச்சு. கெணறு வெட்டலைன்னா பொழப்பு இல்லன்னு வேட்டு வச்சு பத்தடி வெட்டிட, சின்னய்யா என்ன துணைக்குக் கூட்டிட்டு போனாரு. மீச கூட மொளைக்கல. சுந்தரம் கூடமாட உதவியா இருந்தாப்புல. சுருக்கா கத்துக்குறாப்புலன்னு சின்னய்யா சொன்னதா செல்லம்மா சொல்லுச்சு. தொடர்ந்து போனேன். மாட்டு

வண்டி ஓட்ட கத்துக் கொடுத்தாரு. இளவயசு வேற. கத்துக்கிட்ட பெறவு, வண்டி சிட்டாப் பறந்துச்சு. தண்ணி பாய்ச்ச, வாய்க்கால்ல போற தண்ணிய மடை மாத்திவிடக் கத்துகிட்டேன்.

வாழ போட்டு அழிச்ச பெறவு நெல்லு போடலாமுன்னு முடிவு செஞ்சப்ப, நாத்து நடுவதற்கு முன்னாடி பறம்பு அடிக்கும் மொறய சின்னய்யா சிரத்த எடுத்து சொல்லித் தந்தாரு. இன்னும் கண்ணுக்குள்ளேயே இருக்கு. மண்ணு நனையுற மாதிரி தண்ணி தெளிச்சு மாடு பூட்டி, மாட்டின் முன்னங்கால்களுக்கும், பின்னங்கால்களுக்கும் இடையில கட்ட கட்டி மண்ண சமதளமாக்குறதுக்குப் பேருதேன் பறம்பு அடிக்குறது. இப்படி செஞ்சா கட்டிப்பட்ட மண்ணு எல்லாம் உதிரியாகும். நாத்து நடும்போது கதிர் ஒரே அளவுல வளரும். பெறவுதேன் நாத்த நடணுமுன்னு சொன்னாரு.

"சின்னய்யா! நாத்து எங்க கெடைக்குமு"ன்னு கேட்டப்ப, "நாமதேன் உருவாக்கணுமு"ன்னு சொன்னாரு. வெத நெல்லப் பகல் நேரத்துல தண்ணில போட்டு ஊற வச்சு, தண்ணிய இறுத்து சாக்குத் துணியால சுத்தி வச்சு, அதே மொறய மூணு, நாலு மொற செஞ்சா நெல்லு முளை கட்டும். அதே நேரத்துல வயல்ல நாத்து நடும் இடத்தச் சுத்தம் செஞ்சு, பாத்தி பாத்தியா வெட்டி இடையில நடந்து போற அளவுக்கு இடமும் விடணும். அஞ்சாவது நாளு தண்ணி பாய்ச்சி நிரப்பிய இடத்துல மொள கட்டிய நெல்ல அப்படியே தூவணும். தூவி விடும்போது அந்த நெல் வளைஞ்சி, நெளிஞ்சி கீழே விழுந்து தண்ணிக்குள்ள இருப்பது தெளிவாத் தெரியும். சாயுங்காலமா தண்ணிய வடிகட்டி விட விதை நெல்லு மண்ணின் ஈரப்பதத்தில இறுக ஆரம்பிக்கும். இதே மாதிரி தொடர்ந்து ஏழு நாளைக்குத் தண்ணி பாய்ச்சி வடிக்கட்டினா, ஏழாவது நாலு பளிச்சுனு பசுமை பூத்து பசேலுன்னு இருக்கும். ஒரு மாசத்துல நாத்து தயாராகும்.

கதிர் அறுத்து, தூத்தி நெல் மூட்டைய மண்டியில போட்டு காசாக்குறது மொத வீட்டுத் தேவைக்கு நெல்லை அடுப்புல வேக வச்சி, காயப் போட்டு மில்லுக்குக் கொண்டு போய் அரிசியாக்குவது வரை நாந்தேன் செஞ்சேன். சின்னய்யாவுக்கு ஒரே பெரும. ரெண்டு வயக்காடுல ஒன்ன நானே பாத்துக்க ஆரம்பிச்சேன்.

அப்பதேன் மகராசன் வாத்தியார் சின்னய்யாவப் பாக்க வந்தாக. பத்தாப்பு வகுப்பு வரை படிச்ச ஒரே ஆளு நா மட்டுந்தேன். பள்ளிக்கூட வாத்தியார் வேல ஒன்னு காலியா கெடக்கு. இந்த விண்ணபத்துல கையெழுத்து போட்டா போதும், மத்த விதிமுறைய

நா பாத்துக்குறேன்னு சொன்னாரு. எனக்கு அவ்வளவா விருப்பமில்ல. மண்ணோடு வாசம் செய்யவே ஆசப்பட்டேன். வாய் திக்கும். வாத்தியாராப் போனா புள்ளைக கேலி பண்ணுவாகன்னு சொல்லி, வந்த வாய்ப்பத் தட்டி விட்டுட்டேன். காலம் வாய்ப்பத் தந்துகிட்டே இருக்கும். பயன்படுத்தாம போனா எப்படி எல்லாம் வீணாப் போகும் என்பத வெவசாயம் கைக்கொடுக்காம போன பெறவே அது இறைவன் தந்த வாய்ப்புன்னு புரிஞ்சுது. தவற விட்ட வாய்ப்புக எல்லாம் முள்ளாய் வந்து குத்தி நிக்குது இன்னைக்கு. நா தப்பு பண்ணிட்டேன், ஒரு வேள வாத்தியார் வேலைக்குப் போயிருந்தா எம் வம்சமே நல்லா பொழச்சு இருக்கும். புள்ளைக வாழ்க்கயும் கொடிக்காக் கொடி போல உசந்திருக்கும். இந்த நெலயிலும் ஊர நெனக்கையில சொகமாதேன் இருக்கு.

மீண்டு வருவோமா? இல்ல இந்த மண்ணுல காலு படாம போய் சேர்ந்துருவேனோ?ன்னு பயம் வருது. அசைபோட்ட நெனவுக சட்டென்னு நின்னுச்சு. இப்பவே மூச்சு ஒடல விட்டுப் போற மாதிரி இருந்துச்சு சுந்தரத்துக்கு.

4

மருமக தாமிரா மகவழிப் பேத்திதேன். மூத்த மக வேதவள்ளியின் மக.வேதவள்ளியின் பாரத்தக் கொறக்க மூத்த மகேன் அறிவுமதிக்கு மணமுடிச்சு வச்சேன். மகளின் பாரத்தக் கொறக்கறேன்ன்னு வெளிய சொன்னாலும், அவனுக்குப் பொண்ணே அமையலங்குறதுதேன் உண்மை. சாமி ரூமிலிருந்து வெளிச்சம் பட்டாசாலை வரை வந்தத வாசல் தெளிக்க வந்த தாமிரா எதேச்சையாப் பாத்தா. “கிழவனுக்கு வேற வேல இல்ல. இப்படிப் போட்டுட்டு போய்ட்டு, கரண்டு பில்லு வந்தா நம்ம தாலிய அறுக்க வேண்டியது. தான் உடைச்சா மண் சட்டி, மத்தவக உடைச்சா பொன் சட்டின்னு வீட்டையே இரண்டாக்க வேண்டியது. இதெல்லாம் இன்னைக்கு நேத்தா நடக்குது. இந்தக் குடும்பத்துல வந்து சீப்பட்டதுதேன் மிச்சமு”ன்னு தானா பேசிக்கிட்டே எட்டு வச்சு நடந்தா தாமிரா.

சாமி ரூமு பக்கம் வந்தா. யாரோ படுத்து இருப்பது போல இருக்க, வெரசா போனா. தாத்தாவின் காலு போல தெரியப் பதறினா; பாத்ததும் அலறினா. யாரு அதிர்ந்து பேசினாலும் எரிச்சப் படும் சுந்தரத்துக்குத், தாமிராவின் இந்த அலறல் அந்த நேரத்துல அவருக்கு ஆறுதலா இருந்துச்சு. “தாத்தா.. தாத்தா..” ன்னு அவரு முகத்த திருப்ப பாத்தா. கையும் காலும் ஒரு பக்கம் இழுத்துகிட்டு வேற இருந்துச்சு. அவளால முகத்தத் திருப்ப முடியல. அவர் கண் இருக்கும் பக்கம் போயி பார்த்தா, ஒத்தக் கண்ணு மட்டும் தொறந்திருக்குறத பாத்ததும் பயந்து போனா. தாடைய இழுத்து இழுத்துப் பார்த்தா. கோணியிருந்த வாயும், ஒழுகிக்கொண்டிருந்த சலவாயும் குமட்டலா வந்துச்சு. வெலவெலத்துப் போச்சு அவளுக்கு. சுந்தரம் அவளயே வெறிச்சுப் பாத்துக்கிட்டு இருந்தாரு.

“பதினாறு வயசு கூட முடியாத தாமிராவ, அறிவுமதிக்குக் கட்டிக் கொடுத்து இருக்கக் கூடாது. வேறு யாராவது இந்தக் குடும்பத்துல

நுழைஞ்சா, சொந்தம் பந்தம் எல்லாம் வந்து போக முடியாதுன்னு உறவுக சொன்னதால நானும் புத்தி பேதலிச்சு சம்மதம் சொல்லிட்டேன். பதினைந்து வருஷம் வித்தியாசம். அந்தக் காலத்துக்கு வேணா சரியா வந்திருக்கும். இந்தக் காலம் வேற என்கிற நெனைப்பு ஏன் வராம போச்சு? அதுவும் தாமிரா நகரத்துல வளர்ந்த பொண்ணு. கொஞ்சமும் ஒத்துப் போகாதுன்னு ஏன் எனக்கு தோணல"

"தாமிராவின் அப்பாரு சிதம்பரம் தனியார் கம்பெனியில் வேல பாத்ததால இந்தச் சந்தர்ப்பமே சரியான சந்தர்ப்பமுன்னும் கொடுத்துட்டாரு. ஆதிரையன், தாமிராவ விட ஒன்னரை வருடம் இளையவன் வேற. ஆதி படிச்சு, வேலக்குப் போய், எப்ப கர சேர்ப்பானோ? எனக்கும் வேல அதுவரை இருக்கணும். ஒடம்புக்கும் அதுவரை சுகமா இருக்குமான்னு தெரியல. பொண்ணு கொடுத்தா ஒண்ணுக்குள்ள ஒன்னாப் போயிடும். அதுனால கொடுக்குறோமுன்னு அவர் தரப்பு நியாயத்தச் சொல்லி முடிவெடுத்துட்டாரு. பாசத்துலேயே நனைச்சுக் குளுப்பாட்டி வளர்த்த சிதம்பரம், மக எது விரும்பினாலும் நிறைவேத்தி அழகு பாக்கும் சிதம்பரம், எதுக்கு இப்படி ஒரு குறுகிய முடிவு எடுத்தார்ன்னு தெரியல. அவரும் புத்திகெட்டுப் போயிட்டாரு. வேதவள்ளியின் நகையோடு ஒன்னிரண்டு நகை போட்டாப் போதும் நானும் சொல்ல, வேதவள்ளியையும் மூளைச்சலவை செஞ்சுட்டாக".

"பள்ளிப் படிப்பு படிச்ச புள்ளைக்கு ஒண்ணுமே தெரியாது. ஏதும் புரியாத வயசு. அந்த வயசுக்கே உண்டான ஆசைகளச் சொமந்த புள்ள மேல மண்ண அள்ளிப் போட்டுடேன், நெலாச்சோறு சாப்பிட்டுக்கிட்டுத் துள்ளி திரிஞ்ச புள்ளைய இழுத்துட்டு வந்து வதச்சுட்டேன். காத்துப் போல அசஞ்சாடிடும் பச்ச மண்ணின் வாழக்கையப் புதைச்சுட்டேன். றெக்கை கட்டிப் பறக்க ஆசப்பட்ட பறவயின் சிறக வெட்டிட்டேன்"

"அறிவுமதிக்கு வந்த வரன எல்லாம் பார்வதியும் தட்டி விட்டா. அவனுக்கும் வயசு போயிக்கிட்டே இருந்துச்சு. நாக்குல பல்லப் போட்டு நண்டு சுண்டு எல்லாம் பேசின காலம் அது. சொயநலந்தேன் முன்னுக்கு வந்து நின்னுச்சு. ஊரு வாய மூடினா போதுமுன்னு தோனுச்சு. நாந்தேன் பொசகெட்டுப் போயி இருந்துட்டேன்."

"வயது வித்தியாசத்துல கலியாணம் செய்யக் கூடாது. செஞ்சா மனசு ஒட்டாது. ஒரு தலைமுறை வித்தியாசம் மனசுல பிடிப்புத் தராது. சொந்தத்துல கெட்டினா, கொழந்த கொறயோடு பொறக்குமுன்னு பார்வதிகிட்ட பேரன் ஆதிரையன் சொல்லி இருக்கியான். அப்ப

கூட யாருக்கும் புத்தி வரலயே. அவசர அவசரமா நா பாத்து, தேதி குறிச்சு தாமிராவ இந்த வீட்டுல விடச் சொன்னோம். புடிச்ச பொருளா வாங்கித் தந்தும், புடிச்ச மாதிரி பேசியும் கலியாணம் முடியும் வர ஏமாத்தினோம். புரியாத வயசில அந்தத் தாங்குதல் தாமிராவுக்குக் குதூகலமா இருந்துச்சு. தங்கமா பாத்துக்குவமுன்னு சொன்னதோடு சரி. பாத்துக்கிட்டோமான்னு கேட்டா இல்லைன்னுதேன் பதில் வரும்"

"பத்திரிக்கை அடிச்சு, ஊருக்கே கொடுத்தோம். கொடுக்கப் போன இடத்தில் எல்லாம் சின்னப் பொண்ணையா கட்டி வைக்குறீங்கன்னு கேட்டாக. ஏதேதோ சொன்னேன்"

"சிதம்பரமும், வேதவள்ளியும் தனியார் கம்பனியில் வேல பார்ப்பதாகவும், எப்போ வேல போகுமுன்னு தெரியாதுன்னும், மகேன் படிச்சு எப்போ சம்பாரிப்பானோன்னு தெரியாதுன்னு சொல்லிப் பத்திரிக்கை கொடுத்தாக. ரெண்டு பேரும் ஒரே பாட்டைத்தேன் பாடினோம்"

"அதே நேரம் ஒரு பக்கம் பயம் கொடுத்துப் போச்சு. போலீஸூக்கு யாரும் பிராது கொடுத்துட்டா மானம் போயிடுமுன்னு காதும் காதும் வச்ச மாதிரி கல்யாணத்தக் கோயிலிலேயே வைக்க முடிவு செஞ்சோம். மங்கள ஓசை மட்டும் கேட்டுச்சு. கல்யாணம் யார் எதிர்ப்புமுன்றிச் சிறப்பா நடந்து முடிஞ்சுது. ஆனா அவக வாழ்க்க மணக்கவே இல்ல.

"கெட்டி வச்சது மொத ரெண்டு பேருக்கும் எப்பவும் அக்கப் போருதேன். மணம் முடிச்சாலும் மனம் ஒட்டல. வயது வித்தியாசம் வனப்ப கொடுக்கல. ரெண்டு பேரும் கீரியும் பாம்புமாய் வார்த்தைகளால பிராண்டிக்கிட்டாக. அர்த்தமே தெரியாத வார்த்தைகளால தாமிராவுக்கு அர்ச்சனதேன் தெனமும்"

"யாரும் அறிவுமதிக்கு அறிவுரை கூறல. குணங்கெட்ட மகன்னு தெரிஞ்சும் அவன யாரும் கண்டிக்கல. சில சமயம் பித்துப் பிடித்தது போல இருந்தா. யாருக்கு என்ன துரோகம் செஞ்சேன்?ன்னு கேள்விய வேதவள்ளியப் பாக்கும் போதெல்லாம் கேட்பாளாம்"

"தான் பொறந்த வீட்டுல நாம் வளர்த்த பூ மணக்குமுன்னு போட்ட கணக்கு தப்பாப் போச்சுன்னு வேதவள்ளி உறவுக்காரக கிட்ட சொல்லுச்சாம். வேதவள்ளியும் தட்டிக் கேக்க முடியாம தவிச்சுப் போயிருக்கு. தட்டிக் கேக்கக் கௌம்பிய சிதம்பரத்தயும் தடுத்து இருக்கா. அந்தச் சமயத்துலதேன் தாமிரா கருவுற்றா. பெண் புள்ளயைப் பெற்றெடுத்தா"

“பெண் புள்ளைக வாழ்க்க எப்போதும் கிணத்துத் தவளையாத்தேன் இருக்குனுமுனு ஆம்பள சாதி விரும்புதுன்னு தாமிரா மாட்டுக்குத் தீவனம் வைக்கயில இந்தப் பாவி பய காதுல விழுந்துச்சு. எதயும் மாத்த முடியல என்னால. யேன் வீட்டுக்கு வந்து எந்த ஒரு சுகத்தயும் பேத்தி பெறல. யாரும் அவளப் பேத்தியாப் பாக்கல. அந்தப் பிஞ்ச, வேல வாங்கி வாங்கி நஞ்சசத்தேன் வெதச்சோம். புள்ள என்ன என்னவெல்லாம் மனசுல போட்டுப் புழுங்கிச்சோ. மகனுக்கும் பேத்திக்கும் ஒத்து வரலைன்னு தெரிஞ்சும் ஒரு தடவகூடக் கூப்பிட்டுப் பேசல”

“எல்லாப் பிரச்சனையும் எனக்குத் தெரியும். அவர்களது பிரச்சனையைத் துளியும் கண்டுக்கல. கண்முன்னே தாமிரா இப்படிக் கலங்கி வாழும் வாழக்கைய எந்தத் தாய், தகப்பன்தேன் விரும்புவாக. நா தட்டிக் கேட்கலைன்னு சிதம்பரமும், வேதவள்ளி கூடச் சரியா பேசுறது இல்ல. இப்படியே இருபது வருஷம் ஓடிடுச்சு”ன்னு தாமிரா மொகம் பாத்ததும் சுந்தரத்துக்கு இவை எல்லாம் படமாக ஓடிச்சு.

அதே நேரம் தாமிரா அறிவுமதிய எழுப்ப முதல் மெச்சுக்கு ஓடினா.

“மாமா! தாத்தாவுக்கு..! தாத்தாவுக்கு..!”ன்னு கண்ணீர் மல்க அறிவுமதிய எழுப்பினா.

“அப்பாருக்கு என்னாச்சு”

“தாத்தாவுக்கு கை, கால் எல்லாம் ஒரு பக்கமா இழுத்துக்குச்சு”

“என்ன கழுத சொல்லுற? அவுஞ்ச வாய வச்சுக்கிட்டு சும்மா இரு!”ன்னு நாலு காலு பாய்ச்சல்ல மாடியிலிருந்து இறங்கி வந்தியான். நெலகுலைஞ்ச நெலயில அப்பாரப் பாத்தியான். மொகம் கோரமா இருந்துச்சு.

“புள்ள! நீ கால புடி! நா தோள புடிக்குறேன்!”ன்னு அறிவு சொல்ல தாமிராவும் அறிவும் அவரத் தூக்கி நாற்காலியில் உட்கார வச்சாக. அறிவுமதிக்கு அவரை எந்த ஆஸ்பத்திரிக்கு கூட்டிட்டு போறதுன்னு கொழப்பம் வேற. விசாரிக்க ஆரம்பிச்சியான். வீடே அதிர்ச்சியில இருந்துச்சு.

பக்கத்துவீட்டு ரேடியோவில செய்திக ஓடிக்கிட்டு இருந்தது சுந்தரத்தின் காதிலும் விழுந்துச்சு. அக்கம் பக்கத்திலிருந்து அடிச்சுப் பிடிச்சு யாரும் உள்ள ஓடி வரல. அவரின் இந்த நெல யாரயும் பாதிக்கல. “நாம வாழ்ந்த வாழ்க்க இவ்வளவு தானா?”ன்னு எண்ணம் ஈட்டியில் குத்தியது போல இருந்துச்சு.

தூப்பாக்குழி வீட்டு தனபாலுக்கிட்ட, “பாலு! சீக்கிரம் வாடா! அப்பாருக்குச் சொகமில்ல; கை, காலெலாம் இழுத்துகிச்சு. வெரசா வாடா!”ன்னு அறிவுமதி சொல்ல, “அண்ணே, பதறாதே! சந்தைக்குச் சவாரிக்கு வந்து இருக்கேன். காய்கறி மூட்டைய இறக்கி வச்சுட்டு வந்துடுறேன். செத்த பொறுண்ணே”

செலவை எப்படிச் சமாளிக்கப் போகறோமு?ங்குற வெசனம் அறிவுமதியத் தொத்திக்கிச்சு. மொகம் கடுகடுப்பா இருந்துச்சு.

இருபது நிமிசமாச்சு. கண்கள் சொருகி, கால் விரைச்சு, கைக மடங்கி இருக்கும் அப்பாரப் பாத்து இன்னும் வேதனை அவனுக்கு. “தனபாலு! எங்கடா இருக்க? நேரங்காலம் தெரியாம, என்னடா செய்யுற? வெண்ண! ஒன்ன நம்பி எந்தப் புரோயோசனம் இல்லடா. வரமுடியலன்னா சொல்லிடு”ன்னு கத்தினான்.

“அடியே தாமிரா! உனக்கு வேற தனியா சொல்லணுமா? ஆக வேண்டியத பாரு. வேண்டியத எடுத்து வை. இந்த முண்டகள வச்சுக்கிட்டு மாரடிக்க வேண்டி இருக்கு”ன்னு சொல்லிட்டே, சுந்தரத்தின் துண்டு, போர்வை, ரெண்டு பட்டாபட்டிக் கால்சட்ட, கதர் சட்ட, காப்பி வாங்க தூக்குவாளி, டம்ளர் ரெண்டும் எடுத்து வச்சியான். அம்மாவுக்குத் தகவ தந்தா தாமிரா. மறுமுனையில் வேதவள்ளியின் அழுகுரல் கேட்டுச்சு. அதே நேரத்தில் ஆட்டோவும் வந்துடுச்சு.

தாத்தாவின் தலைய மெதுவாகத் தூக்கி, தாமிரா வெந்நியை வாயில் ஊத்தினா. இழுத்துக்கிட்ட பக்கம் பழுக்க காய்ச்சிய எண்ணய எடுத்து கை, காலெல்லாம் சூடு பறக்கத் தேய்ச்சு விட்டா. சுந்தரம் தாமிராவையே பாத்துக்கிட்டு இருந்தாரு. இடது கையால அவ கைகள இறுகப் புடிச்சாரு. அவரின் இடது கையோடு அவளின் வலது கைய இணைச்சுக் கைக் கூப்பினாரு.

“தாத்தா..! ஏன் இப்போ இதெல்லாம்?”ன்னு சுந்தரம் கேட்ட மன்னிப்பத் தாமிரா தட்டி விட்டா. அவரின் கை இன்னும் காத்துல சுத்திக்கிட்டே இருந்துச்சு. தாமிரா குனிஞ்சு என்னன்னு கேக்க, அவ தலையில இடது கைய வச்சார். அவரின் கைச் சூடு அவளுக்கு ஆசி வழங்கிச்சு.

தாமிரா எடுத்து வச்சுருந்த பொருள ஆட்டோவுல ஏத்திக்கிட்டு இருந்தியான் தனபாலன்.

5

சுந்தரம் இப்படி ஒரு சூழல்ல வீட்ட விட்டுப் போறது இதுதேன் மொத முறை. அறிவுமதியும், தனபாலும் கையயும், காலயும் பிடிச்சுத் தூக்கினாக. பாடையில தூக்கி வச்சது போல இருந்துச்சு சுந்தரத்துக்கு. தேகம் தேக்கு போல இருந்தாலும், வல காலும், கையும் வளைஞ்சு போனதால பதமாய்த் தூக்கிட முடியல. தெருவில நின்னவக சிலரு ஓடி வந்தாக.

“சாகுற வரைக்கும் எவன் தயவும் தேவையில்ல”ன்னு அடிக்கடி சொன்ன வார்த்த என்னையே சுத்தி வந்துச்சு. அழுக நெனச்சாலும், நரம்பெல்லாம் பிடிச்சு இழுத்துச்சு. மூளை போட்ட கட்டளப் படி கண்ணீரு மட்டும் நின்ன பாடில்ல. மொத மொறையா அப்பார மடியில படுக்க வச்சு அறிவுமதி நீவி விட்டாப்புல.

வேதவள்ளிக்கு அடுத்துப் பொறந்தவன். அறிவுமதி பொறந்தப்ப கையில வாங்கிப் பாத்ததோடு சரி; தோளுல மாருல சொமக்கல; அவேன் விரல் பிடிச்சு நடக்கப் பழக்கல; பள்ளியோடம் சேத்து விடக் கூட நா போகல. அவனுக்குப் படிப்பு கொஞ்சம் மத்துவமாத்தேன் வந்துச்சு. வீட்டுல புத்தகம் எடுத்துப் பாத்ததில்ல. ஒரு நா ஒரு பொழுது படிக்கச் சொல்லிக் கண்டிச்சதில்ல.

ஒரு நா கூட்டாளி முனி, என்ன சுந்தரம்! உம் மவன் பள்ளியோடம் பக்கமே போறதில்ல போல. முச்சூடும் மாயாண்டி வீட்டுத் திண்ணையிலே ஆளுக பாக்குறதா தகவ கெடச்சது. படிப்புல கவனம் இருக்குற மாதிரியே தெரியல. நீயே படிச்சாளு. உம் புள்ள சோட போயிடக் கூடாதுலே. கவனிச்சுப் பாருன்னு சொல்லிட்டுப் போகதேன் வந்தேன். நீ சொல்லுறது சரித்தேன். கவனிக்குறேன்னு சொல்லிட்டு வந்தவன் கண்டிக்கல.

இந்த விஷயம் எங்காதுக்கு எட்டுச்சுன்னு தெரிஞ்சதும், அந்த இடத்தயும் மாத்திட்டியான். கணக்குப் பாடமும், இங்கிலீஷும்

மண்டையில சுத்தமா ஏறல. தத்தி முத்தி பத்தாப்ப அடைஞ்சாப்புல. ரெண்டு பாடத்துல பெயிலு. படிப்பக் குழி தோண்டிப் பொதச்சுட்டாப்புல. ஒரு அப்பனா அவன வழியும் நடத்தல. வழியும் காட்டல.

“ஆனா எம்மவனுக்கு பீடி, சிகரட்டுன்னு எந்தக் கெட்ட பழக்கமுமில்ல. தன் சோட்டுப் பயலுக கம்மாப் பக்கமுள்ள மாமரத்து அடியில புகை ஊதினாலும் தர்மரா இருந்தாப்பல. நியாயம் தர்மம் பாப்பதயே கொள்கையா வச்சுருந்தாப்பல. காசானாலும் கணக்கு பாப்பாப்பல. ஆனா இருந்து என்ன புரயோசனம். சுதாரிப்பு இல்ல.

ஆளுக சேர்ப்பு வந்த பெறவு அவேன் போன தெசயே வேற. வயலுக்கு சோறு கொண்டு வருவாப்புல. எங்கக்குள்ள எந்தப் பேச்சும் இருக்காது. இளந்தாரிப் பய எங்க போறான்? எங்கிருந்து வரானு? அப்பனுக்கான பொறுப்பும், அக்கறையும், பதட்டமும் ஒரு பொட்டுக்கும் இல்லாமத்தேன் அவன வளத்தேன். ஒரு நல்ல விசயம் மட்டும் செஞ்சேன். குடுமி செட்டியார் மூலமா அவனுக்குப் பெரிய ஜவுளிக்கடையில வேலக்கு ஏற்பாடு செஞ்சேன்.

பெறவு பெருசா குடும்பத்தோடு ஒட்டுதல் இல்ல. வேலைக்குச் சேர்ந்த நா மொத அவேன் சம்பளத்தை முழுசா கையில் வாங்க விட்டதில்ல. அவேன் பேருல கணக்கு எழுதி வச்சுட்டுச் செய்முறை செய்ய ஜவுளி எடுத்து வந்துருவேன்.

அங்க ஒரு ஒரண்டை. கணக்கு வழக்கில் ஏதோ குளறுபடி நடக்க, செட்டியாரு அவன நிக்க வச்சுக் கேள்வி கேட்டது பிடிக்காம வேலயை விட்டுட்டு வந்துட்டாப்புல. அம்புட்டு ரோசம். காசு போட்டுக் கடை போட்டவைங்க ஒன்ன உட்கார வச்சு சாம்புராணியா போடுவாய்ங்க? நாலு கேள்வி கேட்கத்தேன் செய்வாய்ங்கன்னு புத்திமதி சொல்லி இருக்கலாந்தேன். பொச்சுல ரெண்டு போடு போட்டு இருந்திருக்கலாந்தேன்”

எந்தச் சோலிக்குப் போனாலும், மொதலாளியின் வருமானம் இம்புட்டு! கொள்முதல் இம்புட்டு! உனக்குக் கொறவா சம்பளம் தராங்க! உயர்த்திக் கேளுங்கன்னு அவனது கம்யூனிசச் சிந்தனை வந்துத் தொலைஞ்சுரும் அவனுக்கு. இப்படியே ஒவ்வொரு சோலியையும் விட்டாப்புல. வாழ்க்கயில நேக்கு போக்கா இருக்கணும். இப்படியே இருந்தா புள்ள, குட்டிய காவந்து பண்ண முடியாதுன்னு புத்தி சொன்னதில்ல. அவேன் கூறு இல்லாம இருக்கான்னு தெரிஞ்சும் நா ஒண்ணுமே பண்ணல. ஏன் இப்படி பொசக்கெட்டு இருந்தேன்னு

தெரியல. அறிவுமதி பெறவு எந்தச் சோலிக்கும் போவல. அவனச் சொல்லி எந்தக் குத்தமும் இல்ல. யென் தப்புதேன் எல்லாம்.

பட்டினத்தில் வளந்த புள்ள எம் பேத்தி. கல்யாணம் ஆன வருசத்துல அந்தப் புள்ளைக்குப் பொறந்த நாளு வந்துச்சு. "போன ஞாயிறு போலத்தானே இந்த ஞாயிறும். இன்னைக்கு மட்டும் புதுசா சூரியன் மேற்கிலா உதிக்குதுன்னு" சொல்லிட்டாப்புல. பேத்திக்கு அழுகை ஓயல. அந்தப் புள்ளைக்கு ஏதும் வாங்கியும் தரல. துப்பரவா ஒட்டுதல் இல்லாத உறவு எப்படிச் சாத்தியமுன்னு நானும் யோசிச்சது இல்ல.

செங்கக் கல்லுல தேச்சுக் குளிச்சுதேன் பழக்கம். நுரைவரும் சோப்பு கேட்டுச்சு தாமிரா. ஒன் இஷ்டத்திற்கு எல்லாம் ஆட முடியாது. எல்லாரும் போடுறதையே போடுறதா இருந்தா போடுன்னு சொல்லிட்டான். பயத்துல நடுங்கிப் போச்சு புள்ள. அறிவு அவள பச்ச மண்ணாப் பாக்கல. வீட்டுக்கு வந்த மருமகளாத்தேன் பார்த்தாப்புல. அவனத் திருத்துறதா? இல்ல அந்தப் புள்ளைக்குப் புத்திமதி சொல்றாவதா? யார, யார் திருத்துறது.

யார நம்பிக் கொடுத்தாங்க? ஒழுக்கசீலேன், நல்ல சம்சாரியா இருப்பான், உழைப்பாளி இப்படி எல்லாம் சொல்லித்தானே பொண்ணு கேட்டோம். அந்த உறுதியைக் காப்பாத்த யாரும் முயற்சிக்கல. வானம் கருத்தால் பூமிக்கு நல்லது. மனசு கருத்தால் வாழ்க்கக்கு நல்லதா? தாமிரா மனசுக்குள்ள புழுங்க ஆரம்பிச்சா. அந்தப் புழுக்கம் கொஞ்சம் கொஞ்சமாய் அவளுக்குள் பெருசாகிப் பெருசாச்சு. யார்கிட்டயும் சரியாப் பேசுறத நிப்பாட்டிடுச்சு புள்ள.

அறிவுமதியின் அன்பில்லாத கிண்டலும், கேலியும் தாமிராவால் புரிந்துகொள்ள முடியல. அன்பில் மூழ்குன பூவ அடுப்படியில கெடக்கச் சொன்னா அந்தப் பூ தீக்காத்துல சுருங்கிடாதா? சூழ்நெலயக் கையாளும் பக்குவத்த, முதிராத இந்தக் கதிர்கிட்ட எதிர்ப்பார்த்தா நியாயமா? தாமிராவை மணம் முடிச்சு வச்சு, அவ தலையில நானே மண்ணை வாரிப் போட்டுட்டேன்.

பக்கத்து வீட்டுப் பாலேன், மேக்குத் தெரு முருகேன் எல்லாம் அவேன் கூட்டாளிக. "கல்யாணம் முடிஞ்சிதுன்னு வையி, பொம்பளப் புள்ள பக்கம் சாய்ஞ்சுடக் கூடாது மாப்ள! முறுக்கா இருந்தாதேன் மவுசு! இல்லாட்டி திண்டாட்டம்தாண்டி! எம்மூட்டுல ஒரு கல்யாணம் நடந்துச்சு. முதல் ராத்திரி அன்னைக்கே பெரிய சண்ட. பணியாரக் குடம் போடும்போது அதுரசமும் லட்டும் அளவு சின்னதா

இருந்துச்சுன்னுதேன் பெரியம்மா சொல்லுச்சு. எங்க அப்பாருனால அம்புட்டுத்தேன் போட முடியுமுன்னு பட்டுன்னு அந்தப் புள்ள பேசிப்புடுச்சு. இன்ன வரைக்கும் ஒட்டல மாப்ள! ரொம்பச் சூதனமா இருக்கணும்! என்னா புரியுதா மாப்ள?"ன்னு அந்தப் பயல்க இப்படிச் சொன்னதா தகவல் கெடைச்சது. இவனுக்கு எங்க போச்சு புத்தி.

"நீ அக்கா மகள வேற கெட்டிக்கப் போற! பத்திரம்டா! எப்பவும் ஒன் கவுரதைய விட்டுக் கொடுத்திடாத. அப்படி விட்டுக் கொடுத்தா அம்புட்டுத்தேன்! காலம் முழுக்கா மீசை வச்ச பொம்பளையாத்தேன் இருக்கணும். அறிவுமதியும் எதயும் எளிதில் வெளிப்படுத்தத் தெரியாத பய. என் வளர்ப்பு ஒழுங்கா இருந்திருந்தா இதெல்லாம் நடந்திருக்குமா?

எங்காலத்துல பத்து வயசு, பதினைஞ்சு வயசு வித்தியாசத்தில் மணம் முடிச்சு இருக்கோம். ஆனா இப்படி நடக்கக் கண்டோமோ! முண்ட இளய மக ஈஸ்வரிதேன் வேதவள்ளிகிட்ட வந்து, நம்ம பொறந்த வீட்டுக்குச் சகசமாப் போய் வருணுமுனா ஒன் மகள அறிவுமதிக்குக் கொடு. வேற எவளாவது வந்தா, நல்ல நாளு பெரிய நாளு போய் வர முடியாது. சீக்கிரம் முடிவெடு! சொத்தும் வேறு எங்கும் போகாது! வேற ஒருத்தி அனுபவிக்கிறதுக்கு ஒன் புள்ள அனுபவிக்கட்டுமுன்னு சொல்லிப் புத்திய பேதலிக்க வச்சுப்புட்டா. கண்ணும் காதும் வச்சது போல முடிவு எடுத்தாக. வேற யாரும் கலைச்சுவிட்டா என்ன செய்யுறதுங்கற பயம் வேற.

இவக ரெண்டு பேருக்கும் இருக்கும் அக்கப்போரு எதுவுமே வேதவள்ளிக்கோ, சிதம்பரத்துக்கோ தெரியாது. "அது யார் வீடு? நா பொறந்தவீட்டில் தானே மக இருக்கா"ங்குற! அலட்சியம் ரெண்டு பேருக்கும் இருந்துச்சு.

அப்பதேன் தாமிராவுக்கு கரு தங்குச்சு. அத தபால் மூலமாத் தெரிவிச்சேன். பெரிய அரசியல்வாதிகூடத் தோத்து போவான் எங்கிட்ட. அறிவுமதிக்கு எந்தப் பூரிப்பும் இல்ல. நம்ம இரத்தம்என்ற உருத்து கொஞ்சமும் இல்ல. இதச் சமாளிக்கத் தெரியல எனக்கு. வேதவள்ளி விண்ணுக்கும் மண்ணுக்கும் குதிச்சா. சிதம்பரம் மகளைப் பாக்கத் துடிச்சார். வேதவள்ளி மகளுக்குப் பிடித்ததை எல்லாம் வாங்கி வந்தா. தாமிரா மொகம் வாடி இருந்துச்சு. முகத்துல சிரிப்பு இல்ல. என்ன தாயி கிறங்கிப் போயி இருக்கன்னு வேதவள்ளி கேட்க பதில் ஏதும் இல்லை.

ஏதும் சாப்பிட்டாதானே? சரியா சாப்பிடுறது இல்லை! சொல்லுற பேச்சு ஏதும் கேட்குறது இல்ல! அறிவுதேன் ஈனப் பேச்சு பேசுறானா, இவளும் அவனுக்கு ஈடு கொடுக்குறா. உங்க அப்பாரும் தலையிட மாட்டுறாரு. நா மாட்டிகிட்டு முழிக்குறேன். பேத்தி கேட்குற கேள்விக்கு என்கிட்ட பதிலில்லன்னு பார்வதி சொல்லச் சொல்ல, பொட்டுப் பொட்டா, நான் பெத்த மக கண்ணீர் விட்டா. இப்படி மோசம் பண்ணிடீங்களேன்னு கேட்காம வந்த கண்ணீர் அது. நொறுங்கிப் போயிட்டா. தங்கத் தாம்பாளத்தில் தாங்குவீகன்னுதானே பொண்ணு கொடுத்தேன்னு கேட்க நெனச்சுருப்பா.

மகளப் பாத்துட்டுப் போன வேதவள்ளி திரும்பிப் போன பெறவும், தாமிரா இளகவே இல்ல. தாமிரா கிறுக்குப் பிடிச்ச மாதிரி இருந்தா. மந்திரிக்க ஆள் கூப்பிட்டு வந்தேன். தாமிரா தலைவிரித்த கோலமா அமர்ந்திருந்தா.

சிதம்பரம் மகளப் பாக்கச் சொல்லாம கொள்ளாம வந்துட்டாரு. உள்ள பேயோட்டும் சத்தம் கேட்டுச்சு. உச்சகட்ட ஆங்காரத்தைப் பேச்சில காட்டினா தாமிரா. சிதம்பரத்தைப் பாத்து முறைச்சா. "என்ன பண்ணிக்கிட்டு இருக்கீக, என் மகளுக்கு என்னாச்சு"ன்னு கேட்டாரு. பேய் பிடிச்சுருக்குன்னு சொன்னா எந்த அப்பனுக்குத்தேன் பொறுக்கும். ஆனா அத நா சொன்னேன்.

எம் மருமகேன் அன்னைக்கு அழுது பாத்தேன். "எம் மகள இந்தக் கோலத்துலயா நா பாக்க வந்தேன். எங்கிட்ட ஏன்டா சொல்லல"ன்னு அறிவுமதிகிட்ட கேட்டாரு. அவேன் என்ன சொல்வான். "நா எம் மகளக் கூட்டிட்டு போறேன். எனக்குக் கஞ்சி ஊத்தத் தெம்பு இருக்கு"னு சொல்ல, எங்க யாருக்கும் ரோசம் வரல. எந்தக் குத்த ஒணர்வும் இல்ல.

"யம்மா! என் மொகம் பாத்துப் பேசுடா! அப்பா வந்துருக்கேன்டா!"

தாமிரா "அப்பான்னு கத்தினா. அப்பா என்னக் கூட்டிட்டுப் போயிடுப்பான்"னு கதறினா.

"கொஞ்ச நாளைக்கு உங்ககூட இருக்கட்டும். உடம்ப தேத்திக் கொண்டு வாங்கன்னு சன்னக்குரலுல பார்வதி சொன்னா. சிதம்பரம் மூச்சே விடல. தாமிரா சிதம்பரத்தோடு புறப்பட்டா.

அறிவுமதியைக் கண்டிக்காம விட்டோமுங்கறத ஒத்துக்கொள்ளப் பல காலம் ஆச்சு. சில விஷயத்தைக் கண்டுக்காம விட்டா அதுவும் துரோகமா மாறுது. அந்தப் புள்ளயின் வாழ்க்கைய மட்டுமல்ல. எம்

மவனின் வாழ்க்கையையும் பாழாக்கிட்டேன். இப்ப இருக்குற ஒடம்பு நோவ விட மனசு ரொம்ப வலிக்குது.

ஒரே ஒரு தடவ அவேன் சட்டையப் பிடிச்சு எப்போவாவது கேள்வி கேட்டிருந்தா, இன்னைக்கு அறிவுமதி புத்தியோடு இருந்திருப்பாப்புல. இன்னைக்கு வேலக்குப் போனாத்தேன் கஞ்சின்னுற நெலக்கு ஆளானதுக்கு நானும் காரணந்தேன்.

ஆட்டோ கரட்டுப்பட்டியின் எல்லையைக் கடந்துச்சு. இடது கைய எடுத்து அறிவுமதியின் நெஞ்சில வச்சார். அவேன் கை அவரு கைய இறுக்கி பிடிச்சது. அவேன் அவர ஆழமாய்ப் பாத்தான். ஒரு கண் சிவந்து கண்ணீரால் நிரம்பி இருந்துச்சு. கண்ணு ரெண்டையும் தொடச்சான். ஆட்டோ குலுங்கிட அவரு கடந்த காலத்தோடு சஞ்சரிக்கவே விரும்பினாரு.

6

ஆட்டோ வேகமா போச்சு. கூதக் காத்து எம்மேல ஒடம்புல பட்டு குளிர்ந்துச்சு. மூடிய கண்ணும், மொடங்குன காலும் சுகத்தத் தரல. நல்ல நெலயில் இருந்திருந்தா, இந்நேரம் கண்ண பாதி மூடிக் காத்து முழுசயும் உள்ளிழுத்துக் காத்தின் வாசம் புடிச்சிருப்பேன். பச்ச நெறம் தெரியும் தூரம் வரைக்கும் பாத்து உள்ளம் பூரிச்சுருப்பேன். வறண்ட பூமியைக் கண்டிருந்தா கண்ணீர் வடிச்சுருப்பேன். ரோட்டின் நீளத்தையும், அகலத்தையும் கண்ணால அளந்திருப்பேன். தென்னை மரத்தின் உயரத்தைக் கணிச்சுருப்பேன். மாமரத்தைப் பார்த்திருந்தால் காய் தங்குமா? தங்காதா?ன்னு சொல்லிருப்பேன். மத்தவங்க படுக்கையில விழும்போது நமக்கு ஏதும் தெரியறது இல்லை. நாம விழும்போதுதேன் நெனவும், தப்பும் வந்து அழுத்துது.

இந்நேரம் எம் பார்வதி உசுரோடு இருந்திருந்தா இப்படி அள்ளிப் போட்டுக் கூட்டிட்டுப் போக விட்டிருக்க மாட்டா. விழுந்ததும் ஊரைக் கூட்டி ஒப்பாரி வச்சுருப்பா; புலம்பித் தீர்த்திருப்பா; வையவும் செஞ்சுருப்பா; நிமிசத்திற்கு ஒரு முறை "என்ன செய்யுது? என்ன செய்யுது?"ன்னு கேட்டு நச்சரித்து இருப்பா!

போயி சேர்ந்து எட்டு வருசமாச்சு. பார்வதியின் நெனப்பு மட்டும் என்னவிட்டுப் போகல. இருக்கும்போது இல்லாத பாசம் இப்போ ரொம்ப அதிகமாத்தேன் இருக்கு. அறுபதிலும் கூட வெட்கப்பட்டுக் குமரி மாதிரி சிரிப்பா. எப்பவும் உர்ர்ன்னுதே இருப்பா. சிரிக்க வைக்குறது அவ்வளவு சுலபமில்ல. சிரிக்க ஆரம்பிச்சா கெக்கர போட்டுச் சிரிப்பா. நிமிந்து நின்னு பாத்தான்னா, ஆம்பளையே பொட்டிப் பாம்பா ஒதுங்கிப் போற சிங்கப் பார்வை அவளுக்கு. அவ ஒரு இரும்பு மனுசி.

பொண்ணு பாக்கப் போன போது அவள அவ்வளவா பிடிக்கல. கறுத்த நிறம். இறுகிய ஒடம்பு. கனகாம்பரம் பூ வச்சு வழித்து சீவிய தலை. பொண்ணுப் பாக்கப் போனேனு சொல்ல முடியாது. பேசி முடிவாகியுதை உறுதி செய்யத்தேன் கூட்டிப் போனாக. சிங்கப்பல்லு தெரியப் பதட்டமாய் இருந்தா. ஒடிசலான கன்னமும், ஒடம்புமாய்க் கதர்ப் புடவையைச் சுத்திக்கிட்டு வந்து நின்னா பார்வதி. அவ சேலை கட்டிருந்த விதமே பாக்கச் சகிக்கல. காப்பித் தண்ணி கொடுக்க வந்தா. வெட்கமுன்னா என்னன்னு கேட்குற மாதிரி நின்னா. சின்னய்யாவோட அக்கா மகதேன் அவ.

நல்ல உயரமும், நல்ல நிறமும் உள்ள சுந்தரத்தை கட்டிக்கக் கசக்கவா செய்யும். ரொம்ப, கொடுத்து வச்சவன்னு அவ சோட்டுக் கூட்டாளிக சொல்லவும் பெருமை அவளுக்கு. அதோடு பீதியும் கூட. அந்தப் பீதிக்குக் காரணம் உண்டு. தச்சு வேல செய்யுற ராமசாமி, இப்படித்தேன் நல்ல சிவப்பா உள்ள ரெங்கம்மாளைக் கட்டிக்கக் அடம் பிடிச்சார். ரெங்கம்மாளைக் கட்டிக்க முடியாம போக, கடைசியில நிறம் குறைஞ்ச, பள்ளிக்கூடமே போகாத பொண்ணே ராமசாமிக்கு அமைஞ்சது. அந்தக் கல்யாணப் பொண்ணு பார்வதியின் கூட்டாளிதேன். அவ வாழ்க்க போராட்டமா போயிட்டதா, ஒரு முறை கடைத்தெருல பார்க்கும் போது கண் கசக்கி இருக்குறா. அதுல பார்வதி பயந்து போச்சு. நம்மைப் புடிக்காமல் போனாலும் பரவாயில்ல, முசுடா இருந்தா முச்சூடும் ஏத்து வாங்குற பொழப்பா ஆகிடக் கூடாதுன்னு நெனச்சு இருக்கா. இத பார்வதி, அவ ஆத்தா செகாமுவிடம் கேட்டே விட்டா போல.

“போடி கூறு கெட்டவளே! நல்ல நேரம் கூடியாந்திருக்கு. வாய் மயிர வச்சுக்கிட்டு சும்மா இருடி! யாரும் காதுலயாச்சும் விழுந்துச்சுனா கலச்சு விட்டுருவாளுக. அவ அவ முந்தானையை விரிச்சு வச்சுக்கிட்டு நிக்கிறாளுக. அழகு பெத்த பயல கட்டிக்கிட்டு ராணி மாதிரி இருப்பாளா? ஓல மட்டையில ஒண்ணுக்கு போற மாதிரி பேச்ச பேசிக்கிட்டு. என்கிட்ட சொன்னாப்புல யாருகிட்டயாவது சொன்ன, இருக்குற நாலு மசுரையும் அறுத்து வீட்டோடு இருக்க வச்சுருவேன்”

“இங்க பாருடி!, சுந்தரத்தை ரொம்ப நல்லா வளர்த்து இருக்காக. ஊருக்குள்ளயே படிச்ச ஒரே பய. எந்த வம்பு தும்புக்கும் போகாத பய. நீ கொடுத்து வச்சவடி. இப்படிச் சம்மந்தம் அமையலயேன்னு ஏங்கினவ வயிறு எல்லாம் பொச்சுக்காப்புல சுத்திக்கிட்டு திரியுராளுக. நாளைக்குக் கடைத் தெருப் பக்கம் போகும்போது, வரும்போது, வாய

கீய புடுங்குவாளுக. வாய் ஏதும் கொடுக்காம வாய பொத்திக்கிட்டு வந்திரு!"ன்னு அவ ஆத்தா அதட்டிச் சொல்லவும் பார்வதி அடங்கிப் போயிட்டா.

கலியாணம் முடிக்கயில எனக்கு வயசு இருபது. பார்வதிக்கு வயசு பதினெட்டு. மூனு அண்ணங்க, ரெண்டு தம்பிக, ரெண்டு தங்கமாருக. பார்வதி நடுவுல பிறந்தவ. வீட்டு வேல, காட்டு வேல எல்லாம் நிமிசமா செஞ்சுடுவா. சமைக்குறது மருந்துக்கும் வராது.

என்னதேன் சொந்த பந்தமா இருந்தாலும் லேசுல சமைக்குற உரிமைய சின்னம்மா பொன்னுக்காமுவும், செல்லம்மாவுக்கும் தரல. சுந்தரத்துக்கு அப்படிச் செஞ்சா பிடிக்கும், இப்படிச் செஞ்சா பிடிக்குமுன்னு சொல்லியே அடுப்படிப் பக்கம் பார்வதிய விடல. அப்படியே காய் நறுக்க விட்டாலும், "அடியே கத்திரிக்காய நெட்டுக்கா வெட்டு! வெண்டக்காய குறுக்க வெட்டு! வெங்காயத்தப் பொடியா நறுக்குடி! இழவு எடுக்காதடின்னு செல்லம்மா சொல்ல, ஒரே அக்கப்போராத்தேன் இருக்கும் வீட்டுல. கொஞ்சம் வார்த்த தடிச்சு செல்லம்மா பேசிட்டா, இவளும் விட மாட்டா.

இப்படி ஒரு நா நாட்டுப் புளி வாங்கி வைக்க பார்வதிகிட்ட சொல்லிட்டுக் குளிக்கப் போயிடுச்சு செல்லம்மா. வந்து பார்த்தா வெள்ளைப் புளி இருக்கவும், சண்ட வந்துருச்சு. "கூறு கெட்ட சிறுக்கி! இப்படிக் கூறு இல்லாமதேன் இருப்பியான்னு செல்லம்மா ஒன்னு சொல்ல, இவ ஒன்னு சொல்ல, சண்ட முத்திப் போச்சு. பக்கத்துல இருந்த செம்ப எடுத்துக் கோவத்துல தூக்கி எறிய செல்லம்மா மண்டையில பட்டு, குடுமி போல உச்சி மண்டைல வீங்கிப் போச்சு. வெளில போன யாரும், எவரும் கேட்பாகன்னு வீக்கம் வடியும் வர வெளில செல்லம்மா போகவே இல்ல.

அப்ப நா ஒரு பாட்டுப் பாடினேன். "மண்டையில் என்னடி காயம்? புதுப் புளி செஞ்ச மாயமு"ன்னு பாடினா செல்லம்மாவும், பார்வதியும் விழுந்து விழுந்து சிரிச்சாக.

களையெடுக்குறது, நாத்து நடுறது, ஆஞ்ச காய்கறிகளைக் கரட்டுமேட்டுல இறக்கி வைக்குறது, மாட்டுத் தொழுவத்தை பரமாரிக்குறது, கூட்டிப் பெருக்குறது, மாட்டுச் சாணம் கொண்டு வீடு மொழுகுறது, கதிர் அடிச்சு, நெல்லை அரிசியாக்குறது வர இழுத்துப் போட்டுச் செய்வா. ஆனா காட்டு வேலனா யாரும் எந்தக் கொறையும் கண்டுபுடிக்க முடியாது. எந்தப் பிசிரும் இருக்காது.

எனக்கு அவ மேல் அவ்ளோ காதல் இருந்ததில்ல. அவ கூட எந்த நெருக்கமும் காட்ட முடியல. அவளுக்கு இருந்துதான்னு தெரியல. அவ பாட்டுக்கு அவ இருப்பா. அப்ப அவ கூட கூடுறது மட்டுந்தேன் மனசுக்கு பிடிச்ச விசயம். கல்யாணம், கச்சேரின்னு செல்லம்மா வெளில போனாத்தேன் கூடுறது. "சந்தோசமா இருடி இன்னைக்கு. வயக்காட்டுக்குப் போயிட்டு சுருக்கா சுந்தரத்தை வர சொல்லிடு"ன்னு சொல்லிட்டுப் போகும். கூடும் போது மட்டுந்தேன் அவள தாஜா பண்ணுறதும், வர்ணிக்குறதும் நடக்கும். அது அவளுக்கேத் தெரியும். எம்புட்டுச் சுயநலம் எனக்கு.

புள்ள பெத்துக்க மட்டுந்தேன் பொஞ்சாதி, அப்படிங்கற மாதிரிதேன் வாழ்க்க போச்சு. அப்பதேன் கடுமையான காய்ச்சல் எனக்கு. வாய் குழற ஆரம்பிச்சது. "நா சாகப் போறேன். முண்டைகளா! இப்படிப் பாத்துகிட்டு நிக்குறீங்களா? மண்ட குத்துதுடீ! துணிய எடுத்து இறுக்கிக் கட்டு"ன்னு புலம்பினே. "புலம்பாதய்யா"ன்னு சொல்லிட்டு, கேழ்வரகு மாவைக் காய்ச்சிப் பத்துப் போட்டு விட்டா. பழுக்கக் காய்ச்சிய எண்ணயால கைகால் எல்லாம் அரக்கத் தேய்ச்சு விட்டா.

வரகரிசில கஞ்சி வச்சிக் கொடுத்தா. சுடு தண்ணி ஒத்தடம் தருவா. அந்த அஞ்சு நாளும் தலமாட்டுலேயேதேன் கிடந்தா. அப்ப கூட அவ என்கிட்ட பேசினது கொசுறு போலத்தேன். நா அவள கண்டுகலங்குறதும், ஏதும் கலந்துக்குறது இல்லைன்னும் தெரியும்.

எத்தனையோ நாளு அவள ஒன்றும் தெரியாதவ, எதற்கும் உருப்படி இல்லாதவன்னு கடிந்து கடுமையாய்த் தாக்கிப் பேசி இருக்கேன். அவ என்ன கவனிச்சுக்கிட்ட நேரத்திலதேன் புரிஞ்சுது, அவ கடமையில அவ சரியா இருக்குறான்னு. அவள ஆசையா பேர் சொல்லிக் கூப்பிட்டதில்ல. அந்த அஞ்சு நாளு கழிச்சு அவ மேல கொஞ்சம் ஈர்ப்பு வந்துச்சு.

அன்னைக்குத்தேன் அவகிட்ட கேட்கத் தோனுச்சு. "சொன்ன வேலயை மட்டும் செய்யுற. நா பேசினா மட்டுந்தேன் பேசுற. ஏன் என்னய புடிக்கலையா"ன்னு கேட்டேன். கொஞ்சம் நேரம் அமைதியா இருந்தா. "சொல்லு பார்வதி"ன்னு கேட்டேன்.

"நீ படிச்சிருக்க. மைனர் கணக்கா அழகா இருக்க. கட்டாயப் படுத்தித்தேன் ஒன்னச் சம்மதிக்க வச்சுருக்காகன்னு தெரியும். என்ன உனக்குப் பிடிக்கலன்னு சொன்னாக. எனக்கே தெரியும் உனக்கு நா பொருத்தமான சோடி இல்லைன்னு. ஆத்தா வேற சொல்லி

அனுப்புச்சு. இவ சொன்னா அவ சொன்னான்னு சண்ட வளக்காத! வெறுப்ப ஏதும் சம்பாதிச்சுடாத! பிடிக்காம கட்டின! நின்னா குத்தம், உட்கார்ந்தா குத்தமாகும். எதயும் எதிர்பாக்காத! பொறுமையா இரு! குடும்பத்துக்கு உழைக்குறீயா, நேரத்துக்குக் கஞ்சி கிடைக்குதா, நல்ல வாழ்க்கையக் கெடுத்துக்காதன்னு சொல்லித்தேன் அனுப்புச்சுன்னு முடிச்சா. என்னால பதில் சொல்ல முடியல. அவ அன்னைக்குச் சரியாத்தேன் பேசி இருந்தா.

ஒரு நா எனக்கும் அவளுக்கும் சண்ட வாக்குவாதம் முட்டிகிச்சு. அவ பேச ஆரம்பிச்சா. “எல்லா முடிவையும் நீயே எடுக்குற. யாரு பேச்சு நீ முழுசா கேட்ட? உனக்குன்னு ஒரு சட்டம். அந்தச் சட்டத்தை மீறி யாரு பேசுவா? இப்படியே செய்யீ, என் புள்ளைக வாழ்க்கதேன் அவிஞ்சு போகப் போகுது நாளும் பொழுதும் நல்லதா நடக்குது இந்த வீட்டுல. எப்போதும் இழவு வீடு மாதிரிதானே வச்சுருக்க”ன்னு முதல் முறையா என்ன எதிர்த்துப் பேசினா. ஆம்பளல நா! கோவம் மூக்குக்கு மேல வந்துருச்சு.

துண்டை உதறிக் கொண்டு வந்த நா “சண்டாளி! நீயெல்லாம் மருமககிட்ட எப்படிப் பொழைக்க போறேன்னு பார்க்குறேன். துண்டைப் போட்டுத் தாண்டினேன். நடப்பதைப் பாக்கத்தேன் போறேன். ஒரு நா சீப்பட்டு நிப்பன்னு சொன்னேன். ஆனா அவதேன் பதமா போயி சேர்ந்தா.

நா இருக்கும் வரைக்கும்தேன் உனக்கு மதிப்புன்னு சொன்னா. அத அவ போயி சேர்ந்த பெறவுதேன் புரிஞ்சுது. இன்னைக்கு நாந்தேன் சீப்பட்டு நிக்குறேன். இந்த எட்டு வருசத்துல நிறைய பாத்துட்டேன். நா தவறே செஞ்சாலும், அவ இருந்த வரைக்கும் யாரையும் என்ன எதிர்த்து, ஒரு வார்த்தை கூடப் பேச விட்டதில்ல.

எத்தனை அழுத்தம் எனக்கு. நீ இல்லாட்டி வாழ முடியாதா? பார்த்திடுவோமுன்னு சவால் விட்டு இருக்கேன். அந்தச் சவால் இப்போ என்ன சொல்லுறன்னு திரும்பிக் கேப்பது போல இருக்கு.

பார்வதி இருந்து இருந்தா என் பதம் வேறுன்னு முதல் முறையாக ரெண்டு வருசத்துக்கு முன்னுக்க சொன்ன போது யாரும் ரசிக்கல. காலம் கடந்த ஞானோதயம் இது. “பார்வதி! நா புலம்புறது இப்போ கேக்குதா? ஒன் ஆன்மா இத கேக்குமா? ஒருத்தர நெனச்சுக்கிட்டே இருந்தா கனவுல பதில் வருமாமே. நீ கனவுல வருவியா. ஏ பார்வதி! இப்போ நா ஆம்பளன்னு திமிர் காட்டுறது இல்ல. ஆணவமா பேசுறது

இல்ல. நாலு வார்த்த யாராவது பேசமாட்டாங்களான்னு ஏங்குறேன். இப்போ நா இருக்குற இருப்ப பார்த்தியா? இப்போ எம்பக்கத்துல இருந்தினா என்ன மன்னிப்பீயா? மனசார கேக்குறேன். மன்னிச்சுடு!

நீ படுக்கையில கிடந்தப்ப இப்படி எல்லாம் யோசிச்சு இருப்ப தானே. அந்தச் சமயத்துல கூட ஆறுதலா நானில்ல. சக்கரை ஒன் உயிரை குடிக்குறத பாத்தும் காவந்து செய்ய நினைக்கல. பிஞ்சு போன நாறாக் கிடந்த. மருந்து, மாத்திரை வாங்கித் தரக் கூடத் தகராறு செஞ்சு இருக்கேன். ஒம் மனசு எத நெனச்சு எல்லாம் ஏங்குச்சோ? ஏதாவது உனக்குக் கடைசி ஆச இருந்துச்சா? நீ வாழ ஆசப்படாமத்தேன் உசுர விட்டீயா? ஒன்னச் சாத்தி வச்ச அன்னைக்குக் கூட நா அழல. நாப்பத்தி ஒன்பது வருசமா கூட வாழ்ந்தவகிட்ட கருண இல்லாம இருந்திருக்கேன். இன்னைக்கு நினைச்சா எல்லாமே அசிங்கமா இருக்கு. இன்னைக்கு உளறுறத அன்னைக்கே செஞ்சு இருந்தா நீயும் சந்தோசமா வாழ்ந்து இருப்ப”

ஆட்டோ மேடு பள்ளங்களில் ஏறி இறங்கிச்சு. டீசல் போட ஆட்டோ நின்னது. டீசல் வாசனை மூக்கில் நமைச்சலை ஏற்படுத்திச்சு. சுந்தரம் நெனவுகள நிரப்பிக்கிட்டு இருக்குறமாதிரி, ஆட்டோவும் வயிற நிரப்பிக்கிட்டு உறுமிகிட்டே நகர்ந்துச்சு.

7

ஆட்டோ அங்கிருந்து நகர ஆரம்பிச்சது. நெனப்புல அம்மா வந்து நின்னுச்சு. அம்மானா செல்லம்மாதேன்! அம்மாங்குற வார்த்தையக் கேட்டாவே செல்லம்மாதேன் மனசுல வந்து நிக்கும்! யென் அம்மா, எங்க அம்மான்னு ஊரே சொல்லிகிட்டு திரிஞ்ச போது, பொங்கரம்மா பெரியம்மா மட்டும் ஒரண்ட இழுக்க வந்திடும். ஒன்னத் தவுட்டுக்குத்தேன் வாங்கி வந்தோம்டா. செல்லம்மா ஒன் அம்மா இல்லைன்னு சொல்லும். என்ன சொன்னாலும் அவகதேன் எம் அம்மான்னு, அம்மா மேல சாயுவேன். அப்பத்தேன் ஒரு நா செல்லம்மா ரகசியமா ஒரு சங்கதி சொல்லுச்சு.

பொடி வயசுல சுண்டி விட்டால் சிவக்கும் அளவுக்கு நெறமா இருப்பய்யா நீ! அந்த வலசல்ல நீ மட்டுந்தேன் அம்புட்டு நெறம்! உம் அப்பாரும், அம்மாவும் நல்ல நிறமா இருப்பாக. ஒன்ன எல்லாரும் ராசான்னுதேன் கூப்பிடுவாக!

“அம்மா! நீ தானே எம் அம்மா”ன்னு கேட்டேன்

“நாந்தேன். ஆனா நா ஒன்ன பெக்கல! ஒன்னப் பெத்த அம்மா பேரு பரமேஸ்வரி. குலசாமி அங்காள பரமேஸ்வரி பேரு வச்சு இருக்காக”

“அப்ப, பொங்கரம்மா பெரியம்மா சொல்லுறது உம்மையா?”

“நா சொல்லுறத முதல்ல கேளு!”

“சரி! அப்ப அப்பாரு பேரு சொல்லு?ன்னு கேட்டதும் செல்லம்மா சொல்லல. ஏன்ன்னு கேட்டா கட்டினவங்க பேரு சொல்லக் கூடாதுன்னு சொல்லிடுச்சு. புதிர் ஒன்னு போட்டுச்சு”

“பாம்புக்கு இன்னோரு பேரு என்னா?”

“நாகம்”

“அரசனுக்கு இன்னொரு பேரு என்னா?”

“ராசா”

“அப்ப இரண்டையும் ஒட்டுக்காச் சொல்லு”

“ஓஓ! நாகராசனா”

“ஆமா!”

“ஒன்னப் பெத்தது நீ பொறந்து ஒம்பது மாசத்துல போய்ச் சேர்ந்திருச்சு. ஒன்னப் பெத்த அம்மா எனக்கு அக்கா முறைதேன். நீயோ சின்னப்புள்ள!”

“அம்மா, இப்பயும் சின்னப்புள்ளதானே!”

“தங்கம். அப்ப ரொம்ப சின்னப்புள்ள. பால்குடி மறக்காத வயசு!”

“அப்படினா என்ன அம்மா?”

“சும்மா குறுக்க குறுக்க பேசாம இருந்தாதேன் சொல்லுவேன்”

“சரி! சரி! அம்மா. நீ சொல்லு!”

“அப்பதேன் நா சமஞ்சு ஆறு மாசம். பதிமூனு வயசு. உங்க அப்பாரையும் ஒன்னயும் பாத்துக்க, பொண்ணு கேட்டு வந்தாக. சுந்தரத்தைப் பாத்துக்குற வயசு இல்ல செல்லம்மாவுக்கு. அது வர சுந்தரத்தை யாராவது பாத்துகிட்டா எனக்குச் சம்மதமுன்னு எம் அப்பாரு சொல்லிட்டாரு. வந்த பெரியவகளும் ஒத்துக்கிட்டாக. அப்பதேன் ஒன்ன வாடிப்பட்டி இருளாயி, ராமாயிக்கிட்ட வளக்கச் சொல்லி, ஒன்ன அங்க விட்டாக. அப்புறந்தேன் உங்க அப்பார கட்டிக்கிட்டேன். அப்ப உங்க அப்பாருக்கு வயசு இருபத்தி எட்டு”

“அப்புறம் என்னாச்சு மா?”

“உங்க அப்பாருக்கு.... அப்பாருக்கு சொகம் இல்லாம போச்சு. என் வாழ்க்கயும் வாசமே இல்லாம போயிடுச்சு. அவரும் போயி சேர்ந்துட்டாருன்னு” செல்லம்மா சொன்ன பெறவுதேன் இருளாயி, ராமாயி பெரியம்மாகிட்ட எப்படிப் போய் சேர்ந்தேன்னு புரிஞ்சுது. இருளாயி, ராமாயி வீட்டில் ஏன் வளர்ந்தேன்னு தெரிஞ்சுது. முதல் முதலா என்னப் பாராட்டி, சீராட்டி வளர்த்தவக அவக”

“அம்மா பரமேஸ்வரியோடு பிறந்தவக ஒம்பது பேரும் ஒரே ஊருதேன். மற்ற எல்லாத்துக்கும் புள்ளைக இருந்துச்சு. இருளாயி, ராமாயி பெரியம்மா ரெண்டு பேத்துக்கும் புள்ளக இல்ல. இருளாயி, ராமாயி கைகளுக்குப் போனேன். வறண்ட பூமியா இருந்த வாழ்க்கய நா வந்து மாத்திட்டதா ரெண்டு பேரும் சொல்லிப் பூரிப்பாகளாம். அனாதையா இருந்தா அம்மா, அப்பா கூடக் கிடைப்பாக போல.

“இருளாயி, ராமாயி பெரியம்மா ரெண்டு பேரும் அக்கா, தங்கச்சிக. இருவரும் மாமன் சோணைமுத்தைத் திருமணம் செஞ்சாக”

“சோணைமுத்துவை முதல்ல கல்யாணம் முடிச்சது இருளாயிதேன். எட்டு வருஷமா குழந்தை பாக்கியம் இல்லாம இருந்துச்சு. “மாமனுக்கு புள்ளன்னா கொள்ள ஆச. ஏனோ எனக்கு வாரிசு அமையல. என்னால ஏச்சு பேச்சு எல்லாம் கேட்க முடியலப்பா. போறது வர்றது எல்லாம் ஏசுதப்பா. புள்ள பெத்தவ எல்லாம் இழவுப் பேச்சு பேசிட்டு போறாளுக. மனசு வலிக்குது அப்பா. பேசாம மாமனுக்குத் தங்கச்சி ராமாயிய கட்டிக் கொடுங்க. மாமா ஒன்னும் சொல்லாது. நானும் அவளும் ஒன்னா இருந்துப்போமு”ன்னு இருளாயி அவக அப்பாருகிட்ட கேட்டுச்சு. அப்படி இப்படி பேசி ராமாயியக் கட்டி வச்சாக”

குழந்தையக் கொஞ்சத்தேன் போறோம். நம்ம மேல இருந்த கறை கரைஞ்சுதேன் போகப் போகுதுன்னு இருளாயி சந்தோசத்துல இருந்துச்சு. ஊருல பஞ்சம் வர கிணத்துல தண்ணி இல்ல. கிணத்தத் தூர் வாரி முடிச்ச பெறவு, சோணைமுத்து புது மோட்டாரைக் கிணத்துல இறக்கப் போகும் போது தவறி உள்ள விழுந்துட்டாரு. தலையில அடிபட்டு அந்த இடத்திலேயே உயிர் பிரிஞ்சிடுச்சுன்னு செய்தி வந்திருச்சு. அகால மரணம் வேற. வாயிலும் வயித்திலும் அடிச்சு அழுதாக ரெண்டு பேரும். பெறவு பெரிய துக்கமும், பெரிய சந்தோஷமும் ரெண்டு பேத்தயும் பாதிக்கல. எதப் பத்தியும் பெருசா கவலைப்படுறதில்ல. நல்ல நாளு, பெரிய நாளு எதுக்கும் ரெண்டு பேரும் மூழிங்கன்னு உறவுக யாரும் கூப்பிடறதுமில்ல.

அவகளுக்குக் கிடைச்ச சொத்துப் பங்குல அவக கொழுந்தன்தேன் காட்ட கவனிச்சு வந்தாப்புல. கணிசமான வருமானமே அவகளுக்குப் போதுமானதா இருந்துச்சு. அரைக்காணி நிலத்தில் கிடைச்சத, பாதியக் கொழுந்தனுக்கே கொடுத்துட்டு கொஞ்சத்தில் ஜீவனம் செஞ்சாக. ரெண்டு பேத்துக்கும் பெரிய வேல ஏதுமில்ல. கருக்கல்ல எழுந்துருச்சு ஒருத்தி வாச தெளிச்சா, இன்னொருத்தி கோலம் போடுவா. ஒருத்தி காபி போட்டா இன்னொருத்தி கழுவி வைப்பா. நா முழுக்க தாயக்கட்டை உருட்டும் சத்தம் வீட்டுல கேட்கும்.

தாயக்கட்டைச் சத்தம் கேக்காட்டி உச்சிப் பொழுது ஆகிருச்சுன்னு அந்தத் தெருவுக்கே தெரியும். மதியம் அரைத்தூக்கம் தூங்குவாக. பெறவு பல்லாங்குழி விளையாடுவாக. இந்தச் சமயத்துலதேன் என்னக் கொண்டு போய் இவங்ககிட்ட விட்டாக. கொஞ்சித் தீர்த்துட்டாக.

நா அங்க போன பெறவு தாயக்கட்டை உருட்டும் சத்தம் நின்னுடுச்சு. பல்லாங்குழியைப் பரணையில வீசிட்டாக. குழந்தைப் பாக்கியம் கிடைச்ச சந்தோசம். அடைகாக்கும் கோழி போல யாரையும் என்கிட்ட அண்ட விடல.

ரெண்டு பேத்துக்கும் நடுவுலதேன் நா படுக்கணும். முந்தானையால பொத்தி எம் மேல கையப் போட்டுதேன் படுப்பாக. நா உறங்குற நேரம், தெருவில் யாரும் மயிரு புடி சண்ட வந்தாலும், சத்தம் வராம சண்ட போடச் சொல்லிவிட்டு வரும் இருளாயி.

எங்கேயும் விளையாட விடுறதில்ல. தனியாக எங்கும் அனுப்பறதில்ல. ஏதோ செறயில் இருப்பது போலத் தோன ஆரம்பிச்சது. பள்ளிக்கோடத்துல சேர்த்த பெறவு இன்னும் மோசம். கைய விடாமக் கூட்டிட்டுப் போறதும், கூட்டிட்டு வர்றதும், மதியம் சோறு கட்டித் தராம பள்ளிக்கோடத்துக்கே வந்து ஊட்டி விடுறதும் அந்த ஊரே ஆச்சரியமாப் பாக்கும்.

“சுந்தரம் அழகு பெத்த புள்ள. அவேன் சிவப்பு யாருக்கு இருக்கு? சுண்டி விட்டா இரத்தம் வருமடி. அறிவுனா அறிவு அம்புட்டு அறிவுடி! துடிப்பாப் பேசுவான்னு” நடுவுல என்ன உட்கார வச்சு தெரு சனமே வம்பிழுக்கும். புள்ளைக்குக் கண்ணு படுமுன்னு தெனமும் ராமாயி சுத்தி போட, இருளாயி தெருவுல போட்டு வரும். எனக்கு ஏதோ ஒடம்புக்கு நோவுன்னா, “எவ கண்ணு பட்டுதோ, அவ கண்ணு அவுஞ்சு போகன்னு” ரெண்டு பேரும் தெருவில ஜாடை, மாடை பேசினாவே, தெரு சனத்துக்கு தெரிஞ்சிடும்.

எச்சிக் கையில காக்காவ விரட்டாத ரெண்டு பேரும், எனக்குன்னு காசு பணம் சேர்த்து வைக்க ஆரம்பிச்சாக. டவுனுக்கு யார் போனாலும் புதுச் சொக்கா வாங்கியாறச் சொல்லுவாக. திருவிழாவுக்குக் கூட்டிட்டுப் போனாலும், ராட்டினம் ஏற விட மாட்டாக. அடி பட்டுடுமாம்! அங்க விக்கும் எதயும் வாங்கித் தர மாட்டாக. ஒடம்புக்கு ஒத்துக்காதாம். அப்ப வந்த திருவிழால மொட்டை எடுத்தாக. என்ன நேத்திக் கடன்னு கேட்டப்போ, “எம் மவன் சுந்தரந்தேன் கொள்ளி போடணும். கடைசி வர எங்க கூட இருக்கணுமு”ன்னு வேண்டிக்கிட்டாக.

“இல்லாத புள்ளைய வச்சு இருக்கா? வானத்துல இருந்தா குதிச்சான்? அக்கா பெத்த புள்ளைக்கே இந்தப் பாடுன்னா இவ பெத்து இருந்தா இந்த ஊரே இரண்டாயிருக்குமே”ன்னு ஊரே பேசுச்சு. பத்துப் புள்ளகப் பெத்தவளுக கூட இந்த ஆட்டம் போடல! இவளுக ரொம்பப் பண்ணுறாளுகன்னு ஊரே கேலி செய்யும். ஆனா ரெண்டு பேரும் அசர மாட்டாக.

அந்த வயசுல அவக பண்ணினது ஒண்ணுமே பிடிக்கல. ரெண்டு பேருக்கும் கிறுக்குப் பிடிச்சு இருக்கோன்னு நினைக்கத் தோனுச்சு. அது அன்பாத் தெரியல. ஆறுதலா இல்ல. திருடனப் பூட்டி வச்ச மாதிரி எப்பவும் கூடவே வர்றது எரிச்சலா இருந்துச்சு.

அப்பதேன் சின்னய்யா ஊருக்கு வந்திருந்தாரு. அப்பாருக்கு இளையவரு. கரட்டுப்பட்டித் திருவிழாவுக்குச் சொந்தங்கள அழைக்க வாடிப்பட்டிக்கு வந்திருந்தாரு. “நீ என் கூட வரீயாடா”ன்னு சின்னய்யா கேட்டார். நானும் அவர் கூடப் போறேன்னு அடம் பிடிக்க இருளாயியும், ராமாயியும் சம்மதிக்கல. அனுப்பிட்டா அப்படியே இருந்திடுவானோன்னு பயம் இருந்துச்சு. “பிறத்தியார் வீட்டுல தங்கினதில்ல. நாங்க இல்லாம தூங்க மாட்டாப்புல. நாங்க வரும்போதே கூட்டியாந்துறோமு”ன்னு சொன்னதும் நா அழ ஆரம்பிச்சுட்டேன். என்னவோ தெரியல சின்னய்யா பாத்ததும் அப்பாரைப் பாத்தது மாதிரி இருந்துச்சு.

கரட்டுப்பட்டி மண்ணுல கால் வைக்கும் போது ஆறு வயசு. ஒரு மாசமாச்சு. ஒரு நா சின்னய்யா “ஏனப்பு எங்கூடவே நீ இருக்குறீயா?”ன்னு கேட்டதும்தேன் தாமசம். “இங்கேயே இருக்குறேன்”னு சொல்லிட்டேன். பெரியம்மா ரெண்டு பத்திய நெனப்பு வரவே இல்ல. ரெண்டு பேரும் எப்படி எல்லாம் தவிப்பாகன்னு நெனைக்கல. இங்க கிடைச்ச சொகந்திரம் பிடிச்சு இருந்துச்சு.

பெரியம்மானால இருக்க முடியாம, “இந்தார்லே நாளைக்குப் போயி சுந்தரத்தைக் கூட்டியார்ந்துரு! நேத்துக் கண்ட கனா சரியில்ல. சுந்தரத்தைக் கூப்பிட கூப்பிட அவேன் ஓடிக்கிட்டே இருக்கான் கனால. நானும் அழுதுகிட்டே ஓடுறேன். ஓடி மறைஞ்சு போயிடுறான். அத மனசுல வச்சுக்கிட்டு விரசா போயிட்டு விரசா வா! பிராக்கு பாத்துக்கிட்டுப் போகாதே”ன்னு ராமாயி சொல்லிருக்கு. ஒரு வேள புள்ள நம்ப கூட வர்லனா என்ன செய்வேன்னு இருளாயி அழுது இருக்கு. “நாம வளர்த்த புள்ள, நாம வந்தத பாத்ததும் ஓடியாந்து கட்டிக்கும் பாரு”ன்னு ராமாயி நம்பிக்கை தந்திருக்கு. இருளாயி ஓடக்கரை ஓரமா நடந்தே கரட்டுப்பட்டிக்கு வந்துடுச்சு. வரும் வழி எல்லாம் சுந்தரத்தைத் தலைய அடமானம் வச்சாவது கூட்டி வந்துருவேன்னு வானத்திடமும், பூமியிடமும் பேசிக்கிட்டே வந்திருக்கு.

“யக்கோவ்! யக்கோவ்! வீட்டுல யாரு இருக்கா? கதவத் திறக்கா. வாடிப்பட்டி இருளாயி, வந்திருக்கேன்”னு வீட்டைத் தட்டும் சத்தம் கேட்டு சின்னம்மா பொன்னுக்காமு கதவைத் திறக்க மாடியிலிருந்து வந்துச்சு.

“எவடிவ கருக்கால வந்துருக்கா! யாரு? நம்ம வாடிப்பட்டிக்காரி இருளாயியா வந்திருக்கிறது?”

“ஆமாக்கா”

“என்னாடி இருளாயி? இத்தனை அவரசமா வந்து இருக்க? வேற ஏதும் அவசர சேதி சொல்ல வந்தியா?”

“இல்ல அக்கா! நம்ம சுந்தரத்தைப் பாத்துட்டு, கூட்டிட்டுப் போகத் தேன் வந்தேன்”

“எவடிவ! உள்ள வாடி! சாதிசனம் எல்லாம் எப்படி இருக்காக? ராமாயியையும் கூட்டிட்டு வந்து இருக்கலாமுல. சுந்தரம் அவகளோடு வயக்காட்டுக்குப் போயிருக்கு. நேரமாச்சு. வந்துருவாக”

“ஏன் அக்கா, சுந்தரம் எப்படி எங்கள விட்டு இருந்துக்கிட்டாப்பலயா? எங்கள எல்லாம் விசாரிச்சுச்சா? தொல்ல ஏதும் செய்யலயே? இந்த ஒரு மாசமும் தூக்கமே இல்ல. யேன் கருவேப்பில கொத்து இல்லாம வீடே வீடா இல்ல. சரியாச் சோறு பொங்குறதும் இல்ல. எங்க உசுரே அவந்தேன்”

“இவ என்னடி இவ! கோட்டிக்காரி மாதிரி பேசுற! பச்சபுள்ளைக்கு என்ன தெரியும். மனசு விசனப் படாமயா இருந்திருக்கும். இங்க ஆளு பேரு இருக்கவும் நல்லா ஒட்டிக்கிட்டானேன்னு உங்க மாமாவும் சொன்னாரு. எங்களுக்கும் பிள்ள பிறப்பு தள்ளிப் போகுது. ஒரு புழு, பூச்சி தங்கலன்னு ஆஸ்பத்திரிக்குப் போனோம். ஒரு கொறையும் இல்லன்னு சொன்னாக. சுந்தரம் இருக்குறது ரொம்ப ஆறுதலா இருக்கு. ஏண்டி இருளாயி! அருமையா புள்ளைய வளர்த்திருக்க! இரு. நீ வந்ததும் வராததுமா ஒன்னுமே கொடுக்கல. குடிக்க ஏதும் கொண்டு வரேன். இங்கேயே இருந்துட்டு நாளைக்குப் போகலாம்டி”ன்னு சின்னம்மா பேசப் பேச இருளாயி முகத்துல ஈ ஆடல. போன கதை வந்த கதையெல்லாம் சின்னம்மா பேசினாலும், இருளாயி நெனப்பு முழுக்க எம்மேலயே இருந்துச்சு.

“அவக சுந்தரம் மேல கொள்ளப் பிரியம் வச்சுருக்காக. அவனும் அவர் என்ன சொன்னாலும் செய்யுறான். வந்து ஒரு மாசந்தேன் ஆகுது, வாயத் தொறந்து ஏதும் கேட்குறது இல்ல. வீட்டு வேல

நா ஏது செஞ்சாலும், என்ன சொம தூக்க விடுறது இல்ல. இந்தப் புள்ளக்கு எத்தனை பாசம். இத அனுபவிக்கப் பரமேஸ்வரிக்குக் கொடுத்த வைக்கல. அவகளும் அவேன்கிட்ட கேட்டாக, இங்கேயே இருந்துடுறியான்னு சுந்தரம் முழிச்சு முழிச்சு பார்க்குது. அதப் பத்தி அப்புறம் பேசல"ன்னு சின்னம்மா சொல்லிட்டு இருக்கும் போதே, நானும் சின்னய்யாவும் கட்டை வண்டில வந்து இறங்கினோம்.

அவக வந்துட்டாக போலன்னு சின்னம்மா சொல்ல,

தொலைஞ்சு போன கன்ன பாத்ததும் தாய் ஓடி வர்றது போல பாய்ஞ்சு வந்துச்சு. சின்னய்யா கைய இறுக்கிப் பிடிச்சுக்கிட்டு நின்னேன். பெரியம்மாவ சுத்தமா எதிர்பாக்கல. நா உள்ள நொழைய, பெரியம்மா கண்ணீரோடு சுந்தரம்ம்ம்ம்ம் என்று சொல்லிக்கிட்டே கட்டி அணைச்சுச்சு. பேருக்குக் கூட நா பேசல. மீண்டும் அந்த நரகத்துக்குப் போயிடுவேன்னு அப்ப பயந்தேன்.

பெரியம்மாவின் கண்ணீர் நிற்கல. தவிச்சா. "யேன் கூட வந்திடு ராசா"ன்னு அவளுக்குத் தோனியிருக்கும். நா நடந்துக்கிட்ட முறையில அவளுக்கு ஏதோ ஒன்னு புரிஞ்சது. "சுந்தரம்! எப்படி அய்யா இருக்க? ஆத்தா நியாபகம் வரலயாய்யான்னு கேட்டுச்சு. சின்னம்மா குறுக்கிட்டு "கிறுக்கி சின்ன புள்ளகிட்ட என்ன பேசிக்கிட்டு இருக்கவ"ன்னு அதட்டினாக.

சின்னய்யா காலையில போகலாமுன்னு இருளாயிகிட்ட சொல்லியும் கேட்கல. நம்ம அன்பு புள்ளைக்கு ஒட்டல என்ற ஏமாற்றம் பெரியம்மாவின் பெருமூச்சில் தெரிஞ்சுது. கருவக் கலச்ச வலி பெரியம்மாவுக்கு இருந்திருக்கும். எப்படிப் பெரியம்மா ஊரு போய் சேர்ந்துச்சுன்னு தெரியல. ராமாயியின் கனவு பலிச்சுடுச்சு. பெறவு இருளாயி பெரியம்மாவ பாக்கல.

மீண்டும் தாயக்கட்டையோடையும், பல்லாங்குழியோடையும் காலத்தைக் கழிச்சு இருப்பாக. அறியாத வயசுல அவக அன்பு கசந்துச்சு. இன்னக்கு இருளாயி அம்மாவை நினைத்துக் கண்ணீரா வருது. கலங்கிய கண்ணோட மைல்கல் அரைகுறை கண்ணுல பட்டுச்சு. மதுரைக்கு இன்னும் ஐந்து கிலோமீட்டருன்னு தெரிஞ்சுது. திரும்பயும் வாழுற வாய்ப்பு கெடச்சா இருளாயி, ராமாயிகிட்ட மகனா வளரணுமுன்னு வரம் கேட்கணும். "அப்பாருக்கு என்ன ஆச்சுன்னு அறிவுமதி தனபாலுகிட்ட சொல்லிக்கிட்டு இருந்தியான். எங் காதுல எதுவுமே விழல.

8

அறிவுமதி தனபாலிடம் பேசிட்டு இருந்தப்ப கால்ல ஏதோ ஊர்ற போல இருந்துச்சு. வலதுகை வெளங்காமல் கெடக்க, சுந்தரம் இடது கையால் அறிவுமதியின் காலச் சுரண்டினார். அறிவுமதியால் குனிந்து பாக்க முடியாத நெல.

"ஏன்டா தனபாலு! கால்ல ஏதோ தட்டுப்படுது? என்னான்னு பாரு! ஆட்டோவைத் தனபாலு ஓரமாய் நிப்பாட்டிப் பாத்தான். ஆள்காட்டி விரலையும், நடுவிரலையும் கொண்டு சுந்தரம் சுரண்டிக் கொண்டிருந்ததைப் பாத்தான்.

"என்ன வேணும் பெரியப்பா?"

கட்டை விரலை முன்னுக்கும் பின்னுக்கும் ஆட்டிக் காட்டினாரு. தண்ணியான்னு தனபாலு கேட்க, விரல்கள் அனைத்தையும் மேலும், கீழும் ஆட்டினாரு.

"இருண்ணே! நா போயி வாங்கியாறேன்னு ஓடினான். தண்ணி பாட்டிலத் தொறந்து வாயில் ஊத்தினான். தண்ணிய வாயில ஊத்த முடியல அவனால. தனபாலு கீழ குனிஞ்சு சுந்தரத்தின் முகத்தப் பாத்தான். கண்கள் சிவந்தும், மொகம் வீங்கியும் விகாரமாக இருந்துச்சு. வாயில் சலவா வழிஞ்சுகிட்டு இருந்துச்சு. எச்சில் வாட தாங்கல. வாயக் கொஞ்சம் இழுத்துப் பிடிச்சு வாயில ஊத்த வேண்டி இருந்துச்சு. கொஞ்ச கொஞ்சமாத் தண்ணி ஊத்தத் தொண்டைக்குழி உறிஞ்சின வேகம் புதுசா இருந்துச்சு தனபாலுக்கு. நிறுத்தச் சொல்லி சைகை காட்டினாரு.

மீண்டும் ஆட்டோ தலய ஆட்டி ஆட்டி நகர ஆரம்பிச்சது. சுந்தரத்தின் மனசு உறுமிக்கிட்டே இருந்துச்சு. செல்லம்மா அம்மா கண்முன்னே வந்து நின்னா.

“செல்லம்மா இல்லைன்னா நா ஏது?” பதிமூனு வயசுல அப்பாரக் கல்யாணம் முடிச்சா செல்லம்மா. இரண்டாந்தாரமாக் கொடுக்க ரொம்பவே யோசிச்சாக செல்லம்மா வீட்டுல. சாதகம் பார்க்கும்போது ரெண்டு வருசத்துல நாகராசுக்குச் சிறிய கண்டம் இருக்கு, அது தப்பினா ஆயுசுக் கெட்டின்னு சொல்லி இருக்காரு சாதகக்கார முருகன்.

“கண்டம் இருக்குன்னு சொல்லுறாக. மனசு சரியில்ல. பல வருசம் கிடைச்ச முத்து அவ. அதுனாலதேன் செல்லம்மான்னு பேரே வச்சோம். இன்னும் துணி மாத்தக் கூடத் தெரியாது. சமையல் பக்கம் போனது கூட இல்ல. ஒத்தப் புள்ள வேற. குடும்பம் பார்க்குற வயசு இல்ல. எப்படிச் சமாளிப்பா”ன்னு செல்லம்மாவோடு அப்பாரு ரொம்ப விசனப்பட்டாரு.

பூப் போட்டுப் பாக்க அவக குலதெய்வம் பொங்கரம்மா கோயிலுக்குப் போக முடிவு பண்ணாக. பௌணர்மி நெறஞ்ச நாளு. பௌணர்மி அன்னைக்கு வெள்ளைப்பூ ஒன்றையும், சிவப்புப்பூ ஒன்னயும் காகிதத்தில கட்டிப் பொங்கரம்மா முன்னாடி போட்டாரு கோயில் பூசாரி. வெள்ளைப்பூதேன் வந்துச்சு. செல்லம்மா வீட்டுல இருந்து நல்ல சேதி சொல்லி அனுப்பிச்சாக.

“சம்மதமுங்க! ஆனா ஒரு நிபந்தனை! சுந்தரத்தை எம்மகளால பாத்துக்க முடியாதுன்னு சொல்லி இருந்தேன்ல. அது மட்டுமில்லாம, நாகராசும் புள்ளப் பாசத்துல சுந்தரத்தப் பாக்கப் போகக் கூடாது. நா பிரிக்குறேன்னு நினைக்க வேணாம். செல்லம்மாவுக்கு குழந்தை குட்டின்னு ஆன பெறவு சுந்தரத்தக் கூட்டிவாங்க. இத மட்டும் கேட்டுச் சொல்லுங்க”ன்னு ஆளத் தூது அனுப்பி விட்டாரு.

‘அற்பனுக்கு வாழ்வு வந்தா அர்த்த ராத்திரியிலே கொடை புடிப்பானாம்’. அவேன் மகளத் தங்கத்துலயா ஆண்டவென் செஞ்சுருக்கான். நாட்டுக்கு ராணியாவா போகப் போறா. எங்கயோ போய் அடுப்படியில கெடக்கப் போறா. வசதி, வாய்ப்போடு அமையுற வாழ்க்க கசக்குதோ? எந்த உலகத்துலடா பொண்ணு வீட்டுக்காரங்க நிபந்தனை போட்டு இருக்காக? பெத்த புள்ளைய யாராவது பாக்கக் கூடாதுன்னு நிபந்தனை போடுறானே, அவனெல்லாம் மனுசன் தானா?” எம் பாட்டனருக்கு கோவம் தலைக்கேறிச்சு.

“என்னய்யா நீரு இப்படி வானத்துக்கும், பூமிக்கும் குதிக்கிறீரு. வாலருந்த நாயி போல கத்துற. ‘அரசன நம்பிப் புருஷனக் கைவிட்ட’ கதையா ஆக்கிடாத! அப்படி என்ன சொல்லிப்புட்டாரு! சின்னஞ்

சிறுசு. சமஞ்சு மூனு மாசந்தேன் ஆவுது. அவளே கொழந்ததேன். அவளுக்கும் நாலு நல்லது கெட்டது சொல்லித் தரணுமுல. சுந்தரம் அங்கேயே இருந்தா நாகராசு பின்னாடியே போகத்தேன் நேரம் சரியா இருக்கும். சம்மந்தி அவ வயுத்துல பொறக்கும் பேரன், பேத்திய மார்லேயும், தோளேயும் சுமக்க ஆசப்படுறாரு. நிபந்தனை போட்டதும் ஆள் விட்டுக் காரணம் கேட்டுட்டேன். அவரு பொட்டிப் பாம்பாத்தேன் பதில் அனுப்பி இருக்காரு. நீ இப்படி எல்லாம் பேசிச் சம்மந்தத்த கெடுத்து விட்டுடாத"ன்னு பெரியவுக சத்தம் போட அடங்கிப் போயி இருக்காரு.

"தகவல் சொல்லி அனுப்பி இருக்காக. அவகளுக்குச் சம்மதமாம். சீக்கிரமா நல்ல தேதியா பாத்து அனுப்பச் சொல்லி இருக்காக"ன்னு கோட்டிக்காரப் பய முனியன் செல்லம்மா வீட்டில சொல்ல, மணமேடையில செல்லம்மா அப்பாவ கை பிடிச்சாக. அந்தக் கல்யாணத்தோடுதேன் இருளாயி, ராமாயிடம் போனேன் நா.

நாலு வருசத்துல எட்டு முறை கலஞ்சு, ஒரு முறதேன் செல்லம்மாவுக்கு கரு தங்குச்சு. அது பூவாகி, காயாகி, கனியாகி பொறந்துச்சு. ஆம்பளப் பையன். அப்படியே அப்பார உருச்சி இருந்துச்சாம். பொறந்து நாலு வாரந்தேன் ஆச்சு. தொட்டியில போட்டது தலை தொங்கி ராத்திரி முழுக்க இருக்கவும் மூச்சுத் திணறி இறந்து போச்சாம். அடுத்த புள்ள என்ற நெனப்பு வந்தாவே உடம்பே உதற, கூடவே பயந்து வந்துச்சாம்.

தலச்சம் புள்ளைய காவு கொடுத்த பெறவு, அப்பாருக்கு எலும்புருக்கி நோவு வேற வந்துடுச்சாம். அந்த நோவு ஏன் வருதேன்னு தெரியாத காலமாம் அப்ப. அந்த நோவு வந்துட்டா சாப்பாடு போட்டுக் கட்டுபடி ஆகாதாம். எவ்ளோ சாப்பிட்டாலும் சாப்பிட்ட மாதிரியே இருக்காதாம்; இருமல் கடுமையா இருக்கும்; தலைவலி வந்தா விடாது; வேனற்கட்டி அடிக்கடி வரும்; மூச்சு எளப்பு இருக்குமாம்; பொழுதுக்கும் மூத்திரம் போகுமாம். அந்த நோயி வந்துட்டா அதுக்கு மருந்தே கிடையாதாம். அந்த நோவு வந்துட்டாவே உசுரு போன மாதிரிதேன். அப்பாரு பெஞ்ச குச்சி போல ஆகிட்டாராம்.

தந்தி வந்தா போதும், ஊரே வந்து நிக்கும். அப்படித்தேன் போஸ்ட்மேன் சின்னய்யா வீட்டு வாசல்ல நின்னாப்புல. கடுதாசி வந்தா போஸ்டேன்னு தூக்கிப் போட்டுட்டு, பொச்சுல தீ வச்ச கணக்காப் போறவரு, பதறாம நின்னு குரல் கொடுத்தாரு. "யாரும்மா உள்ள? நாகரத்தினத்துக்குத் தந்தி வந்துருக்கு!" பக்கத்துல இருந்த

ஏழு வீட்டுக்குக்காரிகளும் வெளிய வந்துட்டாளுக. ஈயா அவர மொக்கிறாளுக.

“கிருத்திரம் புடிச்சவனாச்சே நீ! என்னய்யா வழக்கமா மின்னலு மாதிரி போவீரு, மாசமா இருக்குற ஆடு போல நிக்குறீரு? ஒன் குரல்ல சுரத்த இல்லன்னு” சின்னய்யா கேட்க,

“உமக்குத் தந்தி வந்துருக்கு. வாசிக்கிறேன். அண்ணன் நாகராசன் இறந்தாரு” ன்னு தந்தி வந்திருக்குன்னு வாசிச்சுட்டுப் போயிட்டார்.

“அடியே! பொன்னுக்காமு அண்ணன் போயி சேர்ந்துட்டாருடி” ன்னு சின்னய்யா தல தலயா அடிச்சுகிட்டாரு. சின்னய்யா என்னயும் அழைச்சுக்கிட்டு போனாரு. செல்லம்மா பதினெட்டு வயசுலயே தாலி அறுத்துருச்சு. அஞ்சு வருஷ வாழ்க்கதேன். நாந்தேன் கொள்ளி போடணுமுன்னு முடிவு எடுத்தாக. ஆறு வயசுல காரியம் செஞ்சேன். அந்த வயசுல அது என்னான்னு தெரியாது.

செல்லம்மா அம்மாவ நா பாத்துக்குறதுக்குத்தேன் இது எல்லாம் நடந்துச்சோன்னு தோனும். செல்லம்மாவோட அப்பாரு என்ன பிரிச்சுப் பாக்க நினைச்சாரு. ஆனா காலம் எங்கள சேர்த்து வைக்க நினைச்சது. இனிமே செல்லம்மாவுக்குச் சுந்தரமும், சுந்தரத்துக்குச் செல்லம்மாவுந்தேன் ஆதரவுனு பேசினாக. அப்பதேன் முதல் முதலா பக்கத்துல இருந்து செல்லம்மா அம்மாவ பாத்தேன்.

வெள்ளச் சேல அணிஞ்சு, நெத்தியில விபூதி பட்டையடிச்சு, ரவிக்கை இல்லாத கோலத்தில செல்லம்மா பொருத்தி வச்ச விளக்குப் பக்கத்துல உட்காரந்திருந்தாக. “ஏலே அவதேன் உனக்கு இனி எல்லாம்! போயி அம்மா மடியில உட்காரு”ன்னு சொன்னதும் செல்லம்மா மடியில உக்காந்தேன். அப்ப தொப்புள்கொடிப் பொறப்பு போல இருந்துச்சு. இனம் புரியாத பாசம் மொளைச்சது; அம்மாவ விட்டுப் பிரியவே இல்ல; அவ பின்னாடியே நடந்தேன்.

உங்க அப்பாரு முகச்சாடைய அப்பிப் பிறந்து இருப்பதாய் அம்மா சொல்லுச்சு.

“அப்பாவா”ன்னு கேட்டேன்.

“ஆமான்னு” சொன்னாக செல்லம்மா.

“இனி என்ன அம்மான்னே கூப்பிடு”ன்னு சொன்னா

அம்மான்னு முதல் முறையா கூப்பிட்டேன். செல்லம்மாவின் கண்கள் கலங்கிச்சு; அம்மா மடியில் என்னப் படுக்க வச்சுது; அவ கை எந்தலையில் பட்டதும் எம் உடம்பெல்லாம் ஏதோ சிலிர்ப்பு. எப்பவும்

இல்லாத சமாதானம் கிடச்சது. மனசெல்லாம் துள்ளலா இருந்துச்சு. கருவ சொமந்த ஒறவு போலவே இருந்துச்சு. அம்மா கைய இன்னும் இறுக்கிப் புடுச்சேன். பயம் வந்துச்சு. அம்மா என்ன விட்டுப் போயிடக் கூடாதுன்னு நெனைச்சுகிட்டே, அவ முந்தானைய எடுத்து இழுத்துப் போத்திக்கிட்டேன். திடீர்னு இது கனவா நனவான்னு தோன, கிள்ளிப் பாத்தேன். இருந்தாலும் நம்பிக்கை வரல. அம்மான்னு கூப்பிட்டுப் பாத்தேன்.

"சொல்லுய்யா சுந்தரமு!"ன்னு பதில் வந்துச்சு.

"யேன் ராசா மௌனமா இருக்குறீரு" கேட்டா அம்மா.

என்ன கேட்கன்னு தெரியல! கேக்கவும் ஆச. அம்மா எனக்குச் சோறு ஊட்டி விடுவியா? பலகாரம் வாங்கித் தார்றியா? எனக்குப் புதுச் சொக்கா வாங்கித் தருவியா? தெனமும் ஒன் கூடவே தூங்கவா? எப்பவும் என் கூடவே இருப்பீயா?ன்னு கேட்டுப்புட்டேன்.

ஓஓன்னு அழுதா அம்மா! அம்மா, அம்மா மன்னிச்சிச்சுரு! தப்பாக் கேட்டுட்டேனா? அழுவாத! இனி கேக்க மாட்டேன். நா அனாதைப் பயலாம். யாருகிட்டயும் எதிர்த்துப் பேசக்கூடாதாம். கரட்டுப்பட்டியில கூட்டாளிக சொல்லுறாய்ங்க. தப்புதேன்! அம்மா. இறுக்கி அணைச்சுக்கிட்டா. பதில் ஏதும் சொல்லல. ஆனா இப்படிச் சொன்னா, "நீ கேட்ட கேள்விக்கெல்லாம் ஒரு நா பதில் சொல்லுறேன்"னு சொன்னா.

"சரி ஏன் தலையெல்லாம் வறண்டு கெடக்கு?"ன்னு கேட்டா. ஒரு நா அரப்புப் போட்டு அரக்கத் தலைக்கு ஊத்தி விடணும். உனக்கு என்னென்ன பிடிக்கும், என்னென்ன பிடிக்காதுன்னு" அம்மா கேட்டதும் சந்தோஷத்தில ஒன்னுமே சொல்லத் தோனல. அம்மாவ கைப்பிடிச்சுக்கிட்டே இருக்கும் பரிசமும், அம்மா, "சுந்தரம்! சுந்தரமு!"ன்னு கூப்பிறதும்தேன் பிடிச்சு இருந்துச்சு. என்னக் குளிப்பாட்ட, எண்ணெய் தேய்ச்சு பௌடர் போட, துணி போட்டு விடன்னு எனக்குன்னு ஒரு அம்மா என்ற நெனப்பே பொறந்த கன்னு போல துள்ள வச்சுது.

ஏண்டா சுந்தரம்! இருளாயியும், ராமாயியும்தேன் உம்ம கவனிச்சாளுக - இவ கிட்ட மட்டும் இப்படிப் பொட்டி பாம்பா அடங்கிக் கெடக்கன்னு, சின்னம்மா பொன்னுக்காமு கார வெத்தலைய காறித் துப்பிக்கிட்டே நையாண்டி செய்யும். அது பூர்வஜென்ம பந்தமுன்னு சொல்லி இருப்பேன். அப்ப சொல்ல பயம்.

ஒவ்வொரு விடியலும் புதுசா இருந்துச்சு. அடுப்படி பக்கத்துல இருக்குற அம்மா வந்து எழுப்பி காப்பித்தண்ணி போட்டுத் தந்து நா குடிக்கும் அழகைப் பாத்து ரசிக்கும். சிண்டு போட்டு, பாவாடை சட்டை போட்டு அழகு பார்த்தா; பாட்டுச் சொல்லித் தந்தா; கதைகள சொல்லி முகப்பாவனைகள கரைஞ்சா; அம்மா சேலயோடு சேலயா பொத்தித்தேன் தூங்க வைக்கும்.

"டேய் பொடியா! அம்மாவுக்குப் பொட்டழிந்த துக்கம் எல்லாம் காணாம போயிடுச்சு! இப்போ நல்லா தூக்கம் வருதாம். இதுக்கெல்லாம் காரணம் ஒரு குட்டிப் பையன். அவேன் பேரு சுந்தரமாம். உனக்காகத்தேன் அம்மா பிறந்து இருக்கேன்னு கனால சாமி வந்து சொல்லிச்சு. நீ என் கூட இருக்குறது ரொம்பப் பாதுகாப்பா இருக்கு. உனக்கு ஒன்னு தெரியுமா சுந்தரம்? நீயும், நானும் அக்கா, தம்பி மாதிரி இருக்கமுன்னு பேசிக்கிறாங்க"ன்னு அம்மா சொல்லிக்கிட்டே போனா.

"அப்ப அக்கான்னு கூப்பிடவா"ன்னு நா கேட்டதும், சிரிப்ப அடக்க முடியாம அம்மா சிரிச்சத பாத்து வீடே ஒன்னு கூடிடுச்சு.

"செல்லம்மா இந்தளவுக்கு மீண்டு வருவான்னு கனவுலயும் நினைக்கல. துள்ளிகுத்திச்சு ஓடுறத பார்க்கும் போது மனசுக்குச் சாந்தமா இருந்தாலும், வெள்ளைச் சேலையில பாக்கயிலே மனசு கறுத்துப் போகுது. புள்ள சந்தோசமா இருந்தா அதுவே போதுமு"ன்னு பத்தாவது நா காரியதுக்கு வந்தவக பேசிக்கிட்டாக.

பத்தாவது நா காரியம் முடிஞ்சதும் அம்மா பத்தி பேச்சு எழுந்துச்சு. அம்மாவும் அங்க இருந்துச்சு அப்ப. அம்மாவ உரசிக்கிட்டு நா உக்காந்து இருந்தேன். அம்மாவின் கை யேன் கைய இறுக்கிப் பிடிச்சு இருந்துச்சு. கொஞ்சம் நா செல்லம்மா அவ அப்பாரு வீட்டில இருக்கட்டும். பெறவு என்னான்னு முடிவு எடுப்போமுன்னு பேச்சு எழுந்துச்சு.

"நா கொஞ்சம் பேசணுமு"ன்னு அம்மா ஊடையில பேச ஆரம்பிச்சுச்சி. சபையிலிருந்த அனைவருக்கும் ஆச்சரியந்தேன்.

"பேசு ஆத்தா! உம் மனசுல என்ன இருக்குனு சொல்லு ஆத்தா!"ன்னு அம்மாவோட அப்பாரும், தாய்மாமனும் கேட்டாக.

அம்மா செரும ஆரம்பிச்சது. குரல்ல நடுக்கம் வேற இருந்துச்சு. "சுந்தரம் யேன் கூடவே இருக்கட்டும், நா பாத்துக்கிறேன், அவரு வாரிசு, யேன் வாரிசு. எனக்குக் கலியாணம் எல்லாம் வேண்டாம்.

இப்படியே இருந்துடுறேன். சுந்தரத்தோடு இருந்த இந்தப் பத்து நாளுல அவேன் சீப்படாம வளக்கனுமுன்னு எம்மனசு ஆசப்படுது. உங்க முடிவுக்குக் கட்டுப்பட்டுதேன் கலியாணம் பண்ணினேன். அது கருமாதியில முடிஞ்சுருச்சு. இந்த முறை நா சொல்லுறதக் கேளுங்க"ன்னு அம்மா சொல்ல சில நொடிக யாருக்கும் முகத்துல ஈ ஆடல. யாரும் இத எதிர்பாக்கல. அந்த இடமே நிசப்தமா இருந்துச்சு.

சின்னய்யா பேச ஆரம்பிச்சாரு. "நீ ஏம்மா இங்க இருக்கணும். உங்க அப்பாரு ஒன்ன இந்தக் கோலத்துல பாத்துப் பாத்து பாதி ஆளா போய்டுவாப்புல. சுந்தரம் இப்போ உம்மவன். அவேன் இருக்குற வீடு, இனி ஒன் வீடு. கரட்டுப்பட்டில வந்து இரு! அண்ணாரு குடும்பத்தைக் காவந்து செய்யும் பொறுப்பு எனக்கும் இருக்கு. கஞ்சியோ, கூழோ இருக்குறத குடிச்சு வாழ்வோம். "சுந்தரம்! இனி செல்லம்மாதேன் ஒன் அம்மா!" முப்பது நா சென்டு நா கூப்பிட்டுப் போறே"ன்னு சின்னய்யா சொன்னாக. "எனக்கு இனி செல்லம்மாதேன் ஒன் அம்மா" என்ற வார்த்தை மட்டுதேன் புரிஞ்சுது. செல்லம்மா அன்னைக்குப் பிடிச்ச கை, வாழ்நாளுக்கும் வரப் போகுதுன்னு மனசெல்லாம் புது சந்தோசம்.

நாளும், கிழமையும் விரசா ஓடுச்சு. முப்பதாவது நா வந்துடுச்சு. "நாளைக்கு உங்க சின்னய்யா நம்மளக் கூட்டிட்டுப் போக வராக தெரியுமா?" இப்படி அம்மா பேசிக்கிட்டு இருக்கும் போதே தூங்கிட்டேன். விடிஞ்சதும் அவ துணிமணி எல்லாம் மூட்டை கட்டி அம்மா தயாராகி விட்டு எழுப்பி விட்டா. வண்டி கட்டிக்கொண்டு சின்னய்யா வந்திருந்தாரு. ரெண்டு வெள்ள நெலாக்க போறதா பேசிக்கிட்டாக. சலங்கை சத்தத்தோடு கிளம்பிய மாட்டு வண்டி, நல்ல நேரம் பிறந்ததா இருந்துச்சாம் அம்மாவுக்கு. மாட்டு வண்டி கரட்டுப்பட்டிய அடஞ்சது.

தனபாலன் சட்டென்னு பிரேக் போட்டதும், அம்மாவின் நெனப்பு நின்னது. அம்மாவை இன்னும் நன்றாகக் கவனிச்சு இருக்கலாமோ? எலும்பு தேஞ்சு போச்சுன்னு கேள்வி பட்டதுல இருந்து என்ன செஞ்சேன் நா?. மருத்துவம் பாக்க ஓடல; ஆறுதலா பேசல; அவ்ளோதேன் அவ விதின்னு ஏன் விட்டேன்? அவ ஒடம்பு நொந்து நொம்பலம் ஆன சமயத்தில கூடச் சுந்தரம் சாப்பிட்டானா? கேட்டவள, காவந்து செய்யாம போயிட்டேன். எவ்ளோ பெரிய பாவி நா. நீ என்ன மன்னிப்பன்னு தெரியும். நா எங்க போயி இந்தப் பாவத்தக் கரைக்க.

குறுக்கே நாய் வந்து விட்டதாகத் தனபாலன் சொல்ல, “ஏஏஏலே தனபாலா! பதுசாப் பாத்து ஓட்டுடா! நேரங்காலம் புரிஞ்சு நடந்துக்கலே! செத்த பயலே!”ன்னு அறிவுமதி சொன்னது சுந்தரம் காதில் விழுந்துச்சு.

அறிவுமதியின் மடி முழுக்கக் கண்ணீர் பட்டு நனைந்து இருந்துச்சு. நகரத்தின் எல்லை தட்டுப்படவே போக்குவரத்து நெருக்கடி அதிகரிக்கத் துவங்கிச்சு. இன்னும் பத்து நிமிஷத்தில் போயிடலாமுன்னு அறிவுமதிவின் குரல் கேக்க, வலுவிழந்த சுந்தரம் வந்த துக்கத்தைக் குடிச்சுக்கிட்டு இருந்தாரு.

9

மருத்துவமனையின் வாசலில் ஆட்டோவை இளப்பாறச் செஞ்சான் தனபாலன். சுந்தரத்தை நிமிர்த்தி ஆட்டோவின் இடது பக்கமாய்ச் சாய்த்துப் படுக்க வச்சான் அறிவுமதி. மருத்துவமனைக்குள்ளே ஓடினான். ரெண்டு நர்ஸுக ஃபோனுலே பேசிக்கிட்டே இருந்துச்சுக. அறிவுமதியால பொறுக்க முடியல. சுந்தரத்தின் பாதி மொணமொணப்பு அறிவுமதியிடமும் இருந்துச்சு.

மொணமொணவென்று தனக்குள்ளயே எரிச்சலாப் பேசிக்கிட்டு இருந்தாப்புல. அந்த நர்ஸு புள்ள இங்கிலீஷும், தமிழும் கலந்து பேசிக்கிட்டு இருந்துச்சு. அறிவுமதிக்கு ஒண்ணுமே விளங்கல. அதே இடத்தில நின்னாப்புல.

“சார்! போய் ஒரு இடத்தில ஒக்காருங்க! ஏன் நடந்துகிட்டே இருக்கீக?”ன்னு குரல் ஓசத்தி பேசியதும் அறிவுமதிக்கு கோவம் தலைக்கேறிச்சு.

“எம்புட்டு நேரந்தேன் காத்துக் கெடக்குறது? எத எதயோ பேசிக்கிட்டு இருக்க! கை காலு இழுத்துக்க ஒருத்தரு படுத்துக் கெடக்காரு. என்ன ஏதுன்னு கேட்க மாட்டியா! வண்டி புடிச்சு ஓரண்ட இழுக்கவா வந்திருக்கேன். ஒரு உசுரு உனக்கு மசுரு மாதிரி இருக்கா? படிச்சா பதராத்தேன் இருக்கும் போல”ன்னு கத்தி விட்டான்.

“சார்! உங்க அவசரத்துக்கு வேல செய்ய முடியாது. மரியாதையாப் பேசுங்க. மசுரு, கிசிருன்னு பேசினா மரியாதை கெட்டிடும் சார்! உங்கள மட்டும் பார்க்குறதா எம் வேல, கொஞ்சம் பொறுமையா இருங்க! இந்தங்க! இந்தக் காகிதத்தை நிரப்பித் தாங்க”.

கடுகடுத்த முகத்தோடு “தெரியாது!” ன்னு சொன்னாப்புல .

“வாழப்பழத்த உரிச்சும் வைக்கணும்! கோவமும் வருது. சரி! பேசண்ட கூட்டி வாங்க!”

“வெளியில ஆட்டோவில இருக்குறாரு”.

“அதேன் சார் கூட்டிட்டு வாங்க! ஆட்டோவா உள்ள வரும். வீல் சேர் அங்க இருக்கு! எடுத்துட்டுப் போங்க!”

ஆறடி ஒயரமுள்ள ஒருத்தரு வீல் சேரோடு வந்தாரு. வந்தவரின் மொகம் சின்னய்யாவின் சாயல் போலத் தெரிஞ்சுது. அலேக்காக தூக்கி உக்கார வச்சாரு. அவரு பிடிச்ச புடி சின்னய்யாவின் கை போல இருந்துச்சு. வீல் சேர் நகர ஆரம்பிச்சது. சின்னய்யா பாசம் காந்தம் போல இழுத்துச்சு. ஆறாம் வயசுலதேன் அவரப் பார்த்தாலும் பச்சென்று ஒட்டிக்கிட்டேன். அப்பாவும், அம்மாவும் இல்லாத வருத்தத்தைத் துளியும் காட்டாது. குறையே இல்லாமதேன் வளர்த்தாரு.

மூன்று அண்ணன்களுக்கு, நாலு அக்காக்களுக்குப் பெறவு பிறந்தவர்தேன் சின்னய்யா. ரெண்டு அண்ணன்களும் நோய்வாய்ப் பட்டு சிறுவயதிலேயே இறந்து விட்டாக. பெறவு அப்பா நாகராசும் தவறிப் போனாரு. நாலு அக்காக்களையும் உள்ளூரிலேயே கெட்டிக் கொடுத்தாலும் ஒரு அக்காவத் தவிர மத்தவங்களோடு பேச்சு வார்த்தை இல்ல. கலியாணம் முடிச்சு பல வருஷமாயும் சின்னம்மாக்கும் கரு தங்கல.

அந்தச் சமயத்துலதேன் எம்மவன், எம் வாரிசு சுந்தரமுன்னு சொல்ல ஆரம்பிச்சாரு. தங்கத் தட்டுல தாங்கி வளர்த்தாரு. சின்னய்யா சின்னய்யான்னு நா கூப்பிடுறது புடிக்கும் அவருக்கு. கரட்டுப்பட்டி வந்து மூனாவது மாசத்தில பள்ளிக்கோடத்தில சேர்த்தாரு. “பொச்சு காய்ஞ்ச பேச்சு பேசுறது, சில்லறத் தனமா நடந்துக்குறது இல்ல சுந்தரம். ஒரு மொற சொன்ன கப்பூரமா பத்திக்குறப்புல”ன்னு முத்துராசு வாத்தியார் சின்னய்யாவ பாத்துச் சொன்ன பெறவு, யாரு வீட்டுக்கு வந்தாலும் எம் பெருமெ பேசினாரு. பள்ளிக்கோடத்துக்குப் போக ஆரம்பிச்ச பெறவு வேலைக எதுவும் செய்ய விடுவதில்ல. எவ்ளோ கெஞ்சிக் கேட்டாலும் வேல தர மாட்டாரு அந்த மவராசரு.

அப்ப பன்னிரண்டு வயசு இருக்கும். ஒரு முறை வாயில நுரை தள்ள, வைத்தியர் நிலக்கோட்டை பரந்தாமனை அழைச்சுட்டு வந்தாரு. “நரம்புத் தளர்ச்சி போல இருக்கு. தரை சில்லாப்புப் புள்ளைக்கு ஒத்துக்கல, இனி தரையில சுந்தரத்தைப் படுக்க வைக்காதீக”ன்னு சொல்லிட்டுப் போனதில்ல இருந்து சின்னய்யா பட்ட பாடு, என்ன பெத்தவருக்கும் இருந்திருக்குமானு தெரியாது. குளிர்காலத்துல தரையில் படுத்தால் ஒடம்பு சவுரியமில்லாமல் போய் விடுமோன்னு கயித்து கட்டில் செஞ்சு கொடுத்தாரு.

வளர வளரக் தீனி வாங்கிக்கத் தெனமும் இருபத்தைந்து காசு சாமி ரூமுல வைக்க ஆரம்பிச்சாரு சின்னய்யா. சில சமயம் தினக் காசு எடுக்காம இருந்தா, சுந்தரம் காசு எடுக்கல, மொன ஏதும் வந்துருச்சான்னு விசாரிப்பாரு. மணம் முடிச்ச பெறவு தினச் செலவுக்கு ரெண்டு ரூபாயும், முடி வெட்டிக்க, முகச்சவரம் செய்ய தனிக் காசும் வச்சுடுவாரு. நல்லது, கெட்டதுக்கு வெளியூருக்குப் போக வேண்டி இருந்தா, ஒரு காகிதத்தில ஊரு பேரு, உறவுகாரக பேரு எல்லாம் எழுதி வச்சுட்டு வழிச் செலவுக்கு காசும் கொடுத்து அனுப்புவாரு. போற இடத்தில் எல்லாம் அவருக்கான மதிப்பு எல்லாம் எனக்குப் பெற வச்சாரு. தனக்குப் பெறவு எல்லாமே சுந்தரந்தேன்னு, ஊருக்கும் உலகத்துக்ம் தெரியப் படுத்தினாரு.

ஒரு பக்கம் சின்னய்யா, இன்னொரு பக்கம் செல்லம்மா. ஒரு விதைய எப்படி எல்லாம் வெதச்சு பராமரிப்பகளோ அப்படி எல்லாம் என்ன வளத்தாக. பத்தாப்பு முழுப் பரிச்சை நேரந்தேன் அப்ப. இங்கிலீஷினாவே மருந்தாதேன் இருந்துச்சு. வம்படியா வாத்தியாரு கேள்வி கேக்க பள்ளிக்கோடம் பக்கமே தல வைக்கல, பரிச்சை மட்டும் எழுதி பாஸ் செஞ்சாலும் மேல படிக்க மனசில்ல. இப்படித்தேன் படிக்கணும்னு சொல்லுற கல்வில அப்ப ஒடன்பாடு இல்ல. வாழ்க்கக் கல்வியே சிறந்ததுன்னு நெனைச்சேன். முத்துராசு வாத்தியார் மேல்படிப்பு படிக்க விண்ணப்பத்தோடு வீட்டுல வந்து தவம் கிடந்தாரு.

“சுந்தரம்! நா சொல்லுறதக் கேளுமய்யா! நல்லா படிப்பு வருது! கூறா இருக்க! பயப்படாத! நா துணைக்கு இருக்கேன். முதல் பட்டப் படிப்பு படிச்ச ஆளா வரணுமய்யா! எந்த உத்தியோகத்துக்கு வேணா போலாமய்யா”ன்னு கெஞ்சினாரு. அவர் கால் தேஞ்சதோ இல்லையோ, அவர் மனசு என்னக் காரித் துப்பிருக்கும். அந்தளவுக்கு அலைய வச்சேன். நா நாசமாப் போகப் போறதத் தடுக்கத்தேன் வந்து இருக்காருன்னு வாழ்ந்து பாத்த பெறவுதேன் விளங்குச்சு.

சின்னய்யா ஒரு முற கூடப் படிப்புப் பத்திப் பேசல. எம்மனசுக்கு சரின்னு பட்டதச் செய்யச் சொன்னாரு. சின்னய்யா மாதிரி ஒரு மனுசனப் பாக்க முடியாது. சாதி பாத்துப் பழக மாட்டாரு.

“மசுரு உதிர்றதும், மனுஷன் உதிர்றதும் எல்லாத்துக்கும் பொதுதாம்லே. நடவுக்கு, கதிர் அறுக்க, வீடு கட்ட, சும தூக்க, மரம் அறுக்க, காய் புடுங்க, சாக்கடையத் தூர் வார எல்லாத்துக்கும் எல்லா சாதிக்காரவக தயவு தேவைப்படுது. சூரியனின் வெளிச்சம்

அதுக்கு உதவாது. பழுத்த பழம் எதுக்கும் அவைக சுவைய ருசிக்க முடியாது. இந்த அண்டசராசரியே பிறருக்குப் பயன்படத்தேன்லே சுத்துது. ஒருத்தருக்கு ஒருத்தரு ஒத்தாசையா இருந்தா தான்லே வாழ முடியும். எவனாலயும் தனிச்சு வாழ முடியாது. இந்த மனுசப் பயலுக மட்டும்தேன் பிரிச்சுப் பாத்து வாழுறானுவ"ன்னு சின்னய்யா சொல்வாருன்னு பண்ணையாள் முத்தையா கதையா சொல்லும்.

அந்தக் காலகட்டத்தில் சாதிக்கட்டுகளைத் தாண்டி முத்தையாவைத் தன்னருகே உட்கார வச்சு அவேன் குடும்பத்தைப் பற்றி எல்லாம் குசலம் விசாரிப்பாரு. நல்ல நாளு, பெரிய நாளுக்கு நல்ல துணி வாங்கித் தருவாரு. வயலில் கொஞ்சம் வருமானம் வந்தா வருமானத்துல பங்கு கொடுப்பாரு. கொம்புத் தேனு வேணுமுன்னு ஒரு மொற சின்னய்யாகிட்ட முத்தையா சொல்லிக்கொண்டு இருந்தானாம். உறவுக்காரப் பய நாகமணியிடம் சொல்லி ஏற்பாடு செஞ்சு முத்தையாவிடம் கொடுத்த போது "அய்யா" ன்னு காலில் விழுந்து அழுதுட்டானாம். சின்னய்யாகிட்ட யாராவது எது கேட்டாலும் புத்தியில வச்சுக்குவாரு. சமயம் கெடைக்கும் போது அத நிறைவேத்தி சந்தோசப்படுத்திவிடுவாரு.

"பொஞ்சாதி என்பவ பூ மாதிரிடா! கொஞ்சம் கசக்கினாலும் பூவுக்குத்தேன் நோவு வரும்! பாத்து, சூதானமா நடந்துக்கோடா! இப்படி அலப்பறை செஞ்சா யாருக்கு அசிங்கம்? உனக்குத்தாண்டா! கொஞ்சம் பதுசா நடந்துக்கடான்னு" தண்ணி அடிச்சுட்டு அவேன் வீட்டுல தகராறு செஞ்சத கேள்விபட்டா இப்படி புத்திமதியும் சொல்வாராம்.

அப்படித் தேன் ஒரு சம்பவம் நடந்துச்சு. அஞ்சு காசுனாலும் கணக்குப் பார்க்குற இந்த உலகத்துல எங்க சின்னய்யா செஞ்ச ஒரு காரியம் இன்னும் பசுமரத்து ஆணியா இருக்கு. நிலக்கிழாரு முத்துக்காமாட்சியிடம் பஞ்சாயத்து மூலமா ஒரு கோரிக்கை வச்சாக. ஊருல தண்ணிப் பிரச்சனை இருந்துச்சு. தண்ணித்தொட்டி கட்டித் தர கவுருமெண்டு உறுதி தந்த ஆணை இருந்துச்சு. ஆனா இடம் கொடுத்தா அரசாங்கம் கட்டித் தர்றதா சொல்லிடுச்சு. சரி, பெருமாள் கோயிலுக்குக் கீழே இருக்குற இடத்த எடுத்துக்கோங்கன்னு சொல்லிட, டேங்க் கட்டுற வேல ஆரம்பமாச்சு. அந்த ஊருல வயல் ஒரு பக்கமும், ஊரு ஒரு பக்கமும் இருப்பதால, தண்ணித்தொட்டி கட்டுன இடம் ஊருக்கு ஒதுக்குப் புறமா இருந்ததாலும் பாதி முடிஞ்சே பார்த்தாரு முத்துக்காமாட்சி. அவர் சொன்ன இடத்துல கட்டாம, சின்னய்யா இடத்தில கட்டிட்டாக. பஞ்சாயத்து கூட்டியாச்சு.

“ஒரு தப்பு நடந்து போச்சு! அதுக்குத்தேன் இங்கக் கூடி இருக்கோம். நா தானமா தண்ணித் தொட்டி கட்டக் கொடுத்த இடத்துல கட்டாம, அதுக்குப் பதிலா நம்ம பங்காளி நாகரத்தினத்தோட இடத்துல தண்ணித்தொட்டி கட்டிட்டாக. அதுனால நம்ம பள்ளிக்கூடத்துக்கு எதுத்தாப்புல இருக்குற இடத்த அவருக்கு கொடுக்குறேன். இனி அவுக அத பயன்படுத்திக்கலாம். எழுத்துல ஏதும் எழுதித் தரமுன்னு ஊரு முடிவு செஞ்சா எழுதித் தாரேன்”னு பஞ்சாயத்து தீர்ப்பு சொல்லிடுச்சு.

“பங்காளி விடுங்க! அது எல்லாம் எதுக்கு? என்ன வாழ வச்ச நிலத்துக்கு நா ஏதும் பெருசா செய்யல. செய்யவும் முடியாது. ஆனா இந்த ஊருக்கு, ஊர் மக்களுக்கு ஏதாவது செய்யணுமே. இந்த இடத்தை இனாமாத் தாரேன்னு” சின்னய்யா சொல்ல ஊரே மெச்சியது.

சின்னய்யாவுக்கு அம்பது வயசுக்கு பெறவு கிறுகிறுப்பு வர ஆரம்பிச்சது. இந்தக் கிறுகிறுப்பு வர்றதுக்கு முன்னாடி கை கால் எல்லாம் மதமதப்பு தட்டுப்படும்; ராவுல தூக்கம் வராது. அதற்கான சிகிச்சையை அவர் எடுக்க ஆரம்பித்தாரு. பெருசா பலனில்ல. அந்தச் சமயத்தில காலப்பொழுத நா வயக்காட்டைப் பாத்துப்பேன். சின்னய்யா இரவு காவலுக்குச் போறதுதேன் வழக்கம். ஒரு நா அந்தக் கிறுகிறுப்பு அதிகாலையிலேயே வந்துடுச்சு. எங்களுக்குத் தெரியல அந்தச் சமயம். வீடு வர சரியா வந்துட்டு, வாசலிலேயே நிற்பாரு. ஒரு மணிநேரத்துக்கு மேலயும் நிற்பாரு. அடிகுழாயில் தண்ணி பிடிக்க வரும் காமாயி அடுப்படி கதவு வழியா “மதினி! ஐயா கதவுகிட்டயே நிக்குறாரு பாரு” ன்னு குரல் கொடுக்கும்.

கதவைத் திறந்து அவரப் பிடிச்சுப் படுக்க வச்சு முகத்தில் தண்ணி தெளிச்சோம். கை காலெல்லாம் வெலவெலத்துப் போச்சு. சின்னய்யாவ அப்படிப் பாக்கையில நெஞ்சுக் கூடு பதட்டதுல துடிச்சது. சின்னம்மா இது ஏதோ செய்வெனைக் கோளாறு போல இருக்கு. நம்ம சாதகக்காரரைக் கூட்டி வாடான்னு சொல்ல சின்னய்யாவ விட்டு நகர மனசில்ல. தண்ணி தெளிச்சு அரைமணிநேரம் கழிச்சுத்தேன் முழிப்பு தட்டுச்சு. “நா எங்க இருக்கேன்? கண்மாய் கடந்த பெறவு நடந்தது ஏதும் நெனவுலே இல்லை!” ன்னு சொன்னார். பெறவுதேன் தெரிஞ்சுது நினைவு தப்பிதேன் வரார்ன்னு.

சின்னய்யாவுக்கு வந்த கிறுகிறுப்பால் குடும்பமே சோகத்தில விழுந்துச்சு. அடிக்கடி சின்னய்யாவுக்குக் கிறுகிறுப்பு வர ஆரம்பிச்சது. அதற்குப் பெறவுதேன் முழு நேர விவசாயியா ஆனேன். ரெண்டு வயலில ஒன்னப் பாத்துக்க ஆரம்பிச்சேன்.

இப்படியெல்லாம் இருந்த சின்னய்யா, "யேன் அப்படி ஒரு சாவத் தேடிக்கிட்டாரு"ன்னு நெனச்சதும் ஆங்காரம் பொங்கியது.

சின்னய்யா மருந்து குடிச்ச சேதி கேட்டுத் தலையில இடி விழுந்துச்சு. கண்ணு முழி ரெண்டும் நில குத்தி இருந்துச்சு. உடைச்சு இருந்த பூச்சி மருந்து வாசம் மாறாம இருந்துச்சு. குடிச்ச மருந்து உயிர எடுத்துட்டுக் குண்டி வழியா வந்துருச்சு. ஆத்திரமா கொண்டு போக, சோலி முடிஞ்சு அரை மணி நேரம் ஆச்சுன்னு ஆஸ்பத்திரில சொல்லிட்டாக. ராவோடு ராவா போயி கொள்ளி வச்சுட்டு வந்துட்டேன். நா பொறந்து வைக்குற எட்டாவது கொள்ளி இது. என்ன காரணம், ஏது காரணமுனு தெரியல. அல்லல்பட்டுப்போனோம். கேட்குற ஆளுக்குக் காரணம் சொல்ல முடியல.

ராவுல காவலுக்குப் போன முத்தையாவுக்குச் சேதி போக தலை தெறிக்க ஓடி வந்தான். சின்னய்யா ரெண்டு வருஷமா விவசாயக் கவலையில இருந்தாரு. பொழைக்க முடியாது போலன்னு புலம்புவாரு. இப்படியா அனாதையா விட்டுப் போவாருனு தெரியலையேன்னு அழுதான். யென் சின்னய்யா போய்ச் சேர்ந்த பெறவு சம்சார வாழ்க்கைனா என்னான்னு தெரிஞ்சுது. கணக்கு வழக்கு கண்ண கட்டுச்சு; விலைவாசி மூச்சை முட்டுச்சு. தள்ளிக் கொண்டிருந்த வீல் சேர் நிறுத்தப்பட்டதும், அறிவுமதி நரஸு சொன்ன விவரங்களை எழுதச் சொல்லத் திணறிக்கிட்டு இருந்தத கவனிச்சா.

"ரூம் எடுத்திடுங்க சார்! பேஷண்ட் கண்டிஷன் சரியில்ல" சுந்தரத்தைப் பரிசோதிச்ச நர்ஸ் சொல்ல, சுந்தரத்தை அறைக்கு அழைச்சுக்கிட்டு போனாக. சின்னய்யா போல இருந்தவரு அலேக்கா தூக்கி படுக்க வச்சாரு. வலி எடுத்துச்சு. மல்லாந்து படுக்க முடியல. ஒருசாச்சு படுக்க வச்சாரு. கண்ணெல்லாம் பூழை பூத்து இருந்துச்சு. சின்னய்யாவே தொட்டுத் தூக்கியது போல இருந்துச்சு. "சின்னய்யா நிமிஷத்துல போய்ச் சேரந்துட்டாரு. நம்ம நெல என்னவோ?"ன்னு நெனச்சுக்கிட்டு இருக்கும் போதே அறிவுமதி "சரி தனபாலு, கணக்கு பாத்துச் சொல்லு!"

"அண்ணே! கொடுண்ணே! உனக்குத் தெரியாததா?"

"தொழில் வேறடா! கொள்ளத் தொலவுக்கு வந்துருக்க"

"சரிண்ணே! எண்ணூறு கொடுண்ணே!"

"இந்தா ஐநூறப் புடி! பெறவு தரேன். கணக்குல எழுதிக்க"

சின்னய்யா செத்தன்னைக்கும், செல்லம்மா செத்தன்னைக்குந்தேன் அழுதேன். பெறவு இன்னைக்குத்தேன் கண்ணீரைக் கொட்டித் தீர்க்குறேன். ஒரு பக்கம் செயல் இழந்து போனதுனாலையோ என்னவோ, அழுகையில் தோள்பட்டை மட்டும் வித்தியாசமாக் குலுங்குச்சு. முகத்தின் அமைப்பே மாறி இருந்துச்சு.

அவரு தோளை அறிவுமதி பிடிச்சுகிட்டு இருக்க, அந்த அறையில இருந்த காத்தாடி கிரீக், கிரீக் சத்தத்தோடு அவரோட விசும்பலை வெளிக்காட்ட விடாமல் அழுத்தம் தந்து கத்திக்கிட்டு இருந்துச்சு.

10

சுந்தரத்துக்கு எல்லாம் ரெண்டு ரெண்டாத் தெரிவதாச் சொன்னாரு. அறிவுமதி ஒரு கண்ணை அவேன் கையால் மறச்சுக் கேட்க, ஒண்ணுமே தெரியலன்னு சொன்னாரு. இன்னொரு கைக்கும் காலுக்கும் உயிர் இருக்குதான்னு நகத்திப் பாத்துக்கிட்டு இருந்தாரு.

“சரி! சரி! படு! டாக்டர் வந்ததும் பாப்போம்” அறிவு சொல்லுறதுக் குள்ள நர்ஸ் வந்துட்டாக, பிரஷர் பார்த்தா. இருநூற்று ஐம்பது இருந்துச்சு. காய்ச்சல் இருக்கான்னு பாக்க, கக்கத்தில வச்சா. காய்ச்ச நூறைத் தொட்டு இருந்துச்சு. “கொஞ்ச நேரத்துல டாக்டர் வருவாரு. வந்ததும் எல்லாம் சொல்வாரு. சாப்பாடு எல்லாம் இங்க தரமாட்டோம். வெளியிலதேன் பாத்துக்கிரணும். ரூம் வாடகை நாளுக்கு ஐநூறு ரூவா. முன்பணம் கட்டிடுங்க. டாக்டர் பாத்த பெறவு, மாத்திரை மருந்து செலவு தனி” ன்னு நகர்ந்தா.

செலவுச் செய்தியே இழவுச் செய்தி போலச் சுந்தரத்தின் காதில் விழுந்துச்சு. அறையத் தொடைக்கும் பொம்பள ஆளு “எம் பேரு பொன்னுத்தாயி சார். எப்போ துடைக்கக் கூப்பிட்டாலும் வந்துருவேன். இங்கதேன் வராண்டாவில உக்காந்திருப்பேன்” ன்னு அறிவுமதியிடம் சொல்லி விட்டுத் துடைக்க ஆரம்பிச்சா.

பொன்னுத்தாயி பேர் கேட்டதும் சின்னம்மா பொன்னுக்காமுவின் நெனப்பு வந்துச்சு. கல்யாணம் ஆன நாளுல இருந்து சின்னம்மா வீட்டு வேல செஞ்சதில்ல. ஆனா நிர்வாகத் திறத்துல கெட்டி. சின்னம்மா ஒரு கர்ணன். யாரு கண்ணக் கசக்கிட்டு வந்து நின்னாலும் இளகிப் போவா. பொன்னுக்காமு என்ன வாயடிச்சாலும் கை வெளங்கிச் செய்யும். நேருக்கு நேராப் பேசுவா, முதுகுல குத்த மாட்டா. வீணா வம்புக்கும் போக மாட்டான்னு ஊருல பேசிக்குவாக. ஆனாலும் சின்னம்மா சாதாரண ஆளில்ல. அவகிட்ட பேச்சுக் கொடுத்தா வாய்

புண்ணாகிப் போகும். ஊர்க்காரிக சின்னம்மாகிட்ட வம்புக்கு வரப் பயப்படுவாளுக. சின்னம்மா வாய மூட வைக்குற ஒரே விஷயம் குழந்தைப் பாக்கியம் ஒன்னு மட்டுந்தேன்.

சின்னம்மாக்கு ஒரு பட்டப் பேரும் இருந்துச்சு. குந்தாணின்னு! சின்னம்மா பருத்த ஒடம்புத்தேன். அது மட்டுந்தேன் குழந்த பிறக்காததுக்குக் காரணமுன்னு சொன்னாலும் உடம்பக் குறைக்கவே முடியல. அப்ப ஒரு நா, குந்தாணினா என்னான்னு கேட்டுட்டேன் செல்லம்மாகிட்ட. குந்தாணின்னா என்னான்னு சொல்லுறேன்னு அம்மாதேன் விளக்கம் தந்துச்சு. பச்ச நெல்லு, இருங்குச் சோளம் எல்லாம் உரலுல போட்டு இடிக்கும்போது அது கீழே சிந்தும். அது சிந்தாம இருக்க, உரலுக்கு மேல ஒரு கல்லு வைப்பாக. அதுக்குப் பேருதேன் குந்தாணின்னு சொன்னது முதல்ல அது வையுற வார்த்தையாவே தெரியல.

சின்னய்யா காவலுக்குப் போகும் ராவெல்லாம், சின்னம்மாவின் கண்ணீரு கர பொரண்டு ஓடும். ஜன்னலு வழியா வானத்தப் பாத்து, “நட்சத்திரமே! நான் புலம்புறது கேட்குதா? ஒரு வேள கேட்டா, நீங்களாவது வரம் எடுத்து வந்து எனக்குப் புள்ளையா பிறக்க கூடாதா? நா தவம் இருக்கச் சொன்னாக் கூட இருக்கத் தயாரா இருக்கேன். தாயா ஆக்கிப் புடு! குலதெய்வம் ராக்காயி அம்மாளே! தக்காத்து கொடு! நேத்து பொறந்ததுக்கு எல்லாம் புள்ள பெறும் வரம் இருக்கயில எனக்கு மட்டும் ஏன் இந்த அவஸ்தை. தெருவுல போறது வார்றது எல்லாம் கேள்வி கேட்டா என்னத்தச் சொல்ல”ன்னு பல இரவுக சின்னம்மா புலம்பியது அம்மாவுக்கு மட்டுந்தேன் தெரியும்.

கல்யாணத்துக்கு மும்பு சின்னம்மா மெல்லிய தேகமாகத்தேன் இருந்திருக்கு. சுறுசுறுப்புக்குப் பேரு போனது. ஆனா புள்ள தள்ளிப் போகப் போக காப்பித் தண்ணி மட்டுமே பெரும்பாலும் சாப்பாடானது. ஒடம்பும் கொஞ்சம், கொஞ்சமா பெருக்க ஆரம்பிச்சுது.

புதுசா பாக்கும் சாதி சனம் பாத்தா உடனே எம்புட்டு புள்ளைங்கன்னு கேட்டுட்டா போதும், அழுது அழுது கண்ணு வீங்கிப் போகும். ராத் தூக்கம் தொலைஞ்சு போகும். இன்னும் இல்லன்னு சொல்லுறதுக்குள்ள சின்னம்மா தவிச்சுப் போகும். வார்த்த வராம எச்சில, அது முழுங்குறதப் பாக்கும் போது என்னமோ கல்லு தொண்டையில சிக்கிக் கொண்டு இருக்குற மாதிரி வேதனையா இருக்கும். தொடர்ந்து கேள்வி கேப்பாளுக.

"எத்தனை வருஷம் ஆச்சு. மாமாவுக்கும், உனக்கும் ஒத்துப் போகுதா? மனசு ஒத்துப் போனாத்தேன் தங்கும். அதேன் கேட்டேன். இப்ப எல்லாம் ஆம்பளைக்கும் கோளாறு இருக்குமுன்னு சொல்லுறாக. மட்டப்பாறை சொர்ணம் புருஷனுக்கும் குறைப்பாடுன்னு மருதையில வச்சுப் பார்த்தாக. அப்படி ஏதும் போய்ப் பாருபுள்ள"ன்னு சொல்லிட்டா போதும், புள்ள பெத்தவகளுக பெருமபீத்துறாளுக. அவஅவ வீட்டுக்குள்ள இருக்குறத யேன் நோண்டுறாளுக. அவஅவ குடும்பம் நாறிப் போயி கெடக்குதே. நா ஏதும் கேக்குறேனா. குச்சிக்காரிக. பீத் தின்னி முண்டைக. அடுத்தவ வீட்ட மோந்து பாக்குறதே வேலன்னு வைஞ்சுகிட்டே இருக்கும்.

"இந்தச் சிறுக்கியக் கல்யாணம் பண்ணிக்க விருப்பம் இல்லாம, ஓடி ஒளிஞ்ச பய தானே ஓம் சின்னய்யான்னு எங்கிட்ட எப்போவாவது கோவிக்கும். நா மலட்டு முண்டையாப் போனதும் இல்லாம, ஓம் சின்னய்யாவுக்கும் பேரு வாங்கித் தரேன். என்ன மசுத்துக்கு உயிரோட இருக்கணும். போய் சேர்ந்துரலாமுன்னு மூக்க சிந்தி அழும்".

இந்தத் தாக்கம் சின்னம்மாவப் போகப் போக இரக்கமில்லாதவளா ஆக்கிச்சு; கோவக்காரியா ஆக்கிச்சு; எரிந்து விழ ஆரம்பிச்சா. தன்னுடைய இருப்பு எல்லாரும் உணரனும். தங்கிட்ட பயப்படணுமுன்னு அதற்குப் பெறவு வர ஆரம்பிச்சது. செல சமயம் செல்லம்மாவும் அந்தக் கோவத்துல மாட்டிகிட்டு முழிக்கும். சின்னம்மா செய்யுறது தப்பானாலும், மத்தவககிட்ட கோவத்தை அதிகமா காட்ட வச்சது கருப்பை தாகந்தேன்.

பிறத்தியார் சொல் பேச்சும் கேக்க ஆரம்பிச்சது. என்னதேன் ஒட்டிப் பழகினாலும் எப்போ மூஞ்ச காட்டுமுன்னு தெரியாது. எப்போ மூஞ்ச காட்டினாலும் தெரிஞ்சுடும், எவளோ வந்து கொளுத்திப் போட்டுப் போயிட்டான்னு. அந்த மாதிரி மனநெலையில இருக்கும் போது, சின்னய்யா ஏதாவது வாங்கி வந்தா தர விடாது. பாதியாப் பங்கு போடச் சொல்லும். பாதியா பிரிச்சாலும் திருத்தி வராது. தராசு எடுத்துட்டு வந்து நிறுக்கச் சொல்லும். அந்தத் தராசு இம்மியளவும் பிசகக் கூடாது. நேர்க்கோட்டுல இருந்தாத்தேன் எடுத்துக்கும். இதே நல்ல மனநிலையில இருந்தாப் போதும், அள்ளித் தரும். சின்னம்மா ஒரு குழந்த மாதிரி. அடம் பிடிக்கும்; அழும்; சிரிக்கும்; வந்து தானா பேசும். இது போகப் போக எனக்கும், அம்மாவுக்கும் பழகியும் போச்சு. புரிஞ்சும் போச்சு. இருந்தாலும் எப்போ விஸ்வரூபம் எடுக்குமுன்னு தெரியாது.

அப்படித்தேன் கருவா மக செல்வி வந்து நெல்லு வேக வைக்க வந்தவளுக்கு, இட்லி கொடுத்து அம்மா அனுப்ப, சின்னம்மா பாத்துப்புடுச்சு. இந்த இட்லி வீட்டைப் விட்டு போனா மானம் கெட்டிடும்னு சொல்ல, அம்மாவுக்கு மொகம் செத்துப் போச்சு. இந்த மாத்தம் அம்மாவுக்குக் கொஞ்சம் பயத்தத் தர ஆரம்பிச்சுது. சில சமயம் சின்னம்மா நெல்லு மூட்டைகள அண்ணன்மார்களுக்கு அனுப்பி வைக்கும். யேன் வீட்டு சொத்த நா அனுபவிக்காம வேற யாரு அனுபவிப்பான்னு காது பட பேசும். சின்னய்யா இருக்கும் நேரம் ஒரு மாதிரியாவும், இல்லாத போது ஒரு மாதிரியாவும் இருக்கும்.

சின்னய்யாவுக்கு சின்னம்மா மொகம் வாடினா புடிக்காது. அவகளப் போலத் தம்பதியப் பாக்க முடியாது. பொஞ்சாதி எது செஞ்சாலும் ரசிக்கும் கொணமும், மன்னிக்கும் மனசும் இதுவர நா பாத்து யாருமில்ல. “பரிசோதனை செஞ்சு ஏன் நிரூபிக்கணும்? உடம்பே இறைவன் தந்தது. அதச் சோதிக்க நாம யாரு. நமக்கு என்ன தரணுமுன்னு படைச்சவனுக்குத் தெரியாதோ”ன்னு மருத்துவம் பாக்க விருப்பம் இல்லாதவர், சின்னம்மா படும் அவஸ்தை பாத்துச் சம்மதிச்சார்.

நிலக்கிழாரு வையாபுரியிடத்துல, இந்த வெசயத்தச் சொல்லி, குழந்தப் பேறு மருத்துவர பாக்க, வையாபுரி மக கலியாணத்துக்குப் போவதாச் சொல்லிட்டுப் போனாக. மறுநா ஆசுப்பத்திரிலயில பரிசோதனை செஞ்சாக.

“கேக்குற கேள்விக்குக் கூச்சப்படாம சொல்லுக! என்னன்னா சாப்பிடுவீக?”

“கம்பஞ்சோறு காலையில, வெள்ளச் சோறு மதியம், ராவுல தோசை, அஞ்சு தடவ காப்பித் தண்ணி”

“மாசா மாசம் தீட்டு ஒழுங்கா வருதா?”

“வருது”

“ஒன்னு கூடுற நேரம் என்ன? எப்படிக் கூடுவீக? இதச் சொன்னாத் தேன் மருத்துவம் பாக்க முடியும். நாங்க உங்க தாய் போலத்தேன். வெட்கப் படாமச் சொல்லுங்க!”

“வாரம் ஒருக்காதேன் கூடுறது. வழக்கமா அவக மேல இருந்துதேன் செய்வாக”

“ஒடம்பு பருமனா இருக்குறதால கால தூக்கி வச்சுக்க முடியுமா?”

சின்னம்மாக்குச் சொல்ல நா கூசிச்சு. எப்படியோ பதில் சொல்லியிருக்கு.

“தூரமை சுரக்குதா? கொஞ்சமா சுரக்குதா? வலி இருக்கா?”

“பரவாயில்ல!”

“சரி! விந்து கெட்டிப் பட்டு இருக்கான்னு சோதிக்கணும். இந்த டப்பால எடுத்துட்டு வரச் சொல்லும்மான்னு எல்லாச் சோதனையும் செஞ்சாக. உறவு எப்படி வச்சுக்கணுமுன்னு சொல்லித் தந்து இருக்காக. சில நாளும் கிழமையும் சொல்லி அந்த நேரத்துல ஒன்னு சேரச் சொல்லி அனுப்பி வச்சாக.

பரிசோதனை முடிஞ்சு வந்ததும், “கூச்ச நாச்சம் இல்லாதவ. இப்படியா வெரசமாப் பேசுவா? எவடி இவ. கண்டது கடியதக் கேக்குறாக. பொசகெட்டத் தனமால பேசுறா. காலம் முத்திப் போச்சுடி செல்லம்மா. இன்னும் கொஞ்ச நாளுல அம்மணமாக் கூட வரச் சொல்லுவாளுக. அதுவும் அந்த மனுசன வச்சுக்கிட்டேல கேள்வி கேக்குறா. மனசாட்சி கெட்டவனு சின்னம்மா சன்ன பதப் பேச்சு இல்ல. அப்படிப் பேசுச்சு. இனி போக வேண்டாமடி! இறைவன் படியளந்தா அளக்கட்டும். இல்லாட்டி கெடக்குது. நம்ம ராசா சுந்தரம் ஒருத்தன் போதுமடி. அவேன் வாரிசு தழைச்சு வந்தா போதுமுன்னு” அந்த அதிர்ச்சில இருந்து மீளல சின்னம்மா.

“நா இருக்கேன்ல, நீ யேன் சின்னம்மா விசனப்படுற”ன்னு ஒரு மொற கூட நா சொன்னதில்ல. சின்னம்மா என்ன செஞ்சு இருந்தாலும், அவளுக்கு எந்த நம்பிக்கயும் தராத துரோகியாத்தேன் நா இருந்திருக்கேன். அந்த வீட்டுச் சோற தின்னுட்டு, அவக சொத்த அனுபவிச்சுட்டு விசுவாசம் கொஞ்சம் கூட காட்டினதில்ல. ஆனா சின்னம்மா ஒரு மொற கூட என்ன ஒதுக்கி வச்சதில்ல. மனம் நோகப் பேசியதில்ல.

இருபது வருசம் கழிச்சு சின்னம்மாக்குக் கரு தங்குச்சு. பேரன், பேத்தி எடுக்குற வயசுலயும் இந்தச் சேதி எல்லாத்துக்கும் சந்தோஷத்தைத் தந்துச்சு. செல்லம்மா, சின்னம்மாவ விட்டு நகரவே இல்ல. இருந்த ஒரு கொறையும் தீர்ந்து போன திருப்தி சின்னம்மாக்கு. அதே நேரம் ஊரு வாய மூடப் போறோமுங்குற எண்ணந்தேன் அதிகமாக இருந்துச்சு. போறவ வர்றவ எல்லாம் சின்னம்மாவ குத்திக் காட்டுற ஒரே விஷயம் இதுதேன்.

அம்மாவும் இத கடந்து வந்தவதேன். அம்மாவுக்கும் எத்தனையோ முற கரு தங்காம போயிருக்கு. கருவேப்பில்ல கணக்கா ஆண் வாரிசும் பொறந்து மூச்சு முட்டி செத்துப் போச்சு. அம்மாவுக்குக் கரு இழந்த வலியும், சுமந்த வலியும் அறிஞ்சவதேன். இந்த ஜென்மத்தில் தனக்குன்னு வாரிசு இல்லைன்னு வருத்தம் செல்லம்மாவுக்கும் நிறைய நா வந்துருக்காம். நா வந்த பெறவு அந்தக் குறை தீர்ந்து போச்சாம்.

ராக்காயி தாயி கருணை காட்டிட்டா. இந்தக் கரு தங்கியது குடும்பத்துல புதுசா பூத்தது போல மனசு துளுத்து இருந்துச்சு. அம்மா தாங்கு தாங்குன்னு தாங்கிச்சு. சின்னம்மாக்கு இது புதுசாக இருந்துச்சு. மசக்கையில் மாங்கா திங்க, சாம்பல் திங்க, ஒடம்புக்கு நோவு ஏதும் வந்தா யாருகிட்டையாவது சந்தேகம் கேக்க வெட்கம் புடுங்கித் திங்கிதுன்னு ஒளிஞ்சே இருந்துச்சு. மொகம் பளபளன்னு ஆக ஆரம்பிச்சது. ஊடையில வாந்தி, மயக்கம் வேற. கால் அவ்வப்போது வீங்கிடுச்சு. சாப்பிட வேற முடியல. வாய் கசந்து வயிறு அப்பப்ப குத்துச்சு.

அம்மா கவனிப்பில கனிந்து போச்சு. அம்மா மீது இருந்த கசப்பு எல்லாம் பறந்து போச்சு. “அடியே செல்லம்மா! நீ இல்லாட்டி தருசா போயிருப்பேன்டி” அடிக்கடி சொல்லும். மாசம் நிமிசமாய்ப் பறந்துச்சு. மருத்துவச்சியிடம் சொல்லி வச்சாக. ஒரு வேள புள்ள ஏதும் தல பிரண்டு கிடந்தா, வயித்த கிழிச்சு புள்ளைய எடுக்க புது பிளேடு, வெள்ளைக்கு போட்டுப் பழைய வேட்டி, சுடுதண்ணி வைக்க அலுமினிய தேக்ஸ்சாவும் எல்லாம் வாங்கி வச்சாக.

“புள்ள பொறக்கும் போது நீ இருக்கணும் மாமான்னு அடம் பிடிச்சது சின்னம்மா. சின்னய்யாவுக்கு சுத்தமா ஒடன்பாடு இல்ல. “புள்ளத் தாச்சி ஆசப்படுது. ஆமான்னு சொல்லி வை அப்புறம் பாத்துக்குவோமு”ன்னு மருத்துவச்சி சொல்ல, சரின்னு சொன்னாரு. நா நெருங்கிச்சு. கனத்த ஒடம்பு இன்னும் கனத்துப் போச்சு. மூச்சு வாங்கிச்சு. ஒம்பதாம் மாசம் முதலா கால விரிச்சு வச்சுகிட்டு உட்கார பயிற்சி தந்துச்சு. ஒடம்புல சக்கர வேற இருந்ததால, காலெல்லாம் அரிப்பு வேற, படாத பாடு பட்டுச்சு. “எப்படித்தேன் அஞ்சாறு புள்ளைக பெத்தாளுகளோ? இனி ஒருத்தியக் கூட நாக்குல பல்லு போட்டுப் பேசக் கூடாது”ன்னு சின்னம்மா புள்ள பெத்தவகளப் பத்திப் பெருமை பேசும்.

வலி வர ஆரம்பிச்சுது. வீடே அலறியது. சின்னம்மா சின்னய்யாவின் கைய இறுக்கி பிடிச்சா. கால விரிக்கச் சொல்லி ஒரு சட்டத்துல தூக்கி

கால வச்சு முக்கச் சொன்னாக. சுத்தி, பத்து பொம்பள ஆளுக நின்னு ஆளுக்கொரு ஆள் சமாதானம் செஞ்சாலும் சின்னம்மா யாருக்கும் அடங்கல.

முக்கித் தக்கி கொண்டிருக்க, மத்தவங்க குலவைச் சத்தம் போட வீர்வீர்ன்னு சத்தத்தோடு பொண்ணு பொறந்துச்சு. சின்னம்மாவின் குரலும் ஓஞ்சது. இரத்தமும், சதையும் கலந்து "ஆவணி மாசம் நிறைஞ்ச பெளர்ணமியில மகாலட்சுமி பொறந்துருக்கு. ஆத்தா ராக்காயியே மகளாப் பொறந்திருக்கு" ன்னு செல்லம்மா பேசுவது எல்லாம் காதுல வாங்கி இருக்கு சின்னம்மா.

அவளுக்கு நாகலட்சுமி என்று பெயர் வச்சாக. லட்சுமி பொறந்த பெறவு, ஊர்க் கதை பேசி பொறணி பேசிக் கொண்டிருந்த காலம் மலை ஏறிப் போச்சு. விட்டத்தில் கொக்கி மாட்டி அதில் ஆறடி நீளமுள்ள கம்பி மாட்டி அதில் தொட்டி மாட்டி இருந்தோம். கிளுகிளுப்பச் சத்தம் ஒரு தலைமுறைக்குப் பெறவு வீட்டில் கேட்டுச்சு.

சின்னம்மாக்கு ஒரே மாசத்துல பால் வத்திப் போச்சு. எப்படி எப்படியோ பத்தியம் செஞ்சும் பால் ஊறின பாடு இல்ல. சின்னம்மாக்குப் பிரசவம் ஆன பெறவு ஒடம்பு இன்னும் கனத்துப் போச்சு. லட்சுமியத் தூக்கி வச்சுக்க சிரமப்பட்டாக.

அம்மாதேன் லட்சுமிக்கும் எல்லாம். புள்ளக்கு கழிச்சல் கொஞ்சம் போனா ஊற வச்ச கிஸ்மிஸ் தண்ணிய வடிகட்டி, லேசா கொதிக்க வச்சு சங்குல கொடுப்பா. கப்புன்னு நிக்கும். கக்கிட்டே இருந்தா வசம்பு எடுத்து அரைச்சு வாயில் ஊற்றி விடுவா. சரியா வெளிய போகலலைனா வெத்திலை காம்பு எடுத்து பொச்சுல வச்சு விடும். கட்டிபட்டது எல்லாம் கலகலன்னு போகும். நெஞ்சுச்சளி இருந்தா சூடம் போட்டு எண்ணையக் காய்ச்சி அத வெத்தலையில தடவி விளக்குல வாட்டி நெஞ்சில் வச்சு எடுத்தா சளி கரைஞ்சு வெளியேறும். பெத்த புள்ள கணக்கா பாத்துக்குறான்னு சின்னம்மா சொல்லி ஆத்தாத்து போகும்.

ஒவ்வொரு உறவும் ஒரு விதமான அனுபவத்தத் தரும். லட்சுமி அப்படிப் பட்ட உறவாப் பொறந்தா. இறுகிப் போயிருந்தவகள இளக வச்சா. மழலை வாசம் புதுசு. பாசம் புதுசு. சின்னக் குருத்து வளர்றத பாக்கும் சுகம் அலாதியா இருந்துச்சு. ஆளாளுக்கு ஒரு மூலைக்கு ஓடி வேல செய்யுற மாதிரி வேல இருந்துகிட்டே இருந்துச்சு. யாரப் பார்த்தாலும் தவ்விக்கிட்டு ஓடி வருவா. நானா போதும். இந்த அனாதைய ஒரு ஜீவன் தேடுதுனு தோனும். இரவுப் பொழுது அம்மான்னா, பகல் பொழுதில் என்கிட்ட மட்டுந்தேன்

இருக்கும் லட்சுமி. கடைத் தெருப் பக்கம் போனா, போகுற வருகிற வண்டியெல்லாம் வேடிக்கை பாப்பா.

கா கான்னு காக்கா மாதிரி கத்தினா போதும், கெக்கற போட்டுச் சிரிப்பா. மடியில் உட்கார வச்சுக்கிட்டு "சிலுசிலுக்காக் கண்ணாடி! சிங்காராக் கண்ணாடி! என்னப் பெத்த ஆத்தாளுக்குப் பொன்னான கண்ணாடி" ன்னு பாடினாவே கைதட்டிக் கொக்கரிக்கும். யார் தச்ச சட்டை? தாத்தா தச்ச சட்டை, யார் தச்ச சட்டை? தாத்தா தச்ச சட்டை"ன்னு நாக்கு பெறண்டு உச்சரிப்பு வரப் பயிற்சி தந்தா குதிப்பா. "ஓதாமல் ஒரு நாளும் இருக்க வேண்டா"முன்னு சொல்ல ஆரம்பிச்சா உத்துப் பார்ப்பா. உப்பு மூட்டை தூக்கிட்டு "உப்பே! உப்பே!" என்று சுத்தினா "பூ! பூ...!" ன்னு சொல்வா. ஆனை ஏத்தி கொண்டு சுத்தினா அரைமணி நேரம் ஆனாலும் இறுக்கி பிடிச்சுக்கும். எனக்காகவே இந்த உறவு பொறப்பு எடுத்து இருக்கோ, ஒரு வேள நம்மப் பெத்த அம்மாவே பொறந்திருக்கோன்னு தோனும்.

அண்ணேன்னு மொதமொதலா லட்சுமி கூப்பிட ஆரம்பிச்சப்போ, என்னப் பெத்த அம்மாளுனு கூப்பிட்டேன். பெத்த அம்மாவே குறுகுறுன்னு பாப்பது போலத் தோனும். அப்பதேன் சின்னய்யாவோடு அக்கா செகாமு, சுந்தரத்தை எம்மகளுக்கு தான்னு கேட்டு வந்துச்சு.

சின்னம்மாவப் பொருட்டாக் கூட மதிக்கல; நினைக்கல. அவ இறக்கும் போது கண்ணீரு கூடச் சிந்தல. அவ ஒருத்தி அடம் பிடிச்சிருந்தா இந்நேரம் நா ஆடோ மாடோ மேச்சுருப்பேன். நீயும் எந்தாயிதேன்னு நெனச்சுக்கிட்டு இருக்கும் போதே "அப்பா, அப்பா டாக்டர் வர்றாப்புல"ன்னு அறிவுமதி சொல்ல வழிஞ்ச கண்ணீரோடு நெனவுக என்ன படாதபாடு படுத்துது. வெரசா போயி கதவைத் திறக்க ஓடினாப்புல.

11

டாக்டர் அறைக்குள்ள நுழைஞ்சாரு. "என்ன நடந்துச்சு ஐயா"ன்னு டாக்டர் கேட்க, அறிவுமதி குறுக்க வந்தியான்.

"ஷ்ஷு! ஒங்கிட்ட கேட்டா மட்டும் பதில் சொல்லு! அவரால பேச முடியுதா, எப்படி அசைவு இருக்குன்னு பாக்கப் போறேன்"னு சொன்னதும் அறிவுமதிக்கு சுள்ளுன்னு மண்டைக்குக் கோவம் ஏறிச்சு.

"என்ன லூசு மாதிரி பேசுற! நா சொல்லாம, வாய் ஒடஞ்சு கிடக்குற ஆளா சொல்வாரு? கூட்டியாந்தது நானு. நா சொல்லாம வேற யாரு சொல்வா? படிச்சுட்டா ரப் ரொம்ப அதிகமா இருக்குமோ? நீயும் தொழில்தேன் பண்ணுற. நிலம சரியில்ல இப்போ. இதே வேற சூழலா இருந்திச்சுனா சங்க அறுத்து இருப்பேன். மோதிப் பாக்க வாடான்னு சொல்லிருப்பேன்"னு கோவத்துல மனசு கெடந்து பிராண்டிச்சு.

வாய ஒரு பக்கமா நகர்த்த முயற்சி செஞ்சாரு. குரல் எழும்பல. ஓஓவ் ஓஓவ்ன்னு குரல் எழுப்பினாரு; டாக்டரு கைகளத் தொட்டு பாத்தாரு; வலது கையக் கிள்ளினாரு; அழுத்திக் குத்தினார். சொரணை இல்லாமல் படுத்து இருந்தார். டாக்டர் கை ஓங்குவதைப் பாத்து, சுந்தரத்தின் மொகம் காட்டின பயத்த அவரோட கை காட்டல.

"வலிக்குதா?"

"இல்ல"ன்னு தலை அசஞ்சது.

நொட்டா காலில சிறிய சுத்தியால தட்டினாரு. கால இழுத்துக்கிட்டாரு. கையில சிறு குண்டூசியால் குத்திப் பாத்தாரு. கையயும் இழுத்தாரு. வலது கால்ல சுத்தியலால் தட்டினாரு. எந்த சுதாரிப்பும் இல்ல.

ஒரு கண் அரைக் கண்ணாய்த் திறந்து இருந்துச்சு. சுருங்கியும் போயிருந்துச்சு. மற்றொரு கண் வலி எடுத்துச்சு. கண் மொட்டுகள தூக்கிப் பார்த்தாரு. ஒரு பக்கம் கையால் மூடி, விரல்களைக் காட்டி

“எத்தனை” என்றார். மூன்று முறையும் தப்பாகவே பதில் சொன்னாரு.

இப்ப அறிவுமதி பக்கம் திரும்பி, “சொல்லுங்க! எப்படி இப்படி ஆச்சு?”

“கருக்கால நாக்காலில உக்காந்து கணக்கு எழுதிக்கிட்டு இருந்து இருக்காரு. அப்ப ஒரு பக்கமா இழுத்துக்கிச்சு சார், எம் பொஞ்சாதி பாத்த பெறவுதேன் எனக்குத் தகவலு கொடுத்தா. ரொம்பக் காலமா பிரசர் இருக்கு, வெரசா பிரசர் மாத்திரை போட்டு இருக்காரு. கட்டுக்கு வரல. அப்புறமா இங்கே கூட்டியாந்துட்டோம்”

“சக்கரை இருக்கா”

“இல்ல டாக்டர்”

“சரி! ஸ்கேனுக்கு எழுதித் தாரேன். வந்த பெறவு என்னான்னு பாப்போம். வலி போக ஊசி எழுதித் தரேன். ஒரு வாரத்துக்கு குளுக்கோஸ் பாட்டுலு ஏத்தணும். காலயில ஒன்னு. மதியம் ஒன்னு ராத்திரி ஒன்னு. ஒரு வாரம் கழிச்சு இரண்டா மாத்திக்கலாம். மருந்து சரியான நேரத்துக்கு வாங்கித் தரணும். பணத்துக்கு ஏற்பாடு செஞ்சுக்கோங்க”

கிறுக்கிய எழுத்தில் கொள்ள மருந்து எழுதினாரு. ஸ்கேனுக்குத் தனிச் சீட்டும் எழுதி கொடுத்தாரு. ரசீதை வாங்கிகிட்டாப்புல அறிவுமதி.

“இன்னைக்கு போடுற குளுக்கோஸ் பாட்டிலும், மாத்திரையும் உடனே வாங்கி வந்துடுக”ன்னு நர்ஸ் சொல்ல செருமிக்கிட்டே நடந்தியேன் அறிவுமதி.

“சுடுதண்ணிய ஊத்திக்கிட்டுத்தேன் வராய்ங்க. அம்புட்டு நேரம் நிக்க வச்சாய்ங்களே. அப்ப அந்த உசுரு உசுராத் தெரியல. மசுரா தெரிஞ்சுது. நம்ம வலசலுல எவனையாவது காசு தயார் செஞ்சு, டாக்டருக்குப் படிக்க வச்சுப்புடனும். எம்புட்டு நாடகம் ஆடுறாய்ங்க” இன்னும் அறிவுமதிக்கு தணியவே இல்ல.

அறிவுமதி மருந்துச் சீட்டு வாங்கிட்டுப் போன விதமே நறுக்குன்னு பட்டுச்சு சுந்தரத்திற்கு. இந்த முண்டப்பயகிட்ட என்னென்ன பேச்சு வாங்கப் போறேனோ? எப்படி சமாளிக்கப் போறானோ? நா மீண்டு வராட்டியும் பரவாயில்ல. செலவு இழுத்து விடாம போய்ச் சேர்ந்துரணுமு”ன்னு நெனைச்சுகிட்டு இருக்கும் போதே வெளியில் யாரோ “பார்வதி”ன்னு கூப்பிடுற சத்தம் சுந்தரத்தின் புலம்பல்களை நிறுத்திச்சு. பொஞ்சாதி பார்வதி நெனப்புதேன் வந்து நின்னுச்சு.

முதல் முறையா அத்தை செகாமு சின்னய்யாவிடம் எம்மக பார்வதிக்குச் சுந்தரத்த தர்றீயா அண்ணேன்னு கேட்டு வந்து நின்னுச்சு. தகவலு சொல்லி அனுப்புறேன்னு சொல்லி அனுப்பிட்டாரு.

பெறவு பார்வதி வீட்டுப் பக்கம் வர ஆரம்பிச்சா. ஒத்தாசைக்கு வந்திருக்கான்னு சின்னம்மா சொல்லுச்சு. பார்வதி வந்து போறது மனசுக்குச் சரியாப் படல. சின்னம்மாக்கு சொகம் இல்லாத போது பார்வதியத்தேன் கூட மாட வேல செய்ய அனுப்பி வைக்கும் செகாமு. அப்பப்ப சின்னய்யா கூப்பிட்டு விடுவாரு. சொல்லி அனுப்பினா மட்டுந்தேன் வருவா. அடிக்கடி மாமா வீட்டுக்குப் போயி ஒரு எட்டு பாத்துட்டு வான்னு செகாமு சொன்னாலும் வர மாட்டா.

"அவகதேன் கூப்பிடலயே ஏன் போகச் சொல்லுற"

"போடி கூறு கெட்டவளே! எல்லா நாந்தேன் சொல்லித் தரணுமு"ன்னு செகாமு சொன்னாலும் புரியாது நிற்பா பார்வதி.

பார்வதி செகாமுக்கு ஆறாவது மக. பார்வதி கடிவாளம் கட்டிய குதிரை மாதிரிதேன் போய் வருவா. மாங்கு மாங்குன்னு வேல பார்ப்பா. அவ இந்த வீட்டுப் பக்கம் வர்றது எனக்குச் சுத்தமா புடிக்கல. நா வீட்டுல இருக்குற நேரம் பாத்து அவ வந்தா கதவ அடைச்சு வச்சுருவேன். அவ கதவத் தட்டிப் பாத்துட்டு அங்கேயே நிற்பா. நகர மாட்டா. வாசற்படியிலேயே உக்காந்து இருப்பா. போறவக வாரவகக்கிட்ட பேச்சு தந்துட்டு இருப்பா.

"ஏண்டியம்மா பொச்சு எரிய உட்கார்ந்து இருக்கவ"

"போக்கடம் இல்லாம உட்காரல ஆத்தா. இது எம் ஆத்தா பொறந்த வீடாக்கும். ஒரு வேலையா வந்தேன். கதவத் தொறக்க மாட்டுறாக. வீட்டுக்குப் போனா, சுதாரிப்பு இல்லாத நாயின்னு எம் ஆத்தா வையும். அதேன் உட்கார்ந்து இருக்கேன்னு பதில் தருவா"

என்னால பொறுக்க முடியாம கதவத் தொறந்து, லட்சுமி பாப்பா தூங்குது, போயிட்டு அப்புறம் வான்னு சொன்னாலும் விட மாட்டா. நா ஒன்னும் தவ்விக்கிட்டு வரல. மாமியாதேன் புள்ளைய குளிப்பாட்டக் கூட்டியாரச் சொன்னிச்சாம். நீங்க என்ன இப்படிச் சொல்லுறீகன்னு வெரசா வீட்டுக்குள்ள வந்திடுவா.

அவ வீட்டுக்கு வரும் போதெல்லாம், நாக்கை துருத்திக்கிட்டு இங்க வராதேன்னு மிரட்டி விடுவேன். நா ஏன் அப்படிச் சொல்லுறேன்னு களி மண்ணு மூளைக்கு வெளங்காது.

எனக்கு அப்படியே நேரெதிரு. அவ பள்ளியோடம் பக்கமே தல வைக்கல. எழுத்துக் கூட்டி வாசிச்சானா பல வருசமாகும். குறிப்பா, இறுக்கிக் கட்டின தாவணியும், நிமிர்ந்த நாய் வால் போல சடையும், கனகாம்பரம் பூ வைத்த தலையும் பாக்கவே சகிக்காது. நா ஒரு போதும் பார்வதியப் பொருட்டா நினைச்சதே இல்ல. வெக்கமுன்னா என்ன விலைன்னு கேப்பா. கேலி, கிண்டல் செஞ்சாக் கூட அது புரியாமத்தேன் பதில் பேசுவா. இவ நமக்கு ஒத்தே வர மாட்டா. பார்வதி எதயும் மனசில் வச்சிக்கத் தெரியாதவ. முகத்திற்கு நேராகப் பேசிப் பழக்கப்பட்டவ. எத்தனை முறை திட்டினாலும் பந்து போல வந்து நிற்பா. ஆனா ஒருமுறை அவளுக்குத் தவறுன்னு பட்டுட்டா அந்தப் பக்கமே திரும்பிப் பாக்க மாட்டா. சண்டன்னு வந்தா ஒரு கை பாக்காம விடமாட்டா. அவளுக்கு வாசல் தெளிச்சு, கோலம் போடுறதும், களையெடுக்க, நாத்து நட, சொம தூக்க, நெல் அவிக்க இப்படி வீட்டு வேல அனைத்தும் அத்துப்படி. ஆனா காதலு கத்திரிக்கா எதுவும் தெரியாத ரசனை கெட்டவ.

வெள்ளத் தோலு உள்ள புள்ளையாப் பாத்துத்தேன் கல்யாணம் முடிக்கணும். துறு துறுன்னு இருக்குற புள்ளையா இருக்கணும். கட்டிக்கிற புள்ள வெடியா இருக்கணும். மாசம் ஒருக்கா சினிமா கொட்டகைக்குப் போகணுமுன்னு கனா எல்லாம் கண்டேன். நல்ல மனசுள்ள புள்ளையத் தேடல. தாய் தகப்பன் இல்லாமத்தேன் வளருரேன்னு எண்ணமெல்லாம் மறைஞ்சு போச்சு. சர்ருன்னு கோவம் வர்றதாகட்டும், பிடிச்ச பிடியிலேயே இருக்குறதுமா மாறி இருந்தேன். அழகா இருக்கேன்னு திமிரு. தலக்கனம். ஆனா அழகு மட்டும் இருந்தா வாழ்க்க இல்லைன்னு வாழ்ந்து பாத்த பெறவுதேன் தெரிஞ்சுது.

அப்ப எனக்குப் பத்தொன்பது முடிஞ்சு இருபது ஆரம்பமாச்சு. இந்த முறை சின்னய்யா ஏதும் கேட்டா பார்வதிக்கு நேரா அடுத்தவ அங்கையற்கண்ணியத்தேன் பிடிச்சுருக்குன்னு சொல்லிடுவோமுன்னு யோசிச்சு வச்சு இருந்தே. சின்னய்யா நம்ம விருப்பத்த மீறி செய்ய மாட்டாருன்னு நம்பிக்கை இருந்துச்சு. செகாமு திரும்பவும் இன்னொரு முறை சின்னய்யாவப் பாக்க வந்துச்சு. சின்னய்யா பட்டுன்னு சரின்னு சொல்லிட்டாரு. நா நெனச்சது மாதிரியே, நா அவரு பேச்சை மீற மாட்டேன்னு நெனச்சு இருக்காரு.

சின்னய்யாவிடம் சொல்லவும் முடியாம, மெல்லவும் முடியாம விக்கித்துப் போனேன். அம்மா பல்லு புடுங்கிய பாம்பு போல இருந்தா. எப்படியும் அவ பேச்சு எடுபடாதுன்னு தெரியும்.

ஒரு நா பட்டாசாலையில இருக்கும் போது சின்னய்யா பேச்ச ஆரம்பிச்சாரு. யென் அக்கா செகாமு அவ மக பார்வதிய சுந்தரத்துக்குக் கேட்டு வந்துச்சு. நானும் யோசிச்சு பாத்தேன். பார்வதிக்குப் பெறவு இன்னும் ரெண்டு பொட்டப் புள்ளைக இருக்கு. இந்தச் சம்பந்தம் அமைஞ்சா செகாமுக்கும் பாரம் கொறையும். அவ மனசு குளிரும். அதேன் சரின்னு சொல்லிட்டேன்னாரு. நா அமைதியாய் இருந்தேன். "சுந்தரம் சம்மதம்தானே"ன்னார்.

"இல்ல சின்னையா அந்தப் புள்ள வேணாமு"ன்னு நிறுத்தினேன்.

சின்னய்யா நறநறன்னு பல்லை கடிச்சார். சின்னய்யா, சின்னய்யான்னு அவர் பேச்சுக்கு மறு பேச்சு பேசாத நா, இப்படி பேசியது சின்னய்யானால தாங்க முடியல. கிறுகிறுப்பு வந்தது போல உட்கார்ந்தாரு.

நானும் விடல. வேணுமுன்னா இரண்டாவது புள்ளைய கட்டிக்கு றேன்னு சொன்னதும் கோவம் தலைக்கேறியது சின்னய்யாவுக்கு. மொத மொறையா அடிக்க கை ஓங்கினாரு. சின்னம்மா "அய்யோ, அய்யோ"ன்னு கத்த, அம்மா பாய்ஞ்சு தடுத்தா.

"மைனர் என்ன சொல்லுறாரு பார்த்தியா? நம்ம குடும்பத்தில பொறந்த பய மாதிரியா பேசுறான்"னு சின்னய்யா அழுதாரு. மயங்கி விழுந்துட்டாரு. மற்ற குடும்பத்தில் நடக்கும் சாதாரணச் சண்ட, இங்க பெரிய பிரளயமா ஆகிருச்சு. தண்ணி எடுக்க ஓடினா அம்மா.

"எந்திரி சின்னய்யா! எந்திரி!"ன்னு நா கூப்பிட்டது சின்னய்யா காதுல தூரத்து இடி முழக்கம் போலக் கேட்டிருக்கு. "சின்னய்யா நா கட்டிக்கிறேன்! பார்வதிய கட்டிக்கிறேன்" சொல்லச் சொல்லி அம்மா முதுகுல நாலு தட்டு தட்டினா.

சின்னய்யா நெனவு இழந்து ரொம்ப நேரமாச்சு. சட்டயக் கழட்டி விட்டு, விசிறி வச்சு வீசிக்கிட்டு இருந்தேன். கண்ண தொறக்காம இருக்க இருக்க அம்மாவும், சின்னம்மாவும் நெஞ்சு நெஞ்சா அடிச்சுக்கிட்டு இருந்தாக. கண் திறக்க நேரமாச்சு. ரெண்டு கண்ணும் சிவந்து இருந்துச்சு. "கிறுக்குத்தனமா பேசிப்புட்டேன். மன்னிச்சுடுக சின்னய்யா!"ன்னு சொல்லியும் மொகம் இருட்டடஞ்சு இருந்துச்சு. சின்னய்யா பேசாமலே இருந்ததுதேன் பெரிய தண்டனையா இருந்துச்சு.

அடுத்த நா சின்னம்மா செகாமுக்கு நல்ல சேதி சொல்லி அனுப்பினாக. "விடிவுகாலம் பொறந்துருச்சு, பார்வதி கொடுத்து வச்சவன்"னு சொல்லி பஞ்சாங்கத்தப் பாக்க ஆரம்பிச்சாக. செகாமு வீட்டில் கலகலப்பு கூடுச்சு.

அறிவுமதி மருந்து வாங்கிய கையோடு அந்த நர்ஸ் பொண்ணயும் அழைச்சுட்டு வந்தான். குளுக்கோஸ் பாட்டில பொருத்தி விட்டு, கையில் நரம்பு இருக்கும் இடத்தைத் தேடினா. நரம்பில் பின்னிப் பிணைஞ்ச நெனவுகளின் ஓட்டம் இரத்த ஓட்டத்தை விட அதிகமாக இருந்துச்சு. பஞ்சு எடுத்துத் தடவினா. ஊசி குத்தியதும் சொட்டுச் சொட்டாய் குளுக்கோஸ் இறங்கிச்சு சுந்தரத்தின் நெனவுகளப் போல.

12

"மருந்து இறங்கிக்கிட்டு இருந்துச்சு. அறிவுதேன் மூலையில் உக்காந்து இருக்கியான். எல்லாரும் அவன ஏசுறது புரியுது. புரிஞ்சு என்ன செய்ய. ஆனா பாழாப் போன வீம்புதேன் எல்லாத்துக்கும் காரணம். இப்பதேன் தாமிரா மேல அன்பா இருக்கியான். காலம் போன கடைசில கொழஞ்சி பேசுறியான். புடிச்சத வாங்கித் தர்றியான். இந்த மாற்றம் உப்பு சப்புக்கு உபயோகம் இல்லாத நேரத்துல வந்திருக்கு"

அறிவுக்கு மூளையில ஏதேதோ ஓடிக்கிட்டு இருந்துச்சு. "கொஞ்சம் கூட சூதானம் இல்லாம இருந்துட்டேன். எதிர்காலமுன்னு ஒன்னு இருக்குன்னு தெரிஞ்சும், கூறு இல்லாம வாழப் பழகிட்டேன். பெத்தவகளக் காவந்து செய்யும் கடம இருக்குதுங்குறதையும் மறந்துட்டேன். எம்புள்ளைகளுக்கும், எம் பொஞ்சாதிக்கும், எம் பெத்தவகளுக்கும் பாரமாதேன் வாழ்ந்து இருக்கேன். சிரமத்துல இருக்கும் போது காசுக்கு அடுத்தவங்க காலுல விழுவற போதுதேன் வாழ்க்க உரைக்குது. ஒரு காலத்துல பொட்டப் பயகதேன் இப்படி அடுத்தவைங்க காலப் பிடிப்பாய்ங்க. அடுத்தவன் கால நக்குறவனுக்கு எல்லாம் மீசை எதுக்குடா? பொண்டாட்டிய வச்சுப் பொழைக்கத் தெரியாதவன் எல்லாம் சேலை கட்டிக்க சொல்லுங்கடான்னு கேட்டு இருக்கேன். அதே எனக்குன்னு வரும் போது, நம்மளால இவ்வளவுதேன் முடியுமுன்னு சொல்லித் தப்பிக்குறேன். மனச்சாட்சிக் கெட்டவனா வாழுறதும் கஷ்டந்தேன். எப்படி காலமும் தள்ளப் போறேனோ? கண் கெட்ட பெறவு என்ன செய்ய? இப்போ எம் உடலு நெலயும் சரியில்ல. சக்கர எக்குத்தப்பா இருக்கு. உப்பு தின்னவன் தண்ணி குடிச்சுத் தானே ஆகணும்"

"அக்காகிட்டதேன் திரும்பவும் போயி நிக்க வேண்டி இருக்கு.

தாமிராவும் என்ன நம்பி எந்த நகையும் தரமாட்டா. எப்படித் தருவா? வேலைக்கு போனாத்தானே நம்பிக்க வரும். மும்பு ஒரு மொற கேட்கப் போயி சண்ட நாறி நரங்குலைஞ்சு போச்சு”

“நீயும் வேல வெட்டிக்கு போக மாட்ட. இருக்குறதையும் அழிக்கப் பார்க்குறீயா. இது ஒன்னுதேன் குறைச்ச. அதயும் தூக்கி முழுங்கிட்டு, என்னயும் மண்ணுல போட்டுப் பொதச்சுரு! யேன் உசுரே போனாலும் தர மாட்டேன் பாத்துக்கோ. ஒன்னக் கட்டி என்ன சொகத்தக் கண்டேன். ஏதோ எங்க அப்பேன், ஆத்தா இருக்கப் போயி மணம் பெத்துப் போனேன். இல்லாட்டி எம்புள்ளையும் நானும் எப்பயோ போயி சேர்ந்து இருப்போம். எந் தயவுலதேன் ஆம்பளன்னு ஊருக்குள்ள முறுக்கிக்கிட்டுத் திரியுற. ஒன்ன நம்பி பொண்ணு கொடுத்ததுக்கு நாண்டுக்கிட்டுச் சாகாம, நெத்தமும் சாகுறாங்க”ன்னு பொரிந்து தள்ளிட்டா. அவ பேருலேயும் நியாயம் இருக்குதானே. மனுஷன் இப்படிப் படுப்பாருன்னு நெனச்சே பாக்கலயே, மதுரை வீரா! காவந்து பண்ணிக் காத்திடய்யா"ன்னு கலங்கி அறிவு உக்கார்ந்து இருந்தியான்.

சுந்தரத்துக்கு இப்ப நெனவுக மட்டுந்தேன் ஆறுதலு. சின்னய்யாகிட்ட அப்படிப் பேசினது இன்னும் வருத்தந்தேன். சம்மதம் சொன்ன பெறவு பஞ்சாங்கம் பாத்து நா குறிக்க ஆரம்பிச்சாக. வைகாசியில ஊர்த் திருவிழா இருக்கு. அதால ஆவணியில வைக்கலாமுன்னு சின்னய்யா சொல்ல எல்லாத்துக்கும் சம்மதம்.

சின்னய்யா செகாமுக்கு ஆவணியில் தேதி குறிக்க ஆள் அனுப்பி வச்சாரு. வளர்பிறையில வைக்கலாம். நிறைஞ்ச பௌர்ணமிய ஒட்டித் தேதி இருந்தா பாக்கச் சொன்னா செகாமு. திருவிழா கம்பம் ஊனும் முன்னே தேதி குறிச்சாக.

அம்மாவுக்கு இந்தச் சம்பந்தத்தில விருப்பமில்ல. அப்ப செத்த பய போல எம்மொகம் பாக்க சகிக்காம இருந்துச்சு. நானும் அண்டிப் பிழைக்கிறேன். அதால மீறிப் பேசமுடியலைன்னு அம்மா சொன்ன போது வலிச்சது. வைகாசித் திருவிழாவும் வந்துருச்சு. கோயிலில தோரணம் கட்டி மக்கள் எல்லாம் போக வர இருந்தாக.

அன்னைக்கு கோயிலு மணி அடிச்சுக்கிட்டே இருந்துச்சு. திருவிழா களைக் கட்ட ஆரம்பிச்சது. அந்த நேரம் பாத்துப் பார்வதி எதிரில நடந்து வந்துக்கிட்டு இருந்தா. அவ நெறமும், சகிக்காத அலங்காரமும், பொருந்தாத தாவணியும் கோபத்தக் கிளறிச்சு. இவ மூஞ்சிலேயா முழிக்கணும். யேன் வாழ்க்கையக் கெடுக்க வந்த பேயி! பார்வதிய வாழ்க்கையில வரக்கூடாதுன்னு வேண்டிக்கிட்டே நடந்தேன்.

ஆனா என்ன மாதிரியே பார்வதிக்கும் இந்தக் கல்யாணம் பத்திப் பெருசாக் கனவு இல்லாமத்தேன் இருந்திருக்கா. அவ சோட்டுக்காரிக வம்புக்கு இழுத்தா "ஆமா உலகத்துல நடக்காத ஒன்னா நடக்கப் போகுது. இங்க பாக்குற வேலய, அங்க போய்ப் பாக்கணும். அம்புட்டுதேன். இந்தப் பொம்பள சாதிக்கு மட்டுந்தேன் நின்னா குத்தம், உக்காந்தா குத்தமுன்னு பதில் சொல்வாளாம்.

"போடி! கேனச் சிறுக்கி! என்னடி நீ ஈனப் பேச்சு பேசிக்கிட்டு இருக்க? அவஅவ அந்த ராசன் கெடைக்க மாட்டாருன்னு காத்து கெடக்கோம். பூரிப்புல ஒரு சுத்து இந்நேரம் பெத்து இருக்க வேணாம். இவை என்னடானா இழவுப் பேச்சு பேசுறா. காலம் கலிகாலமடி. எதுக்குடி இந்தப் பொல்லாப்பு? எப்படியோ போறா. வாழபோறவ மாதிரியா பேசுறா எடுபட்ட முண்ட!"ன்னு காரித்துப்பி இருக்காளுக.

"வசதி வாய்ப்போடு சுண்டினா இரத்தம் வர்ற மாதிரி நிறத்தில மாப்புள்ள. இவளோ கருப்பு. நகை போடக் கூட வசதி இல்லாத குடும்பம். இவளுக்கு வந்த பகுமானத்தைப் பாரு! கடவுளுக்குக் கண்ணு இருக்கான்னு தெரியல"ன்னு ஊர்ல ஆங்காங்கே இப்படிப் பொறணி பேசினா போதும்.

"ஏ அரிப்பெடுத்தவளுகளா! ஏண்டி இப்படி வீங்கிப் போய் திரியுறீக, நடக்கும் போது எல்லாம் நடக்குமு"ன்னு நறுக்குன்னு சொல்லிட்டு நகர்ந்துருவா. காரியத்தில கருத்து. பார்வதிக்குக் கல்யாணமுன்னு ஊருக்கே வயித்தெரிச்ச.

இப்படிக் காமாரம் புடிச்சுப் பேசுவதக் கேள்விப்பட்ட செகாமு, மகள வெளி வேலைக்கு அனுப்பாம முடிஞ்ச வரைக்கும் வெளியில அனுப்பல. "திருவிழா நேரமாக் கெடக்கு, எப்படி அனுப்பாம இருக்க? அடியே பார்வதி போனா போன இடம் வந்தா வந்த இடமுன்னு இருடி. எவ வாயிலேயும் விழாதடி"ன்னு சொல்லித்தேன் அனுப்புச்சு.

திருவிழாவுக்கு வந்தவககிட்ட சின்னம்மா பெருமையா "எங்க சுந்தரத்துக்கு ஆவணியில கலியாணம் வச்சுருக்கோம் வந்துருங்க"ன்னு சொல்லச் சொல்ல ஈயத்தக் காய்ச்சி ஊத்தியது போல இருந்துச்சு எனக்கு. வந்தவக எல்லாம் "ஏலே சுந்தரம்! பொண்டாட்டி வந்துட்டா! கண்டுக்காம அவ பின்னாடியே போயிடாதலே" ன்னு கிண்டல் வேற. எரிச்ச மசுரா வந்துச்சு. கூட்டாளிக ரெண்டு பேருக்கு இந்த விசயம் தெரிஞ்சு போச்சு. ஓலு பேச்சு பேச ஆரம்பிச்சானுக. பைத்தியம் புடிச்ச மாதிரி சுத்தினே. இந்த எரிச்சலுக்குக் காரணம் ஆவணிக்கு இன்னும் ரெண்டு மாசமே இருந்துச்சு. அதுக்குள்ள கல்யாணத்த

நிறுத்தணும். எப்படிப் பேசி சமாளிக்கப் போறேனேன்னு விசனம் அதிகமாச்சு. “அப்பனோ, ஆத்தாவோ இருந்திருந்தா இப்படித் தள்ளி விட மாட்டாங்கள்ல”ன்னு நெனப்பு வந்தாலும், சின்னய்யாவின் அன்புக்கும், அம்மாவின் அனுசரணைக்கும் என்ன குறைச்சல்ன்னு மனச்சாட்சி போட்டுப் பிசஞ்சது; மனசு கெடந்து சண்ட போட்டுச்சு. ஒரு வேள இவங்க ஆதரிக்கலைன்னா என்னா ஆயிருப்பே”ன்னு நெனப்பு வந்ததும் அதுதேன் சரின்னு பட்டது.

திருவிழா முழுக்க நா வீட்டில் இல்லை. ராவுல காவலுக்குக் போயிடுவேன். திருவிழானாலே ராத்திரிதேன் களைகட்டும். வயக்காட்டுலயேதேன் கிடந்தேன். எதிலும் சிந்தை போகல. கோபுரத்தில கட்டிருந்த குழாயிலேர்ந்து கசியுற பாட்டு காத்தோடு கலந்து வயல் வர விட்டுவிட்டுக் கேட்கும்.

நா இந்த வயலுல காலடி எடுத்து வைச்ச அன்னைக்கு சின்னய்யா, எங்கயால நட்ட மாமரத்தப் பாரத்துமே அழுகை வந்துடுச்சு. அனாதைங்குற எண்ணம் வரும் போதெல்லாம் இந்த மரமே ஆறுதலா இருக்கும். அழுகனாலும் அழுக சன்னப்பத அழுக. ராவு முழுக்க அழுகதேன். அன்னைக்குன்னு பாத்துப் புழுதிக் காத்து எங்கிருந்தோ வந்துச்சு. மாமரம் ஆங்காரமாய் வீச ஆரம்பிச்சது. மாமரத்தின் சலசலப்பு அதிகமா இருந்துச்சு. சில இலைக உதிர்ந்து கட்டிலில விழுந்துச்சு. மரம் எனக்காக அழுதது போல இருந்துச்சு.

நெலாவின் அருகாமை, மாமரத்தின் சலசலப்புத்தேன் அந்த நேரத்துல ரொம்ப ஆறுதல். பூத்திருந்த மாம்பிஞ்சுகளின் நறுமணம் மூக்குல போயி ஏதோ செஞ்சது. மாமரத்தைப் பாத்தேன். காற்றில் அசஞ்சுக்கிட்டு இருந்துச்சு. மாங்கொட்டையிலிருந்து இத்தனை பெரிய மரம்! அந்தக் கனியிலும் மீண்டும் மாங்கொட்டை! மண்ணுக்கு ஏத்த மாதிரி மாம்பழத்திலும் சாதி இருக்கு! ஒலகம் எவ்ளோ விசித்திரம்! இப்படி ஒரு அதிசயம் எனக்கு ஏதும் நடந்து சின்னய்யா மனசு மாறக் கூடாதேன்னு சிந்தனை வந்துச்சு. கண்ணுக்கு எட்டிய தூரம் வர பச்சை வயல் மங்கிய வெளிச்சத்தில் வேறு நிறமாய்த் தெரிஞ்சது.

தென்னை மரக்கீத்தைக் கிழிச்சுகிட்டு வந்த நெலாவின் ஒளி கண்ணில் பட்டுத் தெறிச்சது. தென்னை மட்டும் எப்படி இத்தனை உயரமாக இருக்கு! கொல கொலயா காய்க்குது! கீழே விழுந்தாலும் உடையாத அளவுக்கு மட்டை! அத உரிச்சா ஓடு! எவ்ளோ பாதுகாப்பாக இறைவன் படைச்சு இருக்கான்ல! ன்னு தோனும்.

கிணத்தில் பாம்புக நீச்சலடிச்சுக்கிற சத்தம் கேட்டுச்சு. எட்டிப் பாத்தேன். நெலாவின் வெளிச்சம் பாம்பு மேல பட்டு மாணிக்கமா மின்னுச்சு. கொஞ்சம் நடந்தா தேவலன்னு தோன, நடந்து போனேன். அந்த மொற வாழை நட்டு இருந்தோம். வரப்பில நடந்தேன். கன்னத்தில வாழை இலையின் வருடல் இதமாக இருந்துச்சு. எடை தாளாம சாய்ஞ்சிருந்த தார் “என்னத் தாங்கிப் பிடிங்க!” ன்னு கேக்குறது போல இருக்க, கயிறு எடுத்து வந்து பக்கத்து வாழையோடு இழுத்துக் கட்டினேன். வாழைய நெல்லு போல நாத்தா நடுறது இல்ல. ஒரு கன்ன வெட்டி வச்சாலும் வந்திடும். எப்படி அது வாழைத்தார் போடுது என்ற யோசனை வந்திட கண்கள் விரிஞ்சது. வாழைத்தார கூட ஏத்துக்கலாம். வாழைப்பூ இன்னும் அவருக்கு ஆச்சரியத்தைத் தந்துச்சு. வாழைப்பூப் போல, மத்த கனிகளில் பெரிய பூ பூப்பது இல்ல. இந்த கதலி போல எம் வாழ்க்கயும் அமையாதா?

வரப்புல ஊடு பயிராப் போட்ட வெங்காயத்தைப் பாத்தாரு. இது எப்படி மேல காய்க்காம மண்ணுக்கு உள்ள கொத்தா மொளக்கிது. எல்லா ஆண்டவென் செயல். சரியான நேரத்துல மழ பேஞ்சாவே விவசாயம் தழைக்கும். பயிருக வாடினா போதும் மனசு படுற பாடு இருக்கே அது கல்லு மனசு உள்ளவனயும் கரைய வச்சுரும். எந்த வெவசாயியும் பெத்தவக இறப்புல அழுததை விடப் பயிரு கருகி, அழுகிப் போனப்ப விட்ட கண்ணீரே அதிகம். ‘பனிக்கண் திறந்தா மழைக்கண் திறக்கும்‘, ‘தையில் முளைக்காத புல்லுமில்ல, மாசியில் விளையாத மரமுமில்ல’, ‘தைமாச மழ தவிட்டுக்கும் உதவாது’ ன்னு சரியா கணிச்சு வச்சு இருக்காக. இந்த ஆச்சரியத்தை யோசிச்சுகிட்டே மீண்டும் கட்டிலுக்கு வர நெலாவின் ஒளி மங்க ஆரம்பிச்சது.

செத்த அசந்தார். சுள்ளுன்னு அடித்த சூரியன் கண்ணுல பட்டதுந்தேன் எழுந்திருச்சேன். “கருக்கல்லுல சீக்கிரம் வந்திடு! கம்பம் போடப் போறாங்க”ன்னு அம்மா சொல்லி அனுப்புச்சு. நியாபகம் வந்துச்சு. அரக்கப் பரக்கக் கிளம்பினேன்.

பண்ணையாள் முத்தையாவும் வந்து சேர்ந்தார். “என்னாச்சு சின்ன முதலாளி? சுரத்த இல்லாம இருக்கு மொகம்! எப்பவும் நா வருமுன்னே விரசா கிளம்பி நிப்பீக. சொகம் ஏதும் இல்லையா”ன்னு கேட்டான்.

“ஒன்னுமில்ல முத்தையா!”ன்னு சொன்னேன்.

“பெரிய முதலாளி எல்லாத்தையும் சொன்னாக. நேத்து விசனப்பட்டுப் பேசினாக”

“என்ன சொன்னாரு சின்னய்யா”

“சுந்தரத்தை இதுவர கை நீட்டியது இல்ல முத்தையா. என்னால முடிஞ்ச நல்லதத்தேன் செய்யுறேன். கிறுகிறுப்பு வேற அதிகமாகுது. ஒன்னு கிடக்க ஒன்னு எனக்கு ஆச்சுன்னா சுந்தரத்திற்கு யாரு இருக்கா? குடும்பத்தைச் சிதைக்க ஆளுக வரிசை கட்டி நிக்குறாய்ங்க. செகாமுவும் அடுத்தடுத்துப் பொட்டப் புள்ளைகள வச்சு இருக்கு. அவ எப்படி கரை சேப்பா? இதெல்லாம் நெனைச்சுத்தேன் இப்படி முடிவு எடுத்தேன். ஆனா சுந்தரத்துக்குப் பார்வதிய மணம் முடிக்க விருப்பமில்லன்னு சொல்லிட்டாப்புல. எனக்கே யோசனையாத்தேன் இருக்கு. மனசுல விரிச இருந்து ஒன்னு சேர்ந்தா வாழ்க்க வசப்படாது”

“மண்ணுல விளையுற ஒவ்வொன்னும் அதுக்காகவா வாழுது. முட்டி மோதி முளைச்சு, மிதிபட்டு, உதைப்பட்டு துளிர்விட்டு வளருது; காய் கொடுக்குது; கனி கொடுக்குது; வீடா மாறி நம்மைப் பாதுகாக்குது; நமக்கு சுவாசத்தத் தருது; என்னைனக்காவது அதுக்காக வாழுதா. எத்தனை அழகா இருந்தாலும், உலகத்துல உசந்த பொருளா இருந்தாலும் அது அந்தத் தன்மையிலிருந்து மாறுறது இல்ல. நாம நினைக்குற மாதிரி வாழ்க்க அமையாது. அமையுற வாழ்க்கைய அப்படியே ஏத்துக்கிட்டு நாமும் அப்படியே வாழணும். நமக்கான வாழ்க்க பொறக்கும் போதே முடிவு ஆகிருச்சு. அததுப்படிதேன் நடக்கும். நாம தடுக்க முடியாது. அப்படித்தேன் வாழ்ந்துகிட்டு இருக்கேன். இதெல்லாம் சுந்தரத்திற்கு எப்படிப் புரிய வைக்க. இளந்தாரிக்கு இந்த வயசுல ஏது எடுத்துச் சொன்னாலும் மண்டைக்கு ஏறாது. அவரு நெனப்பக் கலைக்க எனக்கு எந்த உரிமயும் இல்ல”ன்னு சொன்னாரு பெரிய மொதலாளி.

எனக்கு சின்னய்யா காலுல விழுந்து அழணும் போல இருந்துச்சு.

“கலங்காதீக சின்ன மொதலாளி! இது மாதிரி எல்லாத்துக்கும் நடக்கும். கடந்து போவோம். நமக்குன்னு என்னவோ அத ஏத்துக்கணும். அவரு சொல்லித்தேன் நா மனுஷனாவே இருக்கேன். அய்யாவோட உறவா இருக்கிறதே பாக்கியம். அவரு குளிர்ற மாதிரி நடந்துக்கங்க! நல்லா இருப்பீக! அவரு வயிறு எரியுற மாதிரி நடந்துக்காதீக!”ன்னு சொல்லிக்கிட்டே முத்தையாவுக்குப் பொட்டுப் பொட்டாய்க் கண்ணீர் விழுந்துச்சு.

ஒரு வேள சோறு போட ஆள் இல்லாதவனுக்கு அரண்மனை போல வீடு. மட்டு மருவாத தர்ற உறவுக. உடுத்திக்க வெள்ளைச் சொக்கா. இந்தப் பகுமானம் பத்தாதோ இந்தத் துரைக்குன்னு எம்மனசு

செருப்பால என்ன அடிச்சுது. 'எடுக்குறது பிச்சை ஏற நினைக்குறது பல்லாக்கு'ன்னுற சொலவட வேற நியாபகம் வந்துச்சு. மௌனமாய் ரெண்டு பேரும் நின்னோம். ஏதோ மனசுல தீர்வு வந்த மாதிரி இருந்துச்சு.

சட்டார்ன்னு வராண்டாவிலிருந்து யாரோ அழும் சத்தம் கேட்டுச்சு. தூரமாய்க் கேட்ட குரலு, கொஞ்சம் கொஞ்சமாய் அதிகமாச்சு. ஓவென்று கதறல் குரல். படக்குனு எழுந்திருச்சாப்பல அறிவுமதி. வீங்கிய கண்ணோடு நெஞ்சில அடிச்சுகிட்டு எங்கைய பிடிச்சுக்கிட்டா வேதவள்ளி. உதட்டைச் சுழித்துக்கிட்டு அழப் போனேன். கன்னத்திலும் தலயிலும் பெரும் வலி எடுத்துச்சு.

"தம்பி போனு செஞ்சப்பதேன் தெரிஞ்சுச்சு! என்ன கிரகக் கோளாறோ, இப்படியா வந்து தொலைக்கும். நம்ம பரம்பரையில் யாருக்கும் இப்படி வந்ததில்ல. அம்மா இருந்து இருந்தா இப்படி எல்லாம் நடந்திருக்குமா. தெனமும் குலசாமியக் கும்பிட்டு விளக்கு ஏத்தி, சூடம், பத்தி எல்லாம் பொருத்தி வச்சுரும். அது இருந்த வரைக்கும் இப்படி எந்தச் சீக்கும் யாருக்கும் வந்ததில்ல. குலசாமியும் கை விட்டதில்ல. இப்போ யாரு அத எல்லாம் செய்யுறா"ன்னு எங்கைய பிடிச்சுக்கிட்டு உக்கார்ந்திருந்தா.

வேதவள்ளி வயசுக்கு வர்றதுக்கு மும்பு அவ கையப் பிடிச்சுக்கிட்டு திருவிழாக் கடைக்கு அழைச்சுட்டுப் போயி, பல வருஷம் கழிச்சு அவ கைப்பட்டது பெரும் ஆறுதலத் தந்துச்சு.

"அம்மா இருந்திருந்தா எவ்வளவு தெம்பத் தந்திருக்குமு"ன்னு மக சொன்னத நெனச்சுகிட்டே பஞ்சாங்கம் பாத்த நெனவுக என்ன அழைச்சுட்டு போச்சு.

மருந்து இறங்க இறங்க கை கடுகடுத்துச்சு. கைய ஆட்டி சைக செஞ்சேன். ஆட்ட ஆட்ட வலி அதிகரிச்சது. பார்வதியோடு இப்பதேன் உம்மையான அன்போடு வாழ்ந்துக்கிட்டு இருக்கேன்.

13

நர்ஸ் புள்ள மருந்து பாட்டிலக் கழட்டிட்டு போச்சு. பொழுதுசாய வருவதாச் சொல்லிட்டு போச்சு. வேதவள்ளி கொண்டு வந்த பணத்த அறிவுமதியிடம் தந்தா. மாத்திரைய என்வாயில போட சிரமப்பட்டா. மாத்திரை வாயில் போட்டதும் தொண்டைக்குழியில சிக்கிக்கிச்சு. இருமல் அதிகமாக, தலயத் தூக்கி மடியில வச்சு மக தண்ணியத் தர, மாத்திர வழுக்கிட்டு வயித்துல போனதும் ஆசுவாசமாச்சு.

எம்மக என் விரலப் பிடிச்சு பல வருஷமாச்சு. அந்தக் காலக்கட்டம் அப்படி! எம்மடியில அவளப் போட்டுச் சீராட்டின காலம் போயி, அவ மடியில் நா மருந்து குடிச்சுக்கிட்டு இருக்கேன். மகளைத் தூங்க சொல்லி சைக காட்டினே.

“அப்பா! கம்பம் போடப் பஞ்சாயத்து கூடித் தேதி முடிவு செஞ்சாக. ஆத்தாகிட்ட வேண்டுதல் வச்சு இருக்கேன். நோவு தீர்ந்ததும். திருவிழாவுல கோயிலுக்குப் போயி வேண்டுதல நிறைவேத்தி விடுவோமு”ன்னு வேதவள்ளி சுருக்காப் பேசினா.

இந்தத் திருவிழாவப் பாக்க முடியுமா? எழுபத்தியொரு வருஷமா கண்ட திருவிழாவ இந்த முறை தவறவிடப் போறேன்னு தோனுது. இந்த மண்ணோட வாசத்த விட்டுப் போகப் போறேன்னு தோனுது. போகப் போற நேரம் தெரிஞ்சுட்டா நல்லதுதேன். வாழ்க்கயில அன்பத் தவிர அனைத்துமே மாயை என்பத எல்லாரயும் இழந்த பெறவுதேன் புரியுது. நெனவுகளத் தாண்டி வேற எதுவும் ஆறுதலா இல்ல!

முத்தையா சொன்னத நெனச்சுக்கிட்டே வீடு வந்து சேர்ந்தேன். அம்மா கோவிலுக்குக் கிளம்பச் சொல்லிட்டு இருந்தாக. நல்லா வேண்டிக்க! இன்னைக்கு வேண்டினா கண்டிப்பா நடக்குமுன்னு சொல்லுச்சு. யாருக்கும் எந்தப் பொல்லாப்பும் வராத மாதிரி இந்தக் கல்யாணத்த எப்படியாவது நிப்பாட்டிடுன்னுதேன் வேண்டினேன்.

அம்மா, எம்பேருல அர்ச்சனை செய்து கொண்டிருந்தா. அர்ச்சனை செய்யும் போது அம்மன் கழுத்தில் இருந்து மல்லிகைப் பூ மொழம் ஒன்று விழுந்துச்சு. "மல்லிகை விழுந்துருக்கு! நீ நினைச்சது எல்லாம் நடக்கும் தாயி!" ன்னு பூசாரி சொல்ல எனக்குத் தெம்பு பிறந்தது. சின்னையா மனம் நோகாதபடி இந்தக் கல்யாணம் நடக்கணுமுன்னு செல்லம்மா வேண்டி இருந்துச்சுன்னு எனக்குத் தெரியாது.

யென் நினைப்பெல்லாம் சின்னய்யாகிட்ட என்ன சொல்லலாம் என்பதப் பத்தித்தேன் யோசிச்சுக்கிட்டு இருந்துச்சு. ஏதாவது ஒன்னு சொல்லித்தேன் ஆகணும். சின்னய்யா ஒரு முடிவு எடுக்குறதுக்குள்ள நாம ஒரு முடிவச் சொல்லணும். சின்னய்யா ஒரு வேள கல்யாணத்த நிப்பாட்டிட்டா, அவருக்கு அவமானத்த ஏற்படுத்திரும். ஆனா நா எடுக்கப் போற முடிவு என்னத் தவிர எல்லாத்துக்கும் நிறைவத் தரும். ஏதேதோ யோசன. திருவிழா நேரத்துல குழாய் கட்டினாலே வீட்டுல பேசினாலும் காதுல விழுகாது. அதனால பேசவே முடியல.

திருவிழா வந்தாவே மெச்சு வீடாப் பாத்து குழாய் கட்ட வருவாக. குழாய் மாட்டினதுதேன் தாமசம், சத்தம் ஊருக்கே கேக்கும். அந்தக் குழாய் மாட்டின பெறவு ஊரே களைக்கட்ட ஆரம்பிக்கும். கொஞ்சம் கொஞ்சம் வெளியூரில் கட்டிக் கொடுத்த பொட்டப் புள்ளகள் தாயைத் தேடி வரும் கன்று போல ஒவ்வொருத்தரா வர ஆரம்பிப்பாக. பொழுது சாயத் தெருவில் உக்காந்தா போதும். பல நா பார்க்காத உறவுகள் பேசிக் கொள்ள ஆரம்பிச்சா, நேரம் காலம் தெரியாம பேசுவாக. நல்லது கெட்டது, போனது வந்தது எனச் சிரிப்பும், அழுகையும் சேர்ந்தே இருக்கும்.

ஒரு மொற கம்பம் ஊனும் முறையும், திருவிழா பத்தியும் சின்னய்யா சொன்னது இன்னும் நினைவுல இருக்கு. எப்போதும் வைகாசி மாதம் முதல் செவ்வாக்கெழம திருவிழா ஆரம்பிக்கும். அதுக்கு ஒரு வாரம் முன்னாடி மண்டகப்படியும், அதிலிருந்து ஒரு வாரம் முன்னாடி கம்பமும் ஊனப்படும்.

கம்பத்தை கவட்டை போலக் கம்பில் செய்து கம்மா புள்ளயார் கோயில் முன் வச்சுச் சாமி கும்பிட்டு, சாமி ஆடி வந்து கோவிலில் ஊனுவாக. கம்பம் ஊனிய நா முதலா வெளி இடங்களில் எங்கும் சென்று தங்கக் கூடாதுன்னு நம்பிக்க. பால்குடம் எடுக்குறவக, தீச்சட்டி எடுக்குறவக, அலகு குத்துக்கிறவக, காவடி எடுக்குறவக எல்லாரும் அன்னைக்குக் காப்புக் கட்டிக் கொள்ளனும். அப்படிக் காப்புக் கட்டிக்கிட்டா ரொம்ப சுத்தபத்தமா இருக்கணும். ஆட்டுக்கறி,

கோழிக்கறியோ வாசம் கூடப் படாம இருக்கணும். வேண்டுதல் நிறைவேத்த வர்றவங்க இருக்கும் இடத்திலேயே மாரியாத்தாள நினைத்துக் காப்புக் கட்டிக் கொள்வாக. வெளியூரில இருக்குறவக திருவிழா ஆரம்பிக்கும் முன்னாடியே வந்து, உறவுக வீட்டுல தங்கி வேண்டுதலை நிறைவேத்திக் கொள்வாக.

கம்பம் போட்ட பெறவு காப்பு கட்டி முளைப்பாரிக்கான வேலகள ஆரம்பித்து விடுவாக. வீட்டு முற்றத்தில் வேப்பிலை கட்டி இருந்தா முளைப்பாரி இந்த வீட்டில் எடுக்கப் போறாகன்னு குறிப்பாத் தெரிஞ்சுக்க முடியும். கடுமையான விரதம் இருப்பாக. குறிப்பா வயசு புள்ளகளத்தேன் முளைப்பாரி எடுக்க வைப்பாக. இன்னொரு காரணமும் உண்டு. எங்க வீட்டுல கல்யாணத்துக்குத் தக்க பொண்ணு இருக்குன்னு ஊருக்கு நாசூக்காத் தெரிவிக்குறது. வேடிக்கை பாக்கும் சனம், “இது யாரு வீட்டுப் பொண்ணு? லட்சணமா இருக்காளேன்னு பேசிக்குவாக. முளைப்பாரிய மண்டகப்படி அன்னைக்குதேன் அலங்காரம் செய்வாக. கோயில் வாசல்ல பந்தல் போடும் வேல ஆரம்பமாகிடும். நாற்பது அடி உயரமும், முன்னூறு அடி நீளமும் கொண்ட பந்தல் போடுவாக. திருவிழா நா நெருங்க, நெருங்க விதவிதமான கொடிகள கட்டுவாக. கோயிலச் சுத்தபத்தமா வச்சுக்க ஊர் மக்களே முன் வந்து சுத்தம் செய்வாக.

கம்பம் ஊனிய அடுத்த செவ்வாக்கெழம மண்டகப்படி ஆரம்பம். கவுண்டர் சமுதாயமே முதலில் மண்டகப்படி போடுவாக. ஊர்க் காவல் தெய்வமான மதுரை வீரன ஊருக்குள்ளே கொண்டு வந்தவக அவக. பாரம்பரியமா அவகளுக்குத்தேன் முதல் மண்டகப்படி செய்யும் உரிமை. பெறவு நாயக்கர், சேர்வார், வெள்ளாளர்ன்னு நாளுக்கு ஒரு சமூகமுன்னு மண்டகப்படி போடுவாக. ஒவ்வொரு சமூகமும் ஒரு சாவடி கட்டி இருப்பாக. அந்தந்தச் சமூகம் கட்டிய சாவடியிலதேன் மண்டகப்படி நடக்கும்.

அவக அவக வசதிக்கு ஏற்ப சாவடிய அலங்காரம் செய்வாக. அம்மனுக்கு ஒரு ஊஞ்சல் தயார் செய்து வச்சு இருப்பாக. அம்மன் ஊர்வலமா அழைச்சு வந்து சாவடியில் இருக்கும் ஊஞ்சலில் அமர்த்தித் தாலாட்டுவாக. அப்படித் தாலாட்டும் போது பின்னால் இருந்து ஒருத்தர் விசிறி விட, தெய்வமே வீட்டுக்கு வந்த திருப்தி இருக்கும். "ஏலேலே லோ லோ ஏலேலே ஏலோ"ன்னு தாலாட்டுப் பாடத் தெய்வீகமான சூழலில் சாவடி முழுக்க ஆளுக பக்தியால நிரம்பிருக்கும். விடியற்காலம் நாலு மணிக்கே அம்மனை சாவடியில் இருந்து மீண்டும் ஊர்வலமாக எடுத்துட்டு போயி கோயிலில இறக்கி

ஆராதனக் காட்டி, பூஜை செய்வாக. இப்படியே ஏழு நாளைக்கி ஏழு மண்டகப்படி நடந்த பெறவு எட்டாவது நாதேன் திருவிழா ஆரம்பிக்கும்.

கம்பம் போட்ட நாளில் இருந்து திருவிழா ஆரம்பிக்கும் ரெண்டு வாரம் வர கம்பத்துக்திற்கு மஞ்சத்தண்ணியும், வேப்பிலயும் வச்சு வணங்குறது வழக்கம். திருவிழா ஆரம்பிக்கும் மறுநா காலயில சேத்தாளி வேஷம் போடுவாக. வயல்காட்டுல இருக்கும் கரம்ப மண் எடுத்துச் சின்னவக, பெரியவக விருப்பப்படி ஒடம்புலத் தேய்ப்பாக. தேய்க்கும் போது ஒடம்புல சரும வியாதி ஏதும் இருந்தா இந்த மண்ண தேய்ச்சா சரியாகும். இந்த மண்ணை வயலில இருந்து எடுத்துச் சலிச்சு மணலத் தனியாப் பிரிச்சு எடுப்பாக. மணலை எறிஞ்சுட்டு, மிச்சம் உள்ளத பொட்டலத்துல மடிச்சு எடுத்து வருவாக. எடுத்து வந்த மண்ணைச் சிறிய சட்டியில போட்டுத் தண்ணி ஊத்திக் குழப்பி ஒடம்பு முழுக்க தேய்ப்பாக. ஆம்பிளப் புள்ளயா இருந்தா சட்டை போடாம, கால்சட்டை மட்டுமே போட்டுப் பூசுவாக. ஒரு செம்புல மஞ்சத்தண்ணி கலக்கி எடுத்துகிட்டு அதில கொஞ்சம் வேப்பிலயும் வச்சு எடுத்துட்டுப் போய் கம்பத்துல ஊத்துவாக. அப்படி ஊத்தும் போது மஞ்சள் தண்ணி எல்லாம் வழிஞ்சு கால்ல மிதி படும். வேப்பிலயும் கிருமிநாசினியா இருக்கும். ஒடம்புல நல்ல மாற்றத்தத் தரும்.

சேத்தாளி வேஷம் போட்ட நா முதலா வேண்டுதலும் ஆரம்பமாகும். சட்டி எடுக்குறவக சட்டி, வேப்பிலை, மஞ்சச்சேலை போட்டுக்கிட்டு நேரா கம்மாப் புள்ளயார் கோயிலுக்குப் போவாக. சங்கு சண்டி தயாரா இருக்கும். ரோசாப்பூ மாலை, பூப்பழத் தட்டோடு புள்ளயார்கிட்ட வச்சு அவுசியம் செஞ்சு மாலையக் கழுத்துல போடுவாக. மேளக்காரங்க அங்கே காத்திருப்பாக. வேணுமுங்குறவக அங்கேயே ஒப்பந்தம் பண்ணுவாக. வெளியூரில் இருந்தும் கூட்டிட்டு வருவாக. வாயில விபூதி கொஞ்சம் அள்ளிப் போட்டு நெத்தியில பூசி விடுவாக. பூசி விட்டதும் சங்கு ஊத, சண்டி அடிக்க, கொட்டும் அதிர ஆரம்பிக்க, குலவைச் சத்தம் போட அருள் ஏத்துவாக. அருள் வர ஆரம்பிச்சதும் மேளம் முன்னாடி போக உறவுகள் கூடக் கிளம்புவாக. அப்புறம் அடுத்த ஆளுக வருவாக.

சாமியாடி வர்றவக செருப்பு இல்லாமத்தேன் ஊர் சுத்தி வருவாக. நெய் ஊத்தினா மொகத்துல அனல் படாது என்பதால நெய் ஊத்துவாக. சாமியாடி வர்றவகள மக்கள் சாமியா நெனச்சு, காலில் தண்ணி ஊத்திச் சூட்டைத் தணிப்பாக. மஞ்சத்தண்ணிக் கலக்கி வச்சு இருப்பாக. வசதி உள்ளவக பானக்கமும் தயாரிச்சு வைப்பாக. புளிய

நாலு அஞ்சு மணிநேரம் ஊற வச்சு, சாறு எடுத்து, மண்டைவெல்லம் இல்லன்னா நாட்டுச்சக்கரை சேர்த்து, மிளகு, சுக்கு, எலுமிச்சை எல்லாம் கலந்து பானக்கம் தயாரிச்சு, சாமியாடி வர்றவகளுக்குக் கொடுத்தா கொஞ்சம் குளுமையா இருக்கும். வீட்டுக்கு வெளியேயும் வைப்பாக. யாருவேணா எடுத்துக் குடிக்கலாம். சில சமயம் விழுந்து ஆசி வாங்குவாக.

சேலைக் கட்டும் தனித்தன்மையா இருக்கும். சட்டி தூக்கிச் செல்லும் போது சேலை விலகிடாம, தட்டி விழுந்திடாம இருக்குற மாதிரி சேலையைக் கட்டி விடுவாக. அதே ஆணா இருந்தா வேட்டியக் கயிற்றால் இறுக்கிக் கட்டி விடுவாக. வேட்டியும், சேலையும் காலுக்கு முக்கா அளவுக்குத் தேன் இருக்கும்.

கோயில் நிர்வாகப் பந்தல் போட ஆரம்பிச்சதும் வெளியூரில் இருந்து கடை போட ஆரம்பிப்பாக. கடை போடுறவக கோயில் நிர்வாகத்திடம் கடை போடும் விவரம் சொல்லிப் பணம் கட்டி ரசீது வாங்கணும். வளையல் கடை, இனிப்புக் கடை, பொரிகடலக் கடை, போட்டா கடை, நாக மோகினிப் படம், ராட்டினம், குலுக்குக்கட்டை விளையாட்டு, துணிக்கடை, சேமியா பாயசம், சர்பத் கடை, பொம்மைக் கடை எனக் களைக்கட்டும். ஒவ்வொரு கடையிலும் மக்கள் பேரம் பேசி வாங்குறது அத்தனை சுகமா இருக்கும். கட போடுறவககிட்டயும் ஊரு, பேரு எல்லாம் விசாரிப்பு நடக்கும். “சாமி எங்களுக்கு வீடு, வாச கெடயாது. இம்புட்டுக் கஷ்டமும் எதுக்கு? ஒரு வா சோத்துக்குத்தேன்! இந்த மாரியாத்தாவாச்சும் கண் தொறக்குதான்னு பாப்போமு!”ன்னு சொல்லும் போதே கண்ணு கலங்கும். குடும்ப சகிதமாய், சிறிய தார்ப்பாயில ஒன்னா மண்ணா படுத்துத் தூங்கும் போது, அவக வாழ்க்க விடியாதான்னு இருக்கும். அதே கடைக்காரவக அடுத்தடுத்த வருஷம் வரும்போது வசதி, வாய்ப்பும் கூடியும் வருவாக.

காந்தித்தெரு ராமசாமி மக அவதேன். வேதாச்சலம் மகனோடு ஓடிப் போனவ, இப்போ செழும்பா இருக்கா. என்ன புரயோஜனம்? புள்ள இல்ல! அதேன் ஆத்தாளுக்கு நேந்துகிட்டு வந்துருக்கா. காசு கப்பு நல்ல வரவும்! போன வருஷம்தேன் ராமசாமி வீட்டுக்குள்ள சேர்த்துக்கிட்டாப்புல. இப்படிப் பல கதைகள திருவிழா முடிஞ்சும் பேசுவாக. நம்ம பழனியாண்டி பொண்டாட்டி சீக்காகி பீ, மூத்திரம் எல்லாம் எடுக்க ஆளில்லாம நாறி நரங்கொழஞ்சு செத்தான்னு வெளியூரில பஞ்சம் பொழைக்கப் போனவக, ஊருக்குத் திரும்பும் போது பல கதைகளத் தெரிஞ்சுகிட்டுப் போவாக.

திருவிழா ஆரம்பிச்ச நா முதல் வெள்ளிக்கெழம வர எல்லா நேத்திக் கடனும் நிறைவேத்துவாக. செவ்வாக்கெழம மொத ஒவ்வொரு நாளும் ராவுல நிகழ்ச்சி நடக்கும். ஒரு நா சினிமா; ஆடல் பாடல் ஒரு நா; நாடகம் ஒரு நா என விதவிதமாக் கொண்டாட்டம் இருக்கும். இங்கதேன் இளசுக சந்திக்கும் இடம். மண்ணுல உட்காந்துகிட்டுக் கையக் கைய உரசிக்கிட்டு நிகழ்ச்சி பாக்கும். அப்பப்போ சந்தேகம் வராத மாதிரி பேசிக்கும். மனசுக்குப் பிடிச்ச ஆள் நின்னா, "அய்யா உட்கார மாட்டாரோ?"ன்னு பொண்ணும், "ஏலே! இப்படி ஒரு அழகுச் சிலய பாத்து இருக்கியாலே?"ன்னு ஆணும் ஜாடமாடயாப் பேசிக்கிறது இந்தத் திருவிழாக் கூட்டத்துலதேன்.

விசாலக்கெழம இரவு பூப்பல்லாக்கு அலங்காரம் இருக்கும். பத்து வகைப் பூவால சப்பரம் முழுதும் அலங்காரம் செஞ்சு ஊரே மணக்க, மணக்க அந்த அலங்காரத்துல மூக்குத்தி குத்திய அம்மனைப் பாக்கக் கோடான கோடி கண்கள் வேணும். வெள்ளிக்கெழம மின்னலங்காரம். அம்மன் உருவம் சப்பரத்தில் இருக்கும் மின் விளக்குகள் வேற வேற நிறத்துல மின்னும். சனிக்கெழமதேன் தேர் இழுத்தல். ஒரு கார் போற அளவுக்கே உள்ள ரோட்டுல தேர இழுத்து வருவாக. வடக் கயிற இளவட்டங்கள் ரெண்டு பக்கமும் இழுக்க, முட்டுக்கட்ட வச்சுத் தேர நேர்ப்படுத்தி இழுத்து வரும் அழகுல தெருவே நிறைஞ்சு இருக்கும்.

ஞாயிற்றுக்கிழமை காலயில ஒன்பது மணிக்கு மஞ்ச நீராட்டு. கட்டிக்குற முறை இருக்குற ஆணும் பெண்ணும் மஞ்சள் தண்ணிய ஊற்றி மனசு விட்டுச் சிரிச்சுப் பெருமை பேசிக்குறதும், மறைஞ்சு இருந்து திடீர்ன்னு சவால் விட்டு ஊத்துறதும், அத்தனை ஆனந்தம். பத்து மணிக்கு எல்லாம் அலங்காரமே இல்லாம அம்மன் வலம் வந்து விடுவா. அம்மன் சுத்து வந்ததும் போதும், கறி புளி எடுத்து சோறு சமைச்சு சாப்பிடுவாக. ஊருக்கு வந்தவக ஒவ்வொருத்தரா அவக அவக ஊருக்குக் கிளம்பிட, மூனு வாரம் ஆரவாரம் அடங்கி ஊரே அமைதியாகும்.

கம்பம் போடும் இடத்துக்கு நா நுழைய, தலை நிறையப் பூவோடு கலகலச் சிரிப்போடு பார்வதி வரச் சரியாக இருந்துச்சு. பாவாடையைச் சிறிது உயர்த்திப் பிடித்து நடந்து வந்து கொண்டிருந்தா. சட்டெனச் சிரிப்பை நிறுத்தினா. முதல் மொறயா வெட்கம் புடுங்கித் திங்குற மாதிரி குறுகுறுன்னு பார்வதி கர்வத்தோடு பாத்த மாதிரி இருந்துச்சு.

ஆத்தாளின் கணக்கு தனக்குத்தேன் சாதகமா இருக்கப் போகுது என்ற மிதப்பில கோயிலிருந்து கெளம்புனேன் அன்னைக்கு.

14

“தாத்தா உங்க டெஸ்ட் ரிசல்ட் எல்லாம் வந்துடுச்சு, டாக்டர் வரும் போது சொல்லுவாரு”ன்னு ட்ரிப் ஏத்த வரும் போது நர்ஸ் சொல்லிட்டு போச்சு.

“அந்தத் தெய்வந்தேன் கண்ணத் தொறக்கணும். அவரளவுக்கு அவர் வேலயை செஞ்சுகிட்டு வேதனை படாம இருந்தாவே போதும். அந்தக் காலத்து ஜெமினி கணேசன் மாதிரி இருந்தவரு, இன்ன வரைக்கும் அவரு அம்சம் எங்க யாருக்குமே இல்ல. அவரயும் இந்தக் கோலத்துல பார்க்குற மாதிரி ஆண்டவன் செஞ்சுட்டானே”ன்னு வேதவள்ளி கண்ணைக் கசக்கிட்டு நின்னுச்சு.

சுந்தரத்துக்கு நிதானம் கொஞ்சம் மத்துவமாகுற மாதிரி உணர்ந் தாரு. இந்த நினைவுக எல்லாம் விழுந்த பெறவு வந்தது அல்ல. ஒவ்வொருத்தரா எப்போ அவர விட்டுப் போனாங்களோ, அது முதல மன்னிப்புக் கேட்கணுமுன்னு தோனும். ஆனா முடியாமப் போச்சு. இப்போ இருக்குற இயலாமையிலதேன் இப்போ வெளிப்படுது. இங்க வந்த ரெண்டே நாளில் இரும்பாக இருந்த மனசு அது போன போக்கில் போய்க்கிட்டு இருக்கு.

திருவிழாவும் முடிஞ்சது. அதே நேரம் தண்ணிப் பத்தாக்குறை வந்துடுச்சு. பஞ்சாயத்துத் தண்ணியத் திருவிழாவு உபயோகத்துக்குத் தந்திட்டதனால இந்தப் பஞ்சம். சுத்துப்பட்டி முழுக்க இது திருவிழா நேரம். தண்ணிய மாத்தியும் விட முடியாது. இந்தச் சமயத்திலதேன் அடிகுழாய்க்கு மவுசு அதிகமாவும். அசதியில படுத்து இருந்தேன். திடீர்ன்னு லகலகன்னு அடிபுடிச் சண்ட. வெரசா சட்டைய போட்டுட் டுப் போனேன். சண்ட போடும் சத்தம் நெருங்க நெருங்க சத்தம் அதிகமாச்சு. பார்வதி ஆங்காரமாய் கத்திக் கொண்டிருந்தா. அவ சோட்டுக்காரிக எல்லாம் அவக வராக வராகன்னு சொல்லியும்

நிறுத்தல. முண்ட இவள எப்படிக் கட்டி மேய்க்கப் போறேன்னு வைஞ்சுகிட்டே திரும்பவும் வீட்டுக்கு நுழைஞ்சேன்.

என்னோட மொணமொணப்பு அம்மாவுக்குத் தெரியும். எம்மொகம் பாத்துக் கேக்கும் மும்பே கத்தினேன். அந்த மூதேவி தெருக்குழாய்ல வம்பு இழுத்துகிட்டு நிக்குறா. விடிஞ்சதும், விடியாததுமா இப்படியா ராங்கி போல மல்லுக்கு நிப்பா. அவளா நம்ம குடும்பத்துக்கு ஒத்து வரப்போற.

“அய்யா! அய்யா! மெல்லப் பேசய்யா! சின்னம்மாக்கோ சின்னய்யாவுக்கோ காதுல கேட்டா சங்கடம். வேணாமய்யா! உணர்ச்சிவசப்பட்டுப் பேசாதய்யா! வாக்கப்பட்டு வந்த பெறவு நாம சொல்லுறதத்தேன் கேப்பா. நீ ஏதும் விசனம் படாதய்யா! என்ன விவரமுன்னு கேட்குறேன்” என்ன, சமாதானம் செய்யும் வித்த அம்மாவுக்குக் கை வந்த கலைதேன்.

“யக்கோவ் செல்லமாக்காவ்” ன்னு குரல் கேட்டு அம்மா வெளியில ஓடினா. “குழாய்ல ஒன் மருமக போடு போடுன்னு போட்டு விட்டா. வரிசையில நின்ன ஓந்தாயி மக மொறப்படி தண்ணி புடிக்காம, தரமா கேட்காம, குடத்த வச்சு இடிச்சுக்கிட்டு இருந்தா. ஏண்டி இப்படி இடிக்குற? விக்கிற விலைவாசில குடம் உடைஞ்சு போனா யாருடி வீட்டுல ஏச்சு வாங்குறது?”ன்னு ஒன் மருமக கேட்டுச்சு.

அதுக்கு அந்தக் கூறுகெட்ட சிறுக்கி உடைஞ்சா “ஒன் புருஷன்கிட்ட கேளு! அதுதேன் ஆத்தாளும், மகளும் சேர்ந்து பணக்காரப் பயல வளைச்சுப் போட்டுட்டீங்களே”ன்னு கேட்டுப்புட்டா.

“இங்கயாறு பதமாப் பேசுடி! ஒங் கையில கட்ட மொளைக்க! வளச்சுப் போட்டதப் பாத்தியா? விளக்குப் புடுச்சிகளா நீயும் ஒன் ஆத்தாளும்? யாரு, யாரக் கல்யாணம் பண்ணினா உனக்கு என்னடி செய்யுது? எதுக்கும் உங்க வீட்டு வாசல்ல வந்து நிக்கலைல. பொத்திக்கிட்டுப் போ. வந்தமா தண்ணி எடுத்தமான்னு இல்லாம, அடுத்த வீட்டுக் கதவ எட்டிப்பார்க்குறது எந்த ஊரு பவுசிடி? இனி இப்படிப் பேசிகிட்டு திரிஞ்ச ஆஞ்சி உட்டுடுவேன்” கத்தி உட்டுட்டா பார்வதி. இது மட்டும் இல்லக்கா ஓந்தாயி, பார்வதிக்கு கல்யாணம் பேசி முடிச்ச நா முதலா குழாயில ஜாடை மாடையா பேசிக்கிட்டு இருந்தா. அவ ஏதும் கணக்குப் போட்டு இருந்திருப்பான்னு நினைக்குறேன். அதேன் பொச்சுக்காப்பு அவளுக்கு. அதப் புரிஞ்சுகிட்டு ரெண்டு மூனு தரம் விட்டுப் பிடிச்சா பார்வதி. இந்த முறை வெளுத்து வாங்கிட்டா. மனசுல கபடம் இல்லாத புள்ள பார்வதி. உங்களுக்கு வேல வெட்டி

பாக்க சரியான ஆள் அக்கா பார்வதி. சரிக்கா! கௌம்புறேன்"னு தூப்பாக்குழி வீட்டுக் கனகு பேசினது என் காதுல விழுந்துச்சு. ஆனா ஆங்காரம் அடங்கல எனக்கு.

"சரி! சாப்பிட வா! உனக்குப் புடுச்ச குழிப்பணியாரம் செஞ்சு வச்சுருக்கேன்!" மைய்ய அரைச்ச தேங்காத் துவையலோடு, காரப் பணியாரமும், நாட்டுச்சக்கரை போட்ட இனிப்புப் பணியாரத்தையும் சுட்டு இலையில் போட்டுச்சு அம்மா. ஆனா சாப்பாடு இறங்கல.

"அய்யா! பார்வதி மேல எந்தக் குத்தமும் இல்லய்யா. ஒந்தாயி மவதேன் ஒரண்ட இழுத்து இருக்கா"ன்னு அம்மா சொன்னதும், அப்படியே கையக் கழுவிட்டு எழுந்தேன். அம்மா என்னயவே பாத்துக்கிட்டு நின்னா. பலகையில படுத்துக்கிட்டேன். ஒரு பக்கம் இவ அலப்பற, இன்னொரு பக்கம் முத்தையா சொன்னது வேற மனசுக்குள்ள படமா ஓடுச்சு.

இதுக்கு முன்னாடி அம்மாகிட்ட இப்படி மூஞ்சி காட்டினது இல்ல. அவ மனசு எப்படி நொந்து போயிருக்கும். நா யாருக்கு உபயோகமா இருக்கேன். அம்மா யாருக்காக இங்க இருக்கா. அம்மாவுக்கு என்ன வாழ்க்க இருக்கு? வடிச்சுக் கொட்டி வாழுறது யாருக்காக? அவக அப்பன் வீட்டோடு இருந்து இருக்கலாமே! எனக்காகத்தானே அடுப்புல கருகிக் கிடக்கா. சின்னய்யா என்னப் புள்ள மாதிரி பாத்துக்க வேண்டிய அவசியம் என்ன? இவங்க வளக்குறதுக்கு நா என்ன கைம்மாறு செய்யப் போறேன்? அவக மனசு நொந்து எந்த வாழ்க்க வாழ்ந்தாலும் அது வெளங்குமா? என் விசுவாசத்த வேற எப்போ காட்டப் போறேன். பட்டாசாலையில் படுத்துக்கிட்டே உத்திரத்தப் பாத்துக்கிட்டே ஒரே யோசனை. பார்வதி உங்க குடும்பத்துக்கு சரியான ஆளுன்னு தூப்பாக்குழி கனகு சித்தி சொன்னது வேற புத்தியில இருந்துச்சு.

"அம்மா! இங்க வாயேன்"ன்னு கூப்பிட்டேன். கல்யாணத்துக்குச் சம்மதம் அம்மா! பார்வதியக் கெட்டிக்கிறேன். மனசாரத்தேன் சொல்றேன்"னு சொல்லிட்டேன் தவிர, பெறவு நா யார் மொகத்தயும் பாத்துப் பேசுறதில்ல. சின்னய்யா மொகத்துல பெருமிதம் தெரிஞ்சுது. பத்திரிக்கை எழுத ஆள் கூட்டி வந்தாக. சாமி கும்பிட்டுட்டு ஆரம்பிச்சாக. யென் தலையெழுத்தை எழுதியதாத்தேன் தோனுச்சு. எல்லார் முகத்திலேயும் சந்தோச ரேக. ஆவணி 16 வளர்பிறையில் விழுந்துச்சு. அச்சுக்கு அனுப்பிடச் சொன்னாக. மாரியம்மன் கோயில்ல கல்யாணம். பந்தல் போட ஆள் இருக்கு. சமையலுக்கு முனியாண்டிய வச்சுக்கலாம். நல்ல முகூர்த்தம். சொல்லி வை! காசுக்கு ஆசப்பட்டு

வேற எங்கேயும் போயிடப் போறான். காசுக்கு பீ திங்குற பயலுக. முன் பணத்தை என்கிட்ட தந்து கொடுத்திடச் சொன்னாரு சின்னய்யா.

நாட்க பஞ்சா பறந்துச்சு. பத்திரிக்கை கொடுக்க ஆரம்பிச்சாக. ஆட்கள் வரப் போக இருந்தாக. எம்மவன் கல்யாணமுன்னு சொல்லித்தேன் பத்திரிக்க தந்தாக. வீடு வெள்ளை அடிக்கத் தொடங்கினாக. சின்னய்யாவின் வளப்பு சோட போகலன்னு பேசிக்கிட்டாக. ஜவுளி எடுக்க, செகாமு பண்ட, பாத்திரம் வாங்க வீட்டுச் சனம் எல்லாரும் போனாக. வீட்டுல சந்தோசம் தாண்டவம் ஆடிச்சு.

முகூர்த்தக் கால் ஊனியாச்சு. வெளியில நா போகக் கூடாதுன்னு சொன்னாக. நா வைக்க மாமன்மாருக வந்தாக. கல்யாணதுக்கு மொத நா நிச்சயம் செஞ்சாக. வாழைமரம் கட்டுனாக. மாவிலை, தென்னை ஓலைகள் தோரணங்களால வீடே அலங்காரத்தில நெறஞ்சது. மல்லிகை வாசம் தெருவே வீசுச்சு. அய்யர் நேரத்துல வந்துட்டாக. ஆவணி பதினாறு நல்ல முறையில விடிஞ்சது. கலகலப்பு கூடுச்சு.

பார்வதிக்கு ரெண்டு பக்கமும் பொப்பு வைத்த ஜாக்கெட்டும், மஞ்சள் கலர் பட்டுப் புடவையும் கட்டி, சவுரி முடிய, குஞ்சம் வச்சு கட்டிப் பூச்சடை போட்டுக் கூட்டி வந்தாக. அஞ்சு பவுன் நகய செகாமு போட்டாக. தலை குனிஞ்சு தாண்டி மேடைக்குப் போகணும். குழாய்க்குத் தண்ணி புடிக்கப் போற மாதிரி நடக்காதேன்னு நாத்தனாமாருக சொல்ல மேடை முழுக்க கொல்லென்ற சிரிப்பு சத்தம்.

நானும், பார்வதியும் ராஜ அலங்காரத்தில் மேடையில் இருக்க மங்களச் சத்தம் காதக் கிழிக்க, நாதஸ்வரம் மொழங்க தாலி கட்டினே. மிஞ்சு போடும் சடங்கு முடிஞ்சது. பார்வதி சோட்டுகாரிகள் யாரும் கல்யாணத்திற்கு வரல. திருமணம் முடிஞ்சு பாலும் பழமும் சாப்பிடக் கூட்டிட்டுப் போனாக. பார்வதி சாதிச்சுட்டாளேன்னு பேச்சே ஊரெங்கும் பேச்சாக இருந்துச்சு.

மொத ராத்திரி அன்னைக்கே ஏற்பாடு செஞ்சாக. அவளப் பிடிக்கல அப்படின்னு சொன்னவன் அவளத் தொட்டதும், நா சொன்ன எந்தக் கொறயும் தட்டுப் படல. காமத்துக்கு எதுவும் தெரியாது போலன்னு புரிஞ்சது. பார்வதி அடங்கிக் கிடந்தா. அன்னைக்குப் புருஷன், பொண்டாட்டி போல ஏதும் பேசிக்கல. அவளப் பாசமாப் பாத்தத விடக் காமமாத்தேன் பாத்தேன். மறுநாளே வாசல் தெளிக்க, தண்ணி தூக்க, அடுப்புக்கு மட்டை எடுத்துப் போட, மாட்டுக்குத் தண்ணி வைக்க என ஆரம்பிச்சா. எது செய்ய, ஏது செய்யன்னு யாருகிட்டயும் கேக்காம செய்ய ஆரம்பிச்சா. காட்டு வேலக்கு வர ஆரம்பிச்சா. எந்தப் பேச்சும் இருக்காது, சோறு போடும் போது அவ கேக்குறதுக்குப்

பதில் மட்டுந்தேன் சொல்வேன். நாட்க ஓடுச்சு. பார்வதி கருவுற்றா. லட்சுமிக்குச் சந்தோசம். “தம்பி வேணுமா? தங்கச்சி வேணுமா?”ன்னு கேக்க, தங்கச்சிதேன் வேணுமுன்னு சொன்னா. பத்தாவது மாதத்தில் வேதவள்ளி என்ன உரிச்சி வச்ச மாதிரி செவப்பா பொறந்தா. என்னக் குழந்தயா பாத்த வீட்டில வாரிசுகளால வம்சம் பெருசாச்சு. முப்பது வயசுல அப்பாயி ஆனா செல்லம்மா. அப்பாயிடம் ஒட்டிக்கிட்டா வேதவள்ளி.

“டாக்டர் வர்றார். எல்லாம் எழுந்து உட்காருக” எச்சரிக்கை மணி அடித்து விட்டு நடந்தா நர்ஸ். டாக்டர் முணுமுணுத்துக் கொண்டே விடு விடுன்னு உள்ள நுழைஞ்சார்.

“கண்ணு எப்படி இருக்கு?”

“கண்ணு சரியாத் திறக்க முடியல” சாடையில சொன்னாரு.

“அப்படியா! பிரஷர் இருக்குல்ல, அப்படித்தேன் இருக்கும். கொஞ்சம் கொஞ்சமாத்தேன் கொறயும். முயற்சி பண்ணி நடங்க. முன்னேற்றம் கெடைக்கும். சீக்கிரம் வீட்டுக்குப் போகலாம். கொடுக்குற மருந்த நேரத்திற்குச் சாப்பிடுங்க. வீட்டுக்குப் போயியும் தொடரணும். இன்னும் ஒரு வாரம் கழிச்சு திரும்பவும் ஸ்கேன் செய்யணும். பாத்துட்டு போகலாமுன்னார்.

அறிவுமதி பெரும் மூச்சு விட்டான். “காசு காத்தா கரையுது. என்ன செய்யப் போறேனோ?” ன்னு முணுமுணுத்தேன்.

“அறிவு கஷ்டத்தைக் கொடுக்குறேனா? கிளம்பிடலாம். இப்போ கொஞ்சம் பரவாயில்ல. மருந்துக்குக் கவுருமண்ட் ஆஸ்பத்திரியில கேட்டு வாங்கிக்குவோமு”ன்னு சொல்ல நெனச்சேன். ஆனா முடியல. வீட்டுக்குப் போகலாமுன்னு சைக காட்டினேன்.

“கம்முன்னு இருப்பா! அங்க போயி ஒன்னுன்னா திரும்பி செலவுதேன். திருப்தியா வீட்டுக்குப் போவோம். ஆதிரையன்கிட்ட அக்கா கேட்டு இருக்கு. ரூவா தரேன்னு சொல்லிருக்காப்பல” ன்னு சொன்னாலும் சமாதானம் ஆகல.

எப்படி எப்படியோ வாழ்ந்து இருக்கலாம். கையேந்தி வாழும் நெல வந்துடுச்சே. இன்னும் எத்தனைக் காலம் இந்தச் சுவாசத்திற்குத் தீனி போட வேண்டுமோ? யார்யார்கிட்ட அறிவு போய் நிக்கப் போறானோ? பயத்தில் நெஞ்சு படக்படக்குன்னு அடிக்கத் தொடங்கிச்சு. சுந்தரம் என்ற பிம்பத்த அன்னைக்கு ஊரே ரசிச்சுது. பலரின் தேர்வாக இருந்துச்சு. இன்னைக்கு கேட்பாரற்றுக் கெடப்பது ஏதோ பெசயுது.

15

ஊசி போடுறாக; ஏதேதோ வைத்தியம் பாக்குறாக. இவக செய்யுறத எல்லாம் பாக்கும் போது அடக்கம் செய்யுற மாதிரிதேன் இருக்கு. என்ன பண்ணுறாக; ஏது பண்ணுறாகன்னு சொல்லவும் மாட்டுறாக. ஒரு மருந்து கொடுக்குறதுக்கு முன்னாடி அக்கு வேறு, ஆணி வேறா செய்யப் போற வைத்தியத்த சொன்ன காலம் மலை ஏறிப் போச்சு. ஒரு மனுச ஒடம்புல மருந்த ஏத்துறதுக்கு முன்னாடி எம்புட்டு அக்கறை எடுப்பாக? இப்பக் கூட இவக சொல்லுறது ஏதும் புரியவும் இல்ல. நம்பிக்கையும் இல்ல. நாடி புடிச்சே, ஒடம்புல என்ன கோளாறுன்னு சொன்ன காலம் போயி, நாம சொல்லுறத வச்சே பாக்குற வைத்தியமா மாறிப் போச்சு. உசுரு காவந்து பண்ணின பெறவுதேன் கொடுக்குற காச வாங்கிட்டு மருத்துவம் பாத்தா காலம் இருந்துச்சு. இன்னைக்குக் காச கட்டிட்டுதேன் மருத்துவமே. உசுரக் காவந்து பண்ணுறதப் பத்தி எல்லாம் யாரும் யோசிக்கிறது இல்ல.

படுக்கையில விழுந்தாவே யாருக்கும் தொந்தரவு இல்லாம செத்துப் போயிடலாமுன்னு தோண வைக்குது. பணம் பொரட்ட அலையுறப்பதேன் ஏண்டா படுக்கயில விழுந்தாகன்னு தோணுற அளவுக்குத்தேன் மருத்துவம் இருக்கு. அறிவும் நெனச்சு இருப்பான். எனக்கு யாரும் மருத்துவம் பாக்க வேண்டா. எப்படியும் காசு கரியாகும். சோத்துக்கே வழியில்லாத போது இந்த உசுரு இருந்தா என்ன? இல்லாட்டி என்ன?

இதயெல்லாம் யோசிச்சு என்ன ஆகப் போகுது? அழிவ நோக்கிப் போனது நாமதேன். அப்பல்லாம் சோளச்சோறு பொங்கி, வெஞ்சனமா கூட்டு வப்பாக. இரத்தசோகை, சக்கர ஏதும் அண்டாது. செரிமானக் கோளாறே வராது. கம்பங்கூழும் அப்படித்தேன். கேழ்வரகுக் கூழக் கிண்டி அதோடு மோரு கலந்து வெங்காயம், பச்சமொளகா கடிச்சுச் சாப்பிட்டா, எலும்புக்கு அம்புட்டு பலம்; உடலுக்குக் குளிர்ச்சி.

நல்லா உழைச்ச காலம். வரகு அரிசி, சாம அரிசியிலப் பொங்கி, ரசம் வச்சுச் சாப்பிட்டா அம்புட்டு ருசியா இருக்கும். கொஞ்சம் கொஞ்சமா வெசம் மாதிரி எல்லாத்தயும் நாசம் பண்ணிட்டாய்ங்க. அன்னைக்கு ஒரம் கூட ஆட்டுச் சாணம், மாட்டுச் சாணம்தேன் போட்டாக. காய்கறி உள்ள சத்து எல்லாம் அப்படியே ஒடம்புல சேரும். இன்னைக்கு மருந்தடிச்சு உசுரக் கொல்லப் பாக்குறானுக பண மொதலைக. அப்படி விளையுற காய கடைவீதியில பாத்தாவே கண்ணுல தண்ணி வந்துரும். இந்த மண்ணுக்குத் துரோகம் செய்ய ஆரம்பிச்சுட்டாய்ங்க. பணம் பணமுன்னு அலையுறவன் எல்லாம் வைத்தியம் பாத்தே அழியப் போறான். பூமிக்கு நல்லது செய்யுற காலம் மலையேறிப் போச்சு. பூமி எதயும் எதிர்பாக்குறது இல்ல. ஆனா அதுகிட்ட யாரும் போட்டி போட முடியாது! மொத்தமா ஒரு நா காவு வாங்கும்! அது வர ஆடுங்க! இந்த மனுஷப் பயலுகளுக்குச் சாவுமணி அடிக்கும் காலம் நெருங்கிடுச்சு!

மண்ண மட்டுமா மலடாக்கி வச்சு இருக்காக? மனுசப் பயலையும் மலடாக்கிட்டாய்ங்க. அன்னைக்கு நல்லவன் கெட்டவன், அறிவுள்ளவன் அறிவில்லாதவனு கலியாணம் முடிச்ச பத்தாவது மாசத்துல புள்ள பொறந்திரும். ஏன்னா வித்து அப்படி இருக்கும். இப்போ பெரிய வேலயில இருந்து லட்சம் லட்சமா சம்பாரிச்சாலும் கொழந்த வரம் வேண்டி ஆஸ்பத்திரி வாசல்ல நிக்குறாக. வெரப்பு கூடப் பிரச்சனையா கெடக்கு. மருதாயி வீட்டுல மகப்பேறு ஒன்னும் நடக்கல. நா செண்டு பாத்தா அவனுக்கு முந்தி போகுதாம். மருமக மொட்டப் பயலோட இருக்கமாட்டேன்னு போயிட்டா. வம்சம் இல்லாத வாழ்க்க தரிசு நிலம் போலத்தானே இருக்கும்.

எனக்கு அறிவுரை சொல்லத் தகுதி இருக்கு. வாழ்ந்து கெட்டவனாலதேன் எப்படி வாழணுமுன்னு சொல்ல முடியும். வாழ்க்க ஒண்ணுமே கிடையாது. எழுவது வயசு வர முறுக்கிக்கிட்டு திரிஞ்ச என்னய இப்படிப் படுக்கப் போட்டு இருக்கு. இத்தனை வருசத்துல மனுசன சம்பாரிக்கவே இல்ல. கொள்ளப்பேரு என்னப் பாத்து எரிச்சல் அடைஞ்சவக தேன். நிதானமா, நேசமா, நெசமான அன்போடு வாழப் பழகுங்க! காசு சம்பாரிக்க இருக்குற அதே வெரப்ப, மனுசனங்கள மேல நேசம் காட்டவும் செய்யுங்க! உங்க அன்பு ஒவ்வொன்னயும் ஆண்டவன் கணக்குல வச்சு இருப்பான். யாரெல்லாம் அன்போடு இருக்கானோ, அவக இறுதிக்காலம் மக்கமாரோடு செழுப்பா, தெம்பாப் போகும். இல்லாட்டி என்ன மாதிரி நொந்து, நூலாகிக் கஞ்சிக்கு வழியில்லாமத்தேன் கெடக்கணும். நமக்குத் துணையா வர்றவகிட்ட அனுசரணையா நாலு வார்த்த எப்பவும் பேசுங்க! அவ

பேச்சையும் கொஞ்சம் கேளுங்க! அவ எப்படி வந்தாளோ, அப்படியே எப்பவும் பாருங்க! ஆணுக்கு எப்படி ஆச இருக்கோ, அப்படித்தேன் பெண்ணுக்கும். அவ ஆசயையும் நிறைவேத்தப் பாருங்க! அவ நாலு வெளிடத்துக்குப் போயி மேல வர ஆசப் பட்டா வழி விடுங்க! பிறத்தியார் மொகத்துல சிரிப்ப வரவழைச்சுப் பாக்குற மனசா இருக்கணும்! அழ வைக்குற ஆளா நாம இருக்கக் கூடாது! மனுசன, மனுசனாப் பாக்க ஆரம்பிச்சா இந்த ஒலகம் இனிக்கும். வாழும் ஆச வரும். கிராமத்துக்காரய்ங்க ஏதும் கோளாறு சொன்னா யாரு காது கொடுத்துக் கேட்குறா.

நிறையப் பேசணும் போல இருக்கு. இப்போன்னு பாத்து குரல் எழுப்ப முடியல. மண்டைய சொறிஞ்சுக்கிட்டு இருக்கும் அறிவுமதியைப் பாத்தா, அவென் பாட்டுக்கு இருக்கான். மொகம் பாக்க மாட்றான். ஏலே அறிவு, நா பேசுறது கேக்குதா? அறிவுக்கு வெவசாயம் அவ்வளவாத் தெரியாது. சிரத்த எடுத்து கத்துக்கல அவேன். அது ஒரு கலை. காத்த ரசிக்கணும். நாத்து அசையுறத ரசிக்கணும்! செருப்பு போடாம அந்த மண்ணுல போகணும்! அந்த அளவுக்குத் தொழில் பக்தி இருந்தாத்தேன் வெளைச்சல் வரும். வெவசாயத்த பொருளு சேக்குற தொழிலா செஞ்சா நஞ்சாத்தேன் போகும். அறிவு அப்படித்தேன் வெவசாயத்த பாக்கிறியான்.

இனியும் இப்படியே இருக்காதலே அறிவு! இந்தப் பூமியக் கொஞ்சம் பாரு! நேசிக்க ஆரம்பி! அது உங்கிட்ட பேசும்; பழகும்; உறவாடும். அத நீ அனுபவிச்சாத்தேன் உணர முடியும். பூமியில தூசு போல ஒரு இடத்த ஆண்டவன் நமக்குப் படியளக்க வரம் கொடுத்து இருக்காரு. அந்த வாய்ப்பத் தவற விட்டுடாத! என்னப் பாத்து வளந்த உனக்கு எப்படி வாழணுமுன்னு தெரியல. சட்டியில இருந்தாத் தானே அகப்பையில வரும். தாமிராவ நல்லபடியா கவனிச்சுக்கோ! அந்தப் புள்ள அது வயசுக்கு நிறையப் பாத்துருச்சு. இன்னும் அவளக் காயப்படுத்திடாத. மரியாதை ஒன்னக் கொடு! போதும்! அந்தப் புள்ள அந்தத் தெம்புலேயே வாழ்ந்துடும். வேதவள்ளி வாயில விழுந்துறாத! அவ வயிறு எறிஞ்சா குடும்பம் தர்சா போயிடும். இருக்குற கொறக் காலத்துல உம்மேல உள்ள கறையக் கொறைக்கப் பாருய்யா. யென் சின்னய்யா என்ன வளத்த மாதிரி ஒன்ன நா வளக்கல; யென் சின்னய்யா என்ன மதிச்ச மாதிரி ஒன்ன நா மதிக்கல.

நீ பொறந்து அப்பான்னு கூப்பிட்ட காலம் தொட்டு, உம் மேல எந்தக் கனவையும் வைக்கல. எந்தக் கனவையும் உம் மீது விதைக்கல. நீ போற இடம் புங்கு தழஞ்சு புளிய மரம் வேருனுன்னு திட்டிருக்கேன்.

ஒரு போதும் திருத்த முயற்சித்ததில்ல. காமம் பெருக்கெடுத்துயேன் வித்து முந்தி பிறந்த முத்துதேன் நீ. ஒரு நா ஒரு பொழுது பார்வதிகிட்ட புள்ள வளர்ப்பு பத்திப் பேசினது இல்ல. அவ மேல எந்தக் குத்தமும் இல்ல. சிறக ஒடிச்சுட்டுப் பறன்னு சொன்னா ஆகுமா?. அந்த நெலமைலதேன் அவள வச்சு இருந்தேன். புரிஞ்சு நடந்துக்கோய்யா.

அப்புறம் இன்னொரு விசயம்! ஒம் முப்பாட்டன் கட்டின வீட்ட, செம்ம பண்ணிடாத. இந்தக் காலத்துல இருக்குற மாதிரி மாத்துறேன்னு எதயும் செஞ்சுப்புடாத. நம்ம வீடு சொர்க்கம் மாதிரி. அந்தக் கல்ல உடைச்சா, முப்பட்டான் ஆன்மா நம்ம மன்னிக்காதப்பா. அந்தக் கட்டடம் கால காலத்துக்கும் விரிசல் விடாது.

இந்த மண்ண நேசிச்ச அளவுக்கு உங்கள யாரையும் நேசிக்கல. நா மனசுல பேசிறது உனக்குப் புரியுமா? புரியாது போலையே. மனசுக்குள்ள இருந்து காட்டுக் கத்து கத்துறேன். கேக்குறானுல்ல. மனசுக்கு ஓய்வே கிடையாது போலயே. எம்புட்டுப் பேச்சு பேசுது.. சரி, எனக்காக ஒன்னு செய்வியா? இருக்குற ஒரு நிலத்த நீ உள்ளறதி வித்துடாத! ஒன் ஐயனோட உசுரு அங்கதேன் சுத்தும். இப்பயும் வாழணுமுன்னா நினைக்குறது இந்த நிலத்துக்காகத்தேன். செத்துட்டா தூக்கிப் போட்டு வேலயப் பாரு. கடன வாங்கி எல்லாம் காரியம் செய்யாத! இல்லன்னா ஒன்னு செய்யி! இந்த நிலத்துலயே புதைச்சுரு!

இப்படி நா பேசிக்கிட்டே இருக்கும் போதே, எம் ஒடம்பு லேசா தூக்கிப் போட ஆரம்பிச்சது. லேசா மூச்சு வாங்குது. வேதவள்ளி அலறுற சத்தம் கேட்குது. அறிவுமதி அப்பா, அப்பான்னு கூப்பிடுறான். தம்பி நர்ஸ கூட்டிட்டு வாயானு வேதவள்ளி சொல்லுது. அந்த நர்ஸ் புள்ளதேன்னு நினைக்குறான். தாத்தா, தாத்தா ஒண்ணுமில்லன்னு சொல்லுதே தவிர, அந்தப் புள்ள கையும் நடுங்குது. தாயி ஒண்ணுமில்ல. பொறுமையா பாரு. வழக்கம் போல சோதனை செய்யின்னு சொல்லுறேன். அது காதுல விழல. கையில துணிய கட்டி பிரஷர் பாக்க ஆரம்பிக்குது.

“ஐயோ, அக்கா! பிரஷர் கட்டுக்கடங்காம போகுது! பல்ஸ் குறைஞ்சுகிட்டே வருது! தாத்தாவுக்கு இளைப்பு வேற வருது”ன்னு சொல்லுறா. இதக் கேட்டுட்டு வேதவள்ளியும், அறிவுமதியும் அழுகுற சத்தம் கேக்குது. நர்ஸ் புள்ள ரொம்ப சீரியஸா இருக்குறாருன்னு சொல்லுறா.

“ஏதாவது செய்யுங்க”ன்னு வேதவள்ளி நர்ஸ் புள்ளகிட்ட கத்த “அக்கா இருங்க! வெண்டிலேட்டர் மெஷினை எடுத்துட்டு வாரேன்”னு

சொல்லுது நர்ஸ் புள்ள. வண்டி உருட்டிக்கிட்டு அறைக்குள்ள வர்ற சத்தம் கேட்குது. அரைமணி நேரந்தேன் இருக்கும். ரெண்டு கண்ணு மூட ஆரம்பிச்சுச்சு. கை கால் அசைக்க முடியல. காது மட்டும் நல்லா கேக்குது. எண்ணமெல்லாம் இருக்கு. கை, கால் உதறுது. இடது கையால கட்டில் கம்பியக் கூடத் தட்ட முயற்சி செஞ்சேன். முடியல. ஆனா இப்போ உடம்பே தூக்கித் தூக்கிப் போட்டுக் காட்டிக் கொடுத்துருச்சு. எந்த மருந்துக்கும் கட்டுப் படலைன்னு சொல்லிகிட்டே, மூச்சு சுவாசத்துக்கு மூக்கு மேல ஏதோ வச்சு பொருத்துறாக.

சக்கரவண்டி எடுத்து வர ஆள் அனுப்புது அந்தப் புள்ள. வேதவள்ளி நெஞ்சத் தடவிக் கொடுக்குது. “அப்பாருக்குத் தூக்கித் தூக்கிப் போடுது. சீக்கிரம் கிளம்பி வந்துடு. வரும் போது உங்க அப்பாரையும் கூட்டியாந்துரு தாமிரா”ன்னு அறிவுமதி போன் பண்ணுறான் போல.

சக்கரவண்டி வந்துருச்சு. ஒரு கை தொட்டுத் தூக்குது. இந்த ஆஸ்பத்திரிக்கு வரும் போது சின்னய்யா போல இருந்தாரே, அதே கைதேன். அவர் தொட்டுத் தூக்கும் போது மட்டும் ஏதோ ஆறுதலா இருக்கு. என்ன சக்கரவண்டியில படுக்க வச்சுக் கூட்டிட்டுப் போறாக. அறிவுமதி யென் நெஞ்சுல கை வச்சுத் தூக்கித் தூக்கிப் போடுறத அமுக்கி விட்டுக்கிட்டே வந்தாப்புல. தனி அறையில நுழைஞ்சு இருக்காக. உள்ள நுழைஞ்சதும் பனிக்காத்து சட்டுன்னு அடிக்குது. இழவு எனக்கு அது ஒத்துத் தொலையாது. ஆனா இயலாமையில் இருக்க ஒடம்பும் பழகிக்குது. இதே நடமாடிக்கிட்டு இருந்தா, எவ்ளோ வீம்பு புடிக்கும் இந்த மனசு.

யாரும் பதட்டப் படாதீக! நா நல்லாத் தேன் இருக்கேன். கொஞ்சம் மூச்சு வாங்குது. அம்புட்டுத்தேன். நா கத்துறது யாருக்கும் கேட்கலயா? நல்லா நடமாடும் போதே கேக்காதவக, படுக்கையில கெடக்கும் போதாக் கேக்கப் போறாக? சின்னய்யா மாதிரி இருந்தவரு படுக்கையில தூக்கிப் படுக்கப் போட்டாரு. வேதவள்ளியையும், அறிவுமதியையும் வெளியில போகச் சொன்னாக. “போகாதீக! போகாதீக!”ன்னு கத்துறேன். இந்த நேரத்துல அவக குரல் கேட்டா மனசுக்கு இதமாத்தேன் இருக்கும். மூக்குல பொருத்துனது அசவுரியமா இருந்துச்சு. படுக்கை மேலாப்புல தூக்கி இருக்கும் போல. மருந்து பாட்டில் ஏத்த ஆரம்பிச்சாக. கட்டில்ல இருக்குற துணிக் கயிற எடுத்து உடம்பச் சுத்திக் கட்டினாக. தூக்கித் தூக்கிப் போட்டதனால இறுக்கிக் கட்டின பெறவு கொஞ்சம் வலி தேவல. ஒரு மெஷின்ல இருந்து “கீ! கீ!”ன்னு சத்தம் வந்தது சொகமாவே இல்ல.

நர்ஸ் புள்ள வந்து போனது மாதிரி இருந்துச்சு. என் மூச்சுச் சத்தமே யென் காதுல பலமாக் கேட்டுச்சு. இப்படி ஒரு அறையில அடைஞ்சு கெடக்குறது இதுதேன் முதல் முறை. இப்போது என்னன்னா இன்னும் ரெண்டு, மூணு ஆட்கள் இருக்குற மாதிரி பேச்சுச் சத்தம் கேட்குது. "டாக்டர், இந்தத் தாத்தா நெலம சீரியஸா இருக்கு. என்ன செய்யணும் இப்போ? பல்ஸ் நாற்பது வந்துருச்சு. பிரஷரும் குறையல. பேசண்டோட வந்தவககிட்ட சொல்லிடலாமான்னு" கேட்குது.

"நானா சீரியஸாவா இருக்கேன்?" என்னால நம்பவே முடியல! கண்ணத்தேன் மூடி இருக்கேன். கொஞ்சம் ஒடம்பு சவுரியமா இல்ல. அதுக்காக இப்படியா சொல்லுறது. ஏதேதோ பேசிக் காசப் புடுங்கப் போறாய்ங்க. அதுக்குத்தேன் பேசிக்கிட்டு இருக்காக போல. அறிவுகிட்ட லட்சக் கணக்குல காசு கேட்டா என்ன செய்வான். கூறு இல்லாட்டியும், இரக்க சுபாவம் கொண்ட பயதேன். எதயாவது வித்தாவது கொடுத்துடுவான். விக்க அங்க என்ன இருக்கு, அந்த வீட்டத் தவிர?

மத்த ரெண்டு மகள்க பத்தி வெசனமில்ல. நல்ல நெலயில இல்லாட்டியும், நம்மகிட்ட காசுகேட்டு வரும் சூழல் இல்ல. எம் புள்ளைக நாலையும் படிக்க வச்சுருந்தா, அதுகளும் டாக்டராவோ, என்ஜினீயராவோ ஆகி இருக்கும், இல்லாட்டி கூட்டுறவுக் கூட அதிகாரியா இருந்திருக்கலாம். தானும் படுக்காம, தள்ளியும் படுக்காம இருக்கும் கோஷ்டி நா. சரி, கொஞ்சம் பொறுத்துப் பார்ப்போமுன்னு டாக்டர் சொல்லுறார். எனக்கு ஒண்ணுமே புரியல. இதுல தப்பிச்சுட்டா, அப்புறம் மேலுக்கு முடியாட்டி கவருமண்ட் ஆஸ்பத்திரிக்குத்தேன் போகணுமுன்னு அறிவுகிட்ட சொல்லணும். வெளியே அறிவுமதியும், வேதவள்ளியும் பதட்டமாய் நின்னுக்கிட்டு இருப்பாக.

நர்ஸ் உள்ள போகவும், வெளிய வருவதுமாய் இருந்தா. எது விதியோ என்று தெரியாம அந்த ஆஸ்பத்திரி வளாகம் அமைதியாய் நேரத்தை நகர்த்தி கொண்டிருந்தது.

16

பேசிப் பேசி ஓயாம, மனசு மீண்டும் முழிச்சுக்கிட்டுப் பேச ஆரம்பிச்சது. எல்லா நெனவுகளையும் சுமந்தபடி, ரயில் என்ஜின் போலப் பெரும் மூச்சு விட்டுக்கொண்டிருந்தேன் நா. செஞ்ச தப்பெல்லாம் சரி செய்ய வேண்டும். ஆனா எப்படிச் சரி செய்வது?. தன் சோட்டுக்காரங்க யாருமே இப்போ உசுரோடு இல்ல. இருந்திருந்தா யோசனை கேட்டு இருக்கலாந்தேன். வேற வேற குடும்பமா இருந்திருந்தா வரச் சொல்லியாவது மன்னிப்பக் கேட்டு விடலாம். நா கேட்க வேண்டியதே யென் குடும்பத்துலதேன்.

ஆமா, நா, எம் பெரியம்மா இருளாயி, ராமாயி, அம்மா செல்லம்மா, சின்னய்யா, சின்னம்மா, அப்புறம் எம் பார்வதி ஒவ்வொருவரிடமும் மன்னிப்பு கேட்கணுமுன்னு மனசு ஏங்குது. கடவுளே இதற்கு வழி ஏதும் இல்லயா?. எனக்கு ஒரு சந்தர்ப்பம் தரக் கூடாதா? இந்த ஜென்மத்த நா வாழாமலே போய்ட்டேன். வாழ்ந்த தடத்தப் பதிக்காம வாழ்ந்திருக்கேன். என்ன எல்லாரும் நல்லா பாத்துக்கிட்டாக. நா யாரையும் பாத்துக்கல!

ஆண்டவா! இதுவர பெருசா எதயும் எனக்குன்னு கேட்டதில்ல. ஒன்ன ஒதுக்கியும் இருந்ததில்ல. எப்படியாவது இத நீ செஞ்சு தரணும். நா பொழப்பேனான்னு தெரியல. அப்படியே பொழச்சு வந்தாலும், இந்தக் குத்த உணர்வப் போக்கி வைச்சுடு. இந்த ஏக்கத்தத் தீரத்துட்டாவே போதும். யென் சீவன் சாந்தியடையும்.

ஆமா! ஒன்னு ஆச்சரியமா இருக்கே. மனசு என்ன தொடர்ச்சியா பேசிக்கிட்டே இருக்கே. இம்புட்டு நாளா இப்படி எல்லாம் மனசு பேசல. இப்படிப் பேசிக்கிட்டே இருக்குறது கூடச் சொகமா இருக்கு. யாரோ நம்ம கூட இருக்குற மாதிரி இருக்கே. மனசும் ஒரு நெலயில இல்ல. மனசு ஒரு குரங்கு என்பதே இப்படிப் படுக்கயில கெடக்கும் போதுதேன் உணர முடியுது. எல்லாத்தயும் யோசிச்சு யோசிச்சுக்

கண்ணும், வாயும் ஒலர்ந்து போச்சு. தண்ணீர்த் தாகம் எடுத்துச்சு. கண்ணீர் வந்த நேரம் தொண்டைக்குழிக்குள் காத்தும், அழுகயும் மோதித் தாகம் தீர்ந்த உணர்வத் தந்துச்சு. நெனவுக ஓய்வு எடுக்க ஆரம்பிச்சது.

சட்டென்று எண்ணங்கள் நின்னது தெரிஞ்சுது. கண்ணீர் வரத்தும் குறையத் தொடங்கிச்சு. ஒடம்பு விரைத்தது போல ஆச்சு. ஒடம்பு சில்லாப்புத் தட்டியது போல இருந்துச்சு. சித்தர்களின் கதைகள்ல சமாதி நெல பத்திப் படிச்சது நினைவுக்கு வந்துச்சு. அப்படி ஒரு சமாதி நெலயிலதேன், தான் இருப்பதாக நம்ப ஆரம்பிச்சாரு.

திடீரென ஏதோ ஒரு பிரகாச ஒளி பாய்ந்தது போல இருந்துச்சு. அந்த ஒளி அவர எழுப்பி, “வா! வா!”வென்று அழைப்பது போல இருந்துச்சு; தன்னிலை மறந்தாரு; ஒடம்பே காத்துல மிதந்துச்சு; அந்தரத்தில பறக்க ஆரம்பிச்சாரு. கீழே பாக்க முடிஞ்சது; கீழே விழுந்து விடப் போறோமுங்கற பதட்டம் வேறு தொத்திகிச்சு; பயத்தில அலறினாரு. கைகளும் கால்களும் விரைத்த நெலயில ஒடம்பு ஆடிக் கொண்டே மேல பறந்துச்சு.

மேல போக போக பெரிய மலைகளும், சின்னச் சின்ன குன்றுகளா தெரிஞ்சுச்சு. வீடுக புள்ளிகளாகத் தெரிய ஆரம்பிச்சது. சாலைக சிறிய கோடுகளா தெரிஞ்சுது. பெரிய பெரிய நாடுகள் கூட கைக்குள் அடங்கிப் போய் இருந்துச்சு. காடுகள் அழிஞ்சுருச்சு. மரங்க கொறஞ்சு போச்சுன்னு சொல்லுறது எல்லாம் பொய்யா தோணுச்சு. பசுமையாத் தெரிஞ்சுது. வானத்து நீலத்தக் கடலு உள்வாங்கின மாதிரி தண்ணீயோட நெறம் அம்சமா இருந்துச்சு. மூனுல ரெண்டு பாகம்தேன் நீரப் பூமி தாங்கி இருக்குங்குறத நேரில பாத்ததும் உண்மைதேன் தோணுச்சு.

அதே நேரம் சதைக எல்லாம் கிழிஞ்சு போற மாதிரி, மேகத்த உடைச்சுக்கிட்டு போயிக்கிட்டு இருந்தேன். திட்டுத் திட்டான மேகங்க மொகத்துல அடிச்சுத் திணறடிச்சது; மூச்சு முட்டிச்சு; காது மடல் எல்லாம் சிறகுக போல விரிச்சுப் பறந்துச்சு. மேகங்க உடலத் தழுவினப்போ, அடர்த்தியான பனிக்குள்ள அகப்பட்ட மாதிரி இருந்துச்சு. “என்ன யாராவது வந்து பிடிங்க! முடியல!”ன்னு அலறினேன். அந்த அலறல் சத்தம் காத்தின் வேகத்தில எனக்கே கேட்கல. வாய் மட்டும் அசையுது. குரல் வரல. தன் குரல் தன்னை விட்டுப் பிரிந்து விட்டதாக நம்பினாரு. அய்யோ இது எனக்குத் தேவையில்லாத வேல. ஏன் இப்படிப் பறக்குறேன்? எதற்காகப் பறக்குறேன்? இவ்ளோ கஷ்டப்பட்டுத்தேன் பறக்கணுமா? இத்தன நா இது போல ஒரு சூழல்ல இருந்தது இல்ல!

வயலுல சுத்தமான காத்தோடுதேன் நடந்து இருக்கேன். பஞ்சு போல மூச்சு வந்து போகும். இந்தக் காத்து எங்கிருந்து வருதுன்னு யோசிச்சதில்ல. அதே நேரம் இப்படி ஒரு காத்தின் வேகத்தப் பாத்த தில்ல. காதுக்குள்ள கொய்யென்னு போற காத்து மட்டுந்தேன் அசௌரியமா இருந்துச்சு. கன்னத்த கிழிச்சுட்டு போறது போல இருந்துச்சு. இப்படிப் பட்ட சூழழ்ல வெயிலோட தாக்கம் துப்பரவா தெரியல. பூமியில மண்டையப் பொளக்குற மாதிரி வெயில. ஆனா இங்க ஊசி குத்துறது போலதான் இருக்குது.

கீழே விழுந்துடுவோமுங்கற பதட்டம் கொஞ்சம் குறைஞ்சு போச்சு. புவியீர்ப்பு வெசயத் தாண்டித்தேன் மேல போயிகிட்டு இருப்பது விசித்திரமாகதேன் இருக்கு! இன்னும் ஒயரமா பறந்தேன்; பெரிதாகத் தெரிஞ்ச பூமி உருண்ட கொஞ்சம் கொஞ்சமா சிறுத்துக்கிட்டே வந்துச்சு. அப்போ பூமியின் ஒரு பக்கம் முழுசும் வெளிச்சம் குறைஞ்சு இருள் கவ்வ ஆரம்பிச்சது. மறுபக்கத்தில சூரியன் வெளிச்சம் இருப்பதும் கண் கொள்ளாக்காட்சியா இருக்கு.

பூமியத் தாண்டி போயிக்கிட்டு இருந்தேன். ஒடம்பே இல்லாதது போல இருந்துச்சு. ஒடம்பு இல்லாம எண்ணம் மட்டுந்தேன் இருக்கான்னு சந்தேகம் வேற. பறக்குற வேகத்துல கணக்கா சொல்ல முடியல. பயமுறுத்திக்கிட்டு இருந்த காத்து இப்ப இல்ல. தரைன்னு ஒண்ணு இருந்துச்சுங்குற ஒணர்வு சுத்தமா இல்ல. பறக்குறது பழகிப் போனது வியப்பாத்தேன் இருக்கு இப்ப. கொள்கைகள, சித்தாந்தங்கள யாருக்காகவும் மாத்திக்கிட்டது இல்ல. அத இந்தப் பறத்தல் மறக்க வைக்குது.

இன்னும் தொலவு செல்லச்செல்ல சூரியனோட கோளமும் முழுதாகத் தெரிஞ்சுது. சிறிது நேரத்தில் சூரியனும் புள்ளி போலத் தெரிய ஆரம்பிச்சது. சிதறிக் கிடந்த முத்துப் போல நட்சத்திரங்களக் கண்கொட்டாம பாத்துக்கொண்டே இருந்தேன். தூரத்தில நட்சத்திரக் கூட்டம் நெருங்கி வர்றது போலத் தெரிஞ்சுது. நட்சத்திரங்க எங்கையோ இருந்து ஒளிகள வாங்கிக்கிட்டு மின்னுமென பத்தாப்புல படிச்சது சரித்தேன் போல. பூமியில இருந்த மின்மினிப்பூச்சிக வானத்துல பறக்குறது போலதேன் நட்சத்திரங்கற இருப்பதாதேன் தோணுச்சு.

இன்னொரு ஆச்சரியம்! இப்போது அவரது கையில் ஒண்ணுமே இல்ல. யென் நெலம், யென் வீடு. யென் சொத்து என்ற வார்த்த நெனவுல வரவே இல்லை. நா இல்லாட்டி ஒண்ணுமே நடக்காதுங்குற எண்ணம் எழவே வில்லை. “நாந்தேன் செஞ்சேன்” ன்னு அடிக்கடி

சொல்லும் வார்த்தை மறந்து போச்சு. எம்மோட நெலம், வீடு, காசு எதயுமே எடுத்துட்டு வரல. இருந்தாலும் எந்தப் பதட்டமோ, பாதுகாப்பின்மையோ வரல. எந்த சாக்கட சிந்தனையும் தோணல; பழிவாங்கும் எண்ணம் துப்பரவா வரல; எந்த ஏக்கமும் இல்ல; எந்த ஒரு முன்னெச்சரிக்கை ஒணர்வும் இல்லாமலிருந்துச்சு. எம்மோட எந்த சொல்லயும் யார்கிட்டயும் திணிக்கல. யாரயும் கொற சொல்லாம, பொறணி பேசாமல எப்படி இம்புட்டு நேரம் அமைதியா இருக்குறேன் என்பதே புதிராதேன் இருந்துச்சு. ஒரு பொறணி கூட காதுல விழல.

பூமில ஓடிய சிந்தனக இப்போ துப்பரவா இல்ல. அலை பாயாம மனசு இருந்துச்சு. யாரும் பக்கத்திலில்லங்குற ஏக்கம் ஒரு பொட்டுக்கும் இல்ல.

வளைஞ்சு நெளிஞ்சு போகப் பாத்தா முடியல. ஏவுகணையில கட்டிவிட்டா எப்படி ஒரே பாதயில செல்லுமோ, அப்படித்தேன், போயிக்கிட்டு இருக்கேன். எம் ஒடம்பு எம் பேச்சக் கேட்க.

கடும் இருட்டு! இந்த இருட்ட இதுக்கு மும்பு பாத்தது இல்ல. இப்படிப்பட்ட இருட்டுத்தேன் கருவறயில் இருக்குமோங்குற எண்ணம் வந்து போச்சு. ஓங்கார சப்தம் கேட்டுச்சு. பெரிய பாறக பறந்து என்ன நோக்கி வர்ற போல இருந்துச்சு.தன்னை மோதி விடுமோங்குற பயம் தொத்திக்கிச்சு. ஒரு பெரிய பாற வந்து இடித்தது போல் இருந்துச்சு. ஆனா ஒடம்புல சிறு கீறல் கூட இல்ல. இது போலப் பல பாறக கடந்து போறதப் பாத்து கண்ணே பூத்து போச்சு.

வெட்டவெளின்னு கேள்விப்பட்டு இருக்கேன். நம்ம இப்படிய போய் கொண்டிருக்கும் இந்தப் பயணம் புரியாத புதிரா இருந்துச்சு. எல்லயே இல்லன்னா நாம் எங்கோ போறோமுங்குற கேள்வி கேட்டுகிட்டே போனாலும் என்னால எந்த முயற்சியும் எடுக்க முடியல. செவ்வாக் கெரகத்திற்கும், நெலவுக்கும் செல்ல எத்தனையோ ஆராய்ச்சிக நடந்துக்கிட்டு இருக்கும் போது நாம இப்படி எல்லாத்தயும் பாத்துட்டுப் போறோமேங்குற பிரமிப்பு அவர விட்டு வைக்கல. பெயர் தெரியாத கெரகம் கடந்துத்தேன் போறேன்.

கயிறு கட்டி சுழல விட்டா, எப்படி சுத்திக்கிட்டு இருக்குமோ, அப்படிதேன் அந்தக் கிரகம் சுத்திக்கிட்டு இருந்துச்சு. அந்தக் கெரகம் ஹீலியம் நிறைந்த பாறயா? இல்ல நைட்ரஜன் நிறைந்த பாறயான்னு தெரியல. எந்தத் தடையும் இல்லாம கெரகத்த உடைச்சுக்கிட்டு போறது போல, உள்ள புகுந்து வெளியே வந்தேன். எம் ஒடம்புல எந்த வலியையும் ஒணரல.

சுத்தமாப் பசியே இல்ல. சமீபகாலமா இயற்கை உபாதைக செல்லும்போது இருந்த கஷ்டங்க ஏதுமில்ல. சொல்லப்போனால் இயற்கை உபாதையே வரல. ஆச்சரியமாக இருந்துச்சு. இந்தப் பயணத்த நிறுத்தவும் முடியல.

இலக்கே இல்லாம பயணிக்குறது புதிசுதேன். ஆனா பயணத்தின் நோக்கம் சுத்தமாக மனசுல ஓடல. நட்சத்திரங்க வழியாப் பயணிச்சபடி நகர்ந்தேன். நட்சத்திரங்க ஒவ்வொன்னும் பூமியப் போல ஒவ்வொரு வடிவத்தில இருந்துச்சு. அதுல நம்மப் போல மனுஷ பயலுக இருப்பங்களான்னு யோசன வந்தாலும், பாதய மாத்திப் போக முடியல.

அவரிடம் எந்தப் பற்றும் இல்ல. தன்ன சுத்தி இருந்த மனுசங்க நெனவு கூடத் தற்போது அவருக்கு வரல. அதப் பத்திய சிந்தனையக் கூட அவர் உருவாக்கிக்க விரும்பல. எந்த வெளியூருக்குப் போனாலும் ஒரு நா கூடத் தங்கிட மனசு வந்ததில்ல. பொறந்த மண்ணை விட்டும், வயல்வெளிகளில் சஞ்சரிப்பதை எப்போதும் விட்டுவிடாத நான் இன்னைக்கு எல்லாத்தயும் விட்டு இந்த உலகத்தில் பயணம் செஞ்சுகிட்டு இருக்கேன்.

பொடிப்பயலா இருக்கும் போது எங்கோ கேட்ட கதைகள ஒன்னு ஏழுமல, ஏழுகடல், ஏழு ஒலகம் தாண்டி ஒரு ஒலகம் இருப்பதாச் சொல்வாக. அதுல ஒரு கிளி இருக்கும். அந்தக் கிளிகிட்டதேன் அரக்கனின் உசுரு இருக்கும். அந்தக் கிளியோட உசுர எடுத்தா அரக்கன் செத்துபோவியான்னு கதைய கேட்டு இருக்கேன். அப்படி ஒரு ஒலகத்துக்குத்தேன், தான் பயணம் செய்கிறோமோங்குற எண்ணம் உதயமாச்சு.

தூரத்துல வெளிச்சமா தெரிஞ்சிச்சு. அதப் பாத்துக்கொண்டே இருந்தேன். அந்தத் தெசய நோக்கி ஒடம்பு திரும்பிப் பயணிக்க ஆரம்பிச்சது. அப்படி ஒரு வேகம் எடுத்துச்சு ஒடம்பு. அந்தக் கெரகம், தூரத்துல கால்பந்து போல இருக்க, கிட்ட நெருங்க நெருங்கப் பூமி போலக் கொஞ்சம் பெருசா இருந்துச்சு. கீழ விழுந்து நொறுங்கி போவேனான்னு பயந்து போனேன். ஒடம்பு வேகம் கொஞ்சம் கொஞ்சமாக் குறையுறது தெரிஞ்சுது. அல போல மரத்தின் இல போல லேசாகி மிதந்து வந்து அந்தக் கெரகத்தில வந்து இறங்கினே.

அங்க நந்தவனமாவும், பச்சபசேல்ன்னு சோலைகளும், குருவிச் சத்தமுமெனப் பலவிதமா சத்தம் கேக்க ஆரம்பிச்சது. எல்லாப் பக்கமும் அடர்த்தி குறைஞ்ச மேகத்திட்டு தரையில இறங்கினா

எப்படி இருக்குமோ, அப்படி புகைமூட்டம் போல இருந்துச்சு அந்தக் கெரகம்! மனுசங்க இல்லாத ஒலகமாதேன் இருக்கும் போல. நடக்க ஆரம்பிச்சேன். நடக்க முடிஞ்சது. இத்தனை தூரம் மிதந்தது எப்படி? இப்ப நடப்பது எப்படி? ஒண்ணுமே புரியலையே.

இங்க நடக்குறப்ப கால்ல எதுவும் குத்தல. ரொம்பத் தொலவு நடந்துகிட்டு இருக்கேன். தொலவுல ஒரு நீர்நெல இருந்துச்சு. அதுல தண்ணி குடிச்ச போது ஒரு சத்தம் கேட்டுச்சு. அந்தத் தெசய நோக்கி ஓடிக்கிட்டு இருந்தேன். அப்பத்தேன் ஒரு காட்சியக் கண்டேன்.

17

குளிரும் வெக்கயும் கலந்த காலநெல இருந்துச்சு. வெளிச்சம் இளம்பச்ச நெறமா இருந்துச்சு. இந்த வெளிச்சம் எங்கிருந்து வருதுன்னு புலப்படல. சூரியன் போலவோ, சந்திரன் போலவோ ஒன்னும் தென்படல. தண்ணி ஓடும் சத்தம் மட்டும் கேட்டுச்சு. தண்ணியும் இளம்பச்ச நெறத்துல இருந்துச்சு. மரமும் செடியும் பச்சைப்பசேல்ன்னு இருந்துச்சு. எல்லாமே பச்சை நெறமாக இருந்துச்சு. வியப்பாத்தேன் இருக்கு!

மண்ணு பஞ்சு போல இருந்துச்சு. மண்ணும் பச்ச நெறமா இருந்தத நம்பவே முடியல! கைய வச்சுக் கிண்டியும், மோந்தும் பாத்தாரு. வாசம் ஏதும் இல்ல. சரளக் கல்ல உடைச்சா எப்படி இருக்குமோ அப்படி இருந்துச்சு. நடந்தா குதிச்சுக் குதிச்சுப் போறது போல இருந்துச்சு. தூரத்தில ரெண்டு உருவங்க நடந்து போறது போல இருக்க, "யாரது? யாரது" ன்னு கேட்டுக்கிட்டே போனேன். அந்த உருவத்த நோக்கி ஓடினேன். கொஞ்ச நேரத்துல விரட்டினேன். அவங்க பக்கத்துல செல்லச் செல்ல அவங்களும் நிக்காம நடந்தாக.

சுந்தரம் கொஞ்சம் வேகமாக நடக்க ஆரம்பிச்சாரு. அவங்களும் ஓடினாக. "யாருங்க? நில்லுங்க! எங்க போறீக?" ன்னு குரல் எழுப்பி பாத்தாரு. அவங்க காதுல விழுந்த மாதிரி தெரியல. அங்க இருக்கும் அடர்த்தியான காலநெலதேன் காரணமோ ன்னு தோணுச்சு. செதுக்கி வச்சது போலப் பாத இருந்துச்சு. அவங்க வேகத்துக்கு ஈடு கொடுக்க முடியாம பாய்ஞ்சு பாய்ஞ்சு ஓடினாரு. சில காலமா இருந்த மூட்டு வலி பத்திய சிந்தனை வந்துச்சு. "எப்படி இப்படி ஓடுகிறேன்?" ன்னு யோசிச்சுகிட்டே ஓடினாரு.

அந்த ரெண்டு உருவங்களின் ஓட்டம் பறப்பது போல இருந்துச்சு! சுந்தரம் தடுமாறினாரு. சுந்தரத்துக்கு எரிச்சலே வரல. அந்தத்

தேடுதலுல ஆர்வம் இருந்துச்சு. அமைதியும் இருந்துச்சு. சித்தம் தெளிவா இருந்துச்சு. அந்த இருவரும் வளைஞ்சு, நெளிஞ்சு ஓடினாக. சுந்தரம் ஒரு இடத்தில நின்னுக்கிட்டு தவிச்சாரு. ஐநூறு அடி தூரத்துல ஒரு குடில் தெரிஞ்சுது. அந்தக் குடில் நோக்கி நடந்தாரு. குடிலோட கதவுக திறந்தே இருந்துச்சு. குடில் மரத்துல செய்ஞ்சது போல இல்ல. தொட்டுப் பாத்தாரு. புது உணர்வத் தந்துச்சு! குடிலின் உள்ளுருந்து பூவு வாசன குப்புன்னு வந்துச்சு.

சுந்தரத்துக்கு அந்த வாசன கிறக்கத்தத் தந்துச்சு உள்ள நுழைஞ்சார்! வெளியில் பாத்தா குடில் போல இருந்தாலும் உள்ள பல அறைக இருந்துச்சு. ஒவ்வொன்னாத் தொறந்து பாத்தாரு. அறையின் சுவரு முழுக்க வங்கதேசத்து டர்லின் துணி போல இருந்துச்சு. இதெல்லாம் இங்க எப்படி வந்துச்சுன்னு கேள்வி வேறு தொக்கி நின்னுச்சு. அறைக்கோ ஜன்னலுக்கோ எந்தக் கதவுகளும் இல்ல.

சமயல் அறை போல இருந்த அறைக்குள்ள நுழைஞ்சார்! வெளியில் பாத்த அதே ரெண்டு உருவங்க அந்த அறையில உக்காந்து இருந்தாக. அவருக்கு அவர்களின் முதுகுப் பக்கம் மட்டுமே தெரிஞ்சுது; சமைச்சுக்கிட்டு இருந்தாக. நெருப்பு இருப்பது போலத் தெரியல! ஆனா உலை கொதிச்சுகிட்டு இருந்துச்சு. இருவரும் மெல்லிய குரலுல பேசினாக. அவக பேசுற பாச சரியாப் புரியல.

சுந்தரம் இன்னும் பக்கத்துல போனாரு. கூப்பிட்டா ஓடி போயிடுவாகங்குற பயம் இருந்துச்சு. அவக பக்கத்துல சென்ற பெறவும் இருவரும் குனிச்சே இருந்தாக. நல்லா அலங்காரம் செஞ்சு இருந்தாக. விசும்பும் சத்தம் அவர்களிடம் இருந்து வந்துச்சு. ஆனா கண்ணீரின் சுவடு இல்ல.

“அம்மா, நா பேசுறது கேக்குதா? ஏன் குனிஞ்சே இருக்கீக? என்னப் பாருங்க! ரொம்ப தூரத்துல இருந்து வாரேன். இந்த இடம் புதுசு எனக்கு. இங்க யாரையும் எனக்குத் தெரியாது. உங்களப் பாத்ததுல சந்தோசம். எதுக்கு இங்கே வந்தேன்னு தெரியல. நீங்க ரெண்டு பேரும் பேசினா எனக்குக் கொஞ்சம் நிம்மதியா இருக்குமு” ன்னு சொல்ல சுந்தரத்த ஏறெடுத்துப் பாத்தனர்.

அந்த முகத்த எங்கோ பாத்த நியாபகம் சுந்தரத்துக்கு. உடனே பிடிபடல. சோக ரேகை அவகளது மொகத்துல அப்பட்டமா தெரிஞ்சது. அவகளா ஏதும் பேசல. இவருக்கு மூளை வேல செய்யல. உத்துப் பாத்துக்கிட்டே இருந்தாரு. அவக மொகத்துல இருந்து கசிஞ்ச அன்பு அவர ஏதோ செஞ்சது. திடீரென புருவம் உயர்த்தினாரு; கண்ண

விரிச்சாரு; எப்படி இவக மொகம் மறந்து போச்சு ன்னு வருந்தினாரு.

"எம் பெரியம்மா! எம் பெரியம்மா இருளாயி, ராமாயி. எப்படி இருக்கீக பெரியம்மா?" ன்னு சிறுபுள்ளயாச் சுந்தரம் அழுதாரு; தேம்பினாரு. அவக கை சுந்தரத்தத் தொட்டதும், அவர் ஒடம்பெங்கும் அன்பு பரவிச்சு. அது அவரின் அழுகைய அடக்கிச்சு. நெஞ்சில இருந்த அழுத்தத்துக்கு விடுதலை தந்துச்சு. அவரின் வயோதிகம் கொறஞ்சது போல இருந்துச்சு. ஏழு வயசுப் பய போலச் சுருண்டு படுத்துகிட்டாரு.

"பெரியம்மா! யேன் என்னப் பாத்து ஓடுனீக?"

"சுந்தரம்! எங்க உறவுக யார் இங்க வந்தாலும் எங்களுக்குத் தகவ வரும். நீ வந்தது தெரிஞ்சுதும் எங்க ரெண்டு பேருக்கும் சுந்தரம் யேன் அதுக்குள்ள இங்க வந்துருச்சு. உங்காலம் அதுக்குள்ள முடிஞ்சுருச்சான்னு வெசனம்வந்துருச்சு. துக்கம் அதிகமாச்சு"

"அப்படியா! இது எந்த இடம் பெரியம்மா? நீங்க எப்படி இங்க வந்தீக?"

"போகப் போகத் தெரிஞ்சுக்கிருவ சுந்தரம். இந்தப் பெரியம்மாக்கள எப்பவாவது நெனச்சியா அய்யா?. எங்ககூட இருந்த அந்த அஞ்சு வருஷம் கருப்பை சுமைய இறக்கிய சாமி அய்யா நீ. ஒன்ன விட்டுட்டு எங்களால இருக்க முடியல. ஒவ்வொரு நாளும் நரகமாப் போச்சு. அப்பப்போ ஊருக்கு வரும்போது, போகும்போது ஒன்னப் பாக்க வந்துருக்கோம். தூரத்துல நின்னு பாத்துட்டுப் போயிருவோம். எங்களத் தப்பா எடுத்துக்காத! ஏதோ வெவரம் தெரியாத சின்னப்புள்ளதேன் கண்டுக்கலன்னா, நாங்களும் ஒன்னப் பாக்கமா இருந்துட்டோம். ஓங் கலியாணத்துக்குப் பத்திரிக்கை கொடுக்க, ஓன் சின்னய்யா வந்தாக. பத்திரிக்க தந்தாக. கொடுக்கும் போதே ஓம் புள்ள சுந்தரத்துக்கு கலியாணமுன்னு சொல்லித்தேன் கொடுத்தாக. ஆனா நாங்க வரல. அது ரொம்ப நா சென்டும் மனசுக்குக் கஷ்டமாவே இருந்துச்சு. என் உசுரு பிரியும் மும்பு ராமாயி கேட்டா, சுந்தரத்தைப் பாக்க ஆசப்படுறீயான்னு. மழுமட்ட முண்ட நா, ஒன்னுமே சொல்லல. சொல்லிருந்தா யென் ராசா வந்து பாத்துருப்பா".

"ஒன்னக் கஷ்டப்படுத்திட்டோமய்யா. பிஞ்சு மனசு குத்திக் கொதறிட்டோமோன்னு விசனப் பட்டோம். பல நாளு ராவு பகலும் தூக்கம் வரலய்யா. மன்னிச்சுருய்யா. தாலி அறுத்த வலியை விட ஒன்னப் பிரிஞ்ச வலி அதிகமய்யா"

"அதெல்லாம் இல்ல பெரியம்மா. கொள்ள நாளா எம் மனசு உங்ககிட்ட மன்னிப்புக் கேட்கத் தவிச்சுக்கிட்டு இருந்துச்சு. உங்க அன்ப

நா புரிஞ்சுக்காம போயிட்டேன். யாரும் இல்லாத அனாதைப் பயலப் பொத்திப் பொத்தி வளத்தீக. புத்தி கெட்டுப் போயிட்டேன். இப்போ நா அனாதை ஆயிட்டேன். உங்க அன்ப உதாசீனப் படுத்திட்டேன். உங்கப் பாசத்த விஷமுன்னு நெனச்சுட்டேன். வார்த்தையால உங்கள அடிச்சுட்டேன். உங்களுக்கும் யாரும் இல்லைங்கற நெனப்புத் துளியும் இல்லாம பொசகெட்டத் தனமா நடந்துக்கிட்டேன். உம்ம மனசு எப்படித் தவிச்சு இருக்குமுன்னு நெனச்சாவே பத்திக்கிட்டு வருது. மனசக் கொன்னாக் கூடப் பாவந்தேன். அதுதேன் என்ன வாழ்க்க முழுக்க நிம்மதியா இருக்க விடல. அந்தப் பாவத்தக் கழுவ முடியாம தவிச்சிக்கிட்டு இருந்தேன். அந்தப் பாவம் எப்படி கரையுமுனு தெரியல. கரைக்கனுமுன்னு தெரியல"

"ராசாக் கணக்கா என்ன எப்படி வளத்த பெரியம்மா. சாப்பாட்டுக்கே சிங்கி அடிச்சுட்டு இருக்க வேண்டியவனுக்குக் கறிச் சோறா போட்டு வளர்த்த. கொஞ்சம் கூட நன்றி காட்டாம இருந்துட்டேன். என் சின்னய்யா அடிக்கடி சொல்வாரு, அந்த வெள்ளச்சிக தாலி அறுத்த பெறவு செத்த பொணம் போலத்தேன் இருப்பாக. உம்ம வளத்த கிழவிக ரெண்டு பேரும் உம்மக் கண்ட பெறவே முகத்துல சந்தோஷத்தக் கண்டிச்சுக. காட்டுக்கு வெளிக்கி போகப் போறப்ப மட்டுந்தேன் வீட்டவிட்டே வெளிய வர்றவளுக, ஒன்னக் கூட்டிட்டுக் கோயில், குளமுன்னு சுத்தினாளுகன்னு சொன்னாரு. உம்ம ஊருக்குச் சின்னய்யா வரும்போது எல்லாம் நீக இருவரும் என்னக் குசலம் விசாரிப்பிங்கன்னு சொல்வாரு".

"அப்ப கூட உங்களப் பாக்கணுமுன்னு இந்தக் கூறு கெட்டவனுக்குத் தோனாமப் போயிடுச்சு. மொத்தத்துல கூறு இல்லாமப் போயிட்டேன். அன்பு கெடைக்காம இருக்கும் வலிய, இப்போதேன் உணருறேன். நிறையப் பட்டுட்டேன். நீங்க ரண்டு பேரும் மன்னிச்சாத்தேன் எம் மனசு ஆறுமு"ன்னு சுந்தரம் இருளாயி மடியில் தலை வச்சுப் படுத்தாரு.

இருளாயியின் கையப் பிடிச்சுகிட்டு வருடினாரு; அந்தக் கைகள அவரது மாருல வச்சு அழுத்தினாரு. இருளாயி வாஞ்சையா அவரின் தலயத் தடவி விட ஆரம்பிச்சாக. தலய தொட்டதும் அந்தத் தாய்மைய முழுசா ஒடம்புக்குள்ள போறத ஒணர ஆரம்பிச்சாரு. ராமாயி சுந்தரத்தின் காலத் தூக்கி தன் மடியில் போட்டுக்கிட்டு "புள்ள எம்புட்டு தூரம் நடந்து வந்துச்சோ. கால் வலிக்கும். ஏண்டா அய்யா இம்புட்டு தூரம் வந்த?" ன்னு கால் அமுக்கிவிட ஆரம்பிச்சா. காலுல இருந்த பித்த வெடிப்பலாம் காணாம போன ஒணர்வு வந்துச்சு.

கத சொல்லச் சொன்னாரு. மாறி மாறிக் கத சொன்னாக. சின்னப்புள்ள போலக் கதைகளச் சொல்லிச் சிரிப்புக் காட்டினாக. அவக ரெண்டு பேருமே கெக்கர போட்டுப் பலமாக சிரிச்சாக. சுந்தரம் அந்தச் சிரிப்ப ஆழ்ந்து பாத்தாரு. அவரும் சேர்ந்துகிட்டு சிரிச்சாரு. “எம் புள்ள சிரிச்சாவே அழகுதேன்”ன்னு சொல்லி சுந்தரத்தின் தலயில கை வச்சுச் சொடுக்குப் போட்டுச் சுத்திப் போட்டா இருளாயி.

“மஞ்சள் கரை படிஞ்ச பல் கறையோடும், சுருக்கம் விழுந்த கன்னத்தோடும், நரைச்ச தலையோடும் நா இருக்குறது பெரியம்மாவுக்குத் தெரியலயா"ன்னு கேட்க நெனச்சாரு. “உமக்கு எத்தனை வயசு ஆனாலும் நீ எனக்குப் புள்ளதாயா. இந்த இரத்தம் எப்போதும் உனக்காகக் கொதிக்குமய்யா"ன்னு ராமாயி சொல்ல சுந்தரம் ராமாயியின் முந்தானையில கண்களத் துடைச்சார். அந்த முந்தானை அவர் மனதில் இருந்த அழுக்கை எல்லாம் எடுத்து இருந்துச்சு. அவர்கிட்ட இருந்த குற்றவுணர்வு எல்லாம் கரைஞ்சு போச்சு.

திடீரென பொங்கிய சாதத்த இறக்க ஓடினா ராமாயி. ஆவி பறந்துச்சு. இல போல இருந்த பச்சை நிற ஓலயப் பறிச்சுட்டு வந்தா. சுந்தரத்தின் முன் வச்சா. சுந்தரம், இருளாயிக்கு ஊட்டிவிட ஆரம்பிச்சாரு. இருளாயி தன் வயித்தில் கை வச்சு மகனின் தலையில் கை வைச்சா. “சொல்லல நம்ம புள்ள நம்மள மறக்கல"ன்னு ராமாயி சொல்ல, அவளுக்கும் ஊட்டிவிட்டாரு.

“போதும்ய்யா! இந்தா! நீ சாப்பிடு! எங்கயால ஒரு வா வாங்கிச் சாப்பிடுய்யா"ன்னு இருவரும் ஊட்டிவிடப் போட்டி போட்டாக. சாதம் கொழைஞ்சிதேன் இருந்துச்சு. சாம்பார் போல இருந்த திரவத்தால பிசைச்சு தந்தாக. சுத்தமாச் சுவையே இல்ல. இருந்தாலும் அவகளின் இருப்பு எதமா இருந்துச்சு.

“புள்ளப் பாசத்தக் காட்டினது நீ மட்டுந்தாயா! எங்க மனசு குளுந்து போச்சுய்யா. இனி நாங்க போக வேண்டிய இடத்துக்குப் போயிடுவோம். நீ இனி உம் மனசுல இருந்து இந்தக் குற்ற உணர்வத் தூக்கி போட்டிடுய்யா. கண்ண மூடி தூங்குய்யா. அவரின் கண்ணை மூடித், தட்டிக் கொடுத்தாக. அப்படியே சுந்தரம் தூங்கிப் போனாரு. சிறிது நேரந்தேன் தூங்கி இருப்பாரு. முழிச்சுப் பாத்தா அந்தக் குடிலுல பெரியம்மா இருவரையும் காணல.

குடிலுக்கு வெளியில் வந்து பாத்தாரு; தேடினாரு. யாரயும் காணல. வெறிச்சோடிக் கெடந்துச்சு. சுத்திமுத்தி பார்த்தாரு. எல்லா நேரமும் காலநெல ஒரே மாதிரியே இருந்துச்சு. குருவிக கீச் கீச் சத்தம்

கேட்டுக்கொண்டே இருந்துச்சு. காக்காவின் நெறம் கரு நீல நெறத்தில இருந்துச்சு. சத்தம் மெலிசா இருந்துச்சு. அவைக எல்லாம் என்ன சாப்பிடுமுங்குற எண்ணம் வந்துச்சு. செடியும், கொடியும் பொம்மை மாதிரி இருக்கே. உணவுச் சங்கிலின்னு ஒன்னு இருக்கே. அது இங்க இருக்குமா? வெளக்கம் தர்ற ஆள் இருந்தா தேவலைன்னு தோணுச்சு. சின்னச் சின்ன குட்டைகளாத் தண்ணி தேங்கி இருந்துச்சு. அத எடுத்துச் சுவச்சுப் பாத்தார். பழரசம் போலச் சுவை இருந்துச்சு. திகட்டிச்சு. பாதைக எல்லாம் செதுக்கி வச்சது போல இருந்துச்சு. எந்த விளம்பரப் பலகைகளும் இல்ல. எந்த மொழி இங்கே பேசுவாக என்கிற குழப்பம் வந்துச்சு. சுந்தரம் திக்குத் தெரியாமல் நடந்துக்கிட்டு இருந்தாரு.

18

பல மைல்கல் நடந்துகிட்டே இருந்தாரு. சோர்வு சுத்தமாத் தெரியல. அவரு குடிச்ச தண்ணீரு வயிற நெறச்சு இருந்துச்சு. இங்க வந்து இறங்குன முதலே இயற்கை உபாதக துப்புரவாக வரல. மூத்திரம் போக அரைமணி நேரமாவது ஆகும். மூத்திரம் போவதே மன உளைச்சலா இருந்துச்சு. இத்தன நாளா நோவுல இருந்த பிரச்சன எல்லாம் இல்லாம பறந்து போச்சு. இப்போ எந்தத் தொந்தரவும் இல்ல. புது இடத்துக்கு வந்து இருக்கோமுங்கற பதட்டம் குறைந்து இருந்துச்சு.

பய நடந்தாரு. அங்க அங்க உக்காரக் பெஞ்சி இருக்குறத பாத்தாரு. அதுல உக்காந்து பாக்க வேணுமுன்னு ஆச வந்துச்சு. உக்காந்தாரு. கல்லு போலதேன் இருந்துச்சு. அந்த பெஞ்சி அலை போல மெதுவா ஆடிக்கிட்டு இருந்துச்சு. கப்பலுல போற மாதிரி சொகமா இருந்துச்சு. ஒரு வேள அடியில தண்ணீ ஏதும் இருக்குதான்னு கீழ குனிஞ்சு பாத்தார். மண் தரையாகத்தேன் இருந்துச்சு. அந்தக் கெரகம் சுழல்றது போலவும் இல்ல. நிறைய அதிசயம் நெறஞ்ச பிரபஞ்சத்தில இதுவும் ஒன்னு நெனச்சாரு.

அந்த இதமான தப்பவெப்பம் குளிர்காலத்துக்கு மும்பு இருக்குறது போல இருந்துச்சு. மொகத்துல அப்பிய காத்து சுகத்தத் தந்துச்சு. புதுப் புது பூவோட வாசம் மூக்கைத் துளைச்சு எடுத்துச்சு. இந்த வாசன இதுவர நுகரந்ததில்ல. ஒரே ஒரு செடியின் இலயப் பறிச்சு மோந்து பாத்தார். சந்தன வாடை வந்துச்சு. “இதே நமது ஊரா இருந்தா, இது இந்த இடத்துல இருக்குமா? இதப் பறிக்க அங்க எவ்வளவு தடை போடுவாய்ங்க”ன்னு தனக்குள்ளயே பேசிக்கிட்டாரு. வேறு வேறு செடிகள வேரோடு புடுங்கிப் பாத்தார். வேர்க கருணைக் கெழங்க ஒத்து இருந்துச்சு.

வண்டல் மண்ணப் போலத்தேன் இருந்துச்சு. இங்கே விவசாயம் செஞ்சா வெளச்ச நல்லா வருந்தேன். மண்ணும் பொலபொலன்னு இருக்கு. மழய எதிர்ப்பாத்துக் காஞ்சு போய் இருந்தவருக்கு, இப்படி ஒரு பசுமயப் பாத்ததும் "அதேன் செடி, கொடி எல்லாம் பச்ச பசேல்ன்னு இருக்கு"ன்னு தோணுச்சு. சில இடங்கள்ல வேர் வர நோண்டிப் பாத்தார். "வெவசாயி யாரையாவது பாத்தா கேட்டுப் பாக்கலாம். இங்கே எது எல்லாம் விளையுமுன்னு கேட்டுத் தெரிஞ்சுக்கலாம். முடிஞ்சா இங்க எப்படி வெவசாயம் பண்றங்கன்னு கேட்டுத் தெரிஞ்சுக்கலாம். உரம் ஏதும் போடுவாங்களா?. இங்க ஆடு மாடெல்லாம் இதுவர காணல. மாட்டுச் சாணம், ஆட்டுப் புழுக்க எல்லாம் கிடைக்குமான்னு கேட்கணும்"

"நீண்ட மரங்கள் ஏதும் காணல. எல்லாம் பத்தடிக்குள்ளதேன் இருக்கு. ஆள் நடமாட்டமும் துளியும் இல்ல. கடை கண்ணி ஏதும் தட்டுப் படல. இங்க தொழிலு ஏதும் செய்யுற மாதிரி தெரியல? மனுஷ, மக்க எப்படி வாழுதுக இங்க? ஒரே குழப்பமா இருக்கு. என்ன இருந்தாலும் இப்படி ஒரு இடம் எவ்ளோ ஆசுவாசமா இருக்கு!"

"அமைதிக்கு அமைதி. தனிமைக்குத் தனிமை. ஆர்ப்பாட்டம் ஏதும் இல்ல. நல்லது கெட்டதுன்னு ஒண்ணுமில்ல. கொலை, கொள்ள இருக்க வாய்ப்பே இல்ல. அடிதடி, சமாதானத்துக்கு வேலயே இல்ல. குறிப்பாப் பஞ்சாயத்துப் பண்ணத் தேவையில்ல. பொறாம, காமாரம் பிடிச்ச மனுசக இல்லாத பூமியா இருக்கு. பணம், காசு சேக்கணுமுனு அவசியம் இருக்காது போலயே. பொன்னு, பொருளக் கடன் கேட்டு யாரும் வரமாட்டாக போல. கடன், கப்பி எல்லாம் வராது. இதுக்குப் பேரு தேன் சொர்க்கமோ? ஒரே இடத்துல உக்காந்து பழக்கம் இல்ல. நடந்தாத் தேன் நல்லா இருக்குமுன்னு" சொல்லிக்கிட்டே நடக்க ஆரம்பிச்சாரு.

பூவரசம் மரங்க போல இருந்ததப் பாத்ததும் அத நோக்கி நடந்தார். அங்கப் பாத இன்னும் அகலமாக இருந்துச்சு. மரத்தில இருந்து மல்லிகப் பூ வாசம் பரவிச்சு. கண்ண மூடி நின்னாரு. மூளை வர அந்த வாசன தட்டி மயக்கத்த தந்துச்சு. கிறங்கி போயி நின்னாரு. அது பரவசத்த தந்துச்சு. நகந்து போன்னு யாரோ சொன்னது போல மனசு சொல்ல நகர ஆரம்பிச்சாரு. அந்தப் பாதயில் பத்து ரூவா நாணயம் அளவுக்கு அடர்நீலத்துல ஒரு கல் தென்பட்டுச்சு. வெலயுயர்ந்த கல்லாக இருக்குமோன்னு அத எடுத்துக் கையில் வச்சுப் பாத்துக்கிட்டே நடந்தாரு. இருபது அடிக்கு ஒருமொற அந்தக் கல்லக் கண்டார். அந்தக்

கல்லப் பின்தொடர்ந்தே போனாரு. அப்ப யாரோ இந்தப் பாதயில போயிருக்காகளா? யார் போயிருப்பா? பழங்காலத்தில போகும் பாதய மறக்காம இருக்கக் கல்ல இப்படிப் போட்டுக் கொண்டு போவாகன்னு கேள்விப்பட்டு இருக்கேன். அது நினைவுக்கு வந்துச்சு. எடுத்த கல்ல கீழ போட மனசில்ல. ரெண்டு கல்ல கையில எடுத்துக்கிட்டு நடக்க ஆரம்பிச்சாரு.

வலது புறத்தில ஒரு அருவி தெரிஞ்சுது. அருவி நீல நெறத்தில தண்ணீரக் கொட்டிக்கிட்டே இருந்துச்சு. அந்த இடமே ஜொலிச்சதக் கண் வைக்காம பாத்துக்கிட்டு இருந்தாரு. அருவி எப்படியும் ஒரு காத தூரம் இருக்குமுன்னு கண்ணளவில பாத்துச் சொல்லிக்கிட்டே போனார். அருவியத் தாண்டி நீல நிறக் கல் பாறைக இருந்துச்சு. சுந்தரத்துக்கு ஒன்னு புரிஞ்சுது. அவரு நிக்குற இடத்தயும், நீலக் கல் மலையையும் இந்த அருவி பிரிச்சு இருந்துச்சு. இந்த அருவியத் தாண்டிப் போக முடியாதுன்னு புரிஞ்சுது. அருவி பக்கத்துல வந்துட்டார். அவர் மனசுக்குள் ஒரு தவிப்பு உருவானது. மனசு கனமாக இருந்துச்சு. ஏன் அந்தக் கனம் உருவானது என்பது புரியவில்ல அவருக்கு.

அந்தப் பாதயின் முடிவுல, சிறிய கொகை ஒன்னு இருந்துச்சு. கொகைக்கு வெளியில விதவிதமான பூக்க நிறைஞ்சு நந்தவன போல பூத்து குலுங்குச்சு. அந்தப் பூச்செடியில ஒரு விசித்திரத்தக் கண்டார். ஒரே செடியில் இருந்த பூக்க ஒவ்வொன்னும் வெவ்வேறு நெறத்தில இருந்துச்சு. இது எப்படிச் சாத்தியம்? ன்னு குழப்பிக் கொள்ள ஆரம்பிச்சாரு. மரபணு முறையில் செஞ்சாலும், அதச் செய்ய இங்க யாரு இருக்காங்குற கேள்வியே அவர் முன்னே நின்னுச்சு. ஒவ்வொரு செடியாகப் பாத்துக்கிட்டே வந்தார். செடிக்குச் செடி பூக்களின் நெறமும், பூவின் அளவும், கண்ணுல ஒத்திக்கலாம் போல இருந்துச்சு.

அப்பதேன் கொழந்தகளின் சிரிப்புச் சத்தம் வர, குகைய நோக்கி நடக்க ஆரம்பிச்சாரு. அருகே போகப் போக அந்தச் சத்தம் அதிகமாச்சு. யாரா இருக்குமுங்குற கேள்வி கலந்த எதிர்ப்பாப்பு அதிகமாச்சு. அவரால உடனே உள்ள போக மனமில்ல. சட்டெனப் பயம் தொத்திக்கிச்சு. யாரோ பேசும் குரல் கேட்டதும் நின்னு கேட்க ஆரம்பிச்சாரு.

“எல்லாரும் தூங்குங்க! சும்மா விளையாடிகிட்டே இருக்கக் கூடாது! தங்கங்களே! அம்மா வழக்கம் போலப் பாட்டுப் பாடுறேன். சத்தம் போடாமத் தூங்கணுமுன்னு சொன்னதும்” அதனைத் தொடர்ந்து தாலாட்டுப் பாடும் குரல் கேட்டுச்சு.

"காக்கா கருதறுக்க
கட்டெறும்பு சூடடிக்க!
மாமன் பொழி தூத்த
மச்சினமாரு கோட்டகட்ட!
கோட்டைக்கு ஆளுவிட்டு
கொத்தமல்லி பாரமேத்தி!
பாரமேத்தி விட்ட உடனே
உம்ம மாம மாரு மாலை செஞ்சு வாராக!"

"அத்தை அடிச்சாளோ
அரளிப்பூ செண்டால?
மாமன் அடிச்சானோ
மல்லிகைப்பூச் செண்டால?
யாரடிச்சா? நீ அழுக?
யென் கண்ணே
அடிச்சவரச் சொல்லி அழு!

யாரும் அடிக்கவில்ல;
தானா அழுகுறேனம்மா
தம்பி துணை வேணுமுன்னு"

பாட்டு முடியும் முன்னே புள்ளக சத்தம் அடங்கி இருந்துச்சு. பாடிக்கிட்டு இருந்த இடத்த நோக்கி நடந்தாரு. யாருமே கண்ணுல தட்டு படல. இந்தப் பாட்டக் கேட்டதும் மனசு என்னன்னமோ செஞ்சது. இந்தப் பாட்ட எப்படி மறக்க முடியும். நம்மூரு பக்கம் புள்ளைகளுக்குப் பாடும் பாட்டல்லவா இது. யாரா இருக்குமுங்குற ஆவல் அதிகமாச்சு. உள்ள ஓடினார். குகைக்குள்ள ஓடும் போது மரப்பலக போல தரை போல இருந்துச்சு. டொம் டொம்முன்னு சத்தம் வேற கேக்க பயந்து போனாரு. அரை வெளிச்சமாய் இருந்துச்சு. உள்ள ஒரு வினோதமான பறவை உட்கார்ந்து இருந்துச்சு. சுந்தரத்தை வச்ச கண்ணு வாங்காது பாத்துக்கிட்டு இருந்துச்சு. .

அந்தப் பறவை குகைக்குள்ள மூலைய நோக்கிப் பறக்க ஆரம்பிச்சது. அந்தப் பறவை பின்னாலயே போனார். கயித்துப் பாலம் போல ஒரு பாதை உள்ள இருந்துச்சு. கால வச்சதும் தள்ளாட்டம் போட்டார். தொடர்ந்து நடந்தார். அவர் கால் வைக்க, பாதம் பட்ட இடம் மட்டும் வெளிச்சமாகி மறைஞ்சது. அந்தப் பறவையின் கூக்குரல்

அந்தக் குகையில் மெல்லிய இசை போல இருந்துச்சு. அந்தப் பாத கீழிறங்கி, மீண்டும் மேலெழுந்துச்சு. அந்தப் பறவையும் மூன்றடித் தொலவுலேயே பறந்து போச்சு. அந்தத் தொங்கு பாலத்தின் கீழ தண்ணீரின் சலசலப்புச் சத்தம் கேட்டுச்சு.

அந்தக் குறுகிய பாதை ஓர் இடத்தில் நிறைவடஞ்சு, அகலமா விரிஞ்சு இருந்துச்சு. அங்க ஓர் ஏணிப்படியின் மேல அந்தப் பறவை உக்காந்துச்சு. அந்த ஏணிப்படியில ஏறினாரு. ஏணிக்கு மேல ஒரே ஒரு ஆள் போறளவுக்கு ஓட்டை இருந்துச்சு. மேல ஏறஏறச் சில்லெனக் காத்து உடம்பில பட்டுச்சு. தல மட்டும் மேல போனதும் ஒரு வியப்பு காத்திருந்துச்சு. அவர் அந்த அருவியத் தாண்டி நீல மலப் பக்கம் வந்து இருந்தது தெரிஞ்சுது.

அங்க இன்னொரு ஆச்சரியம்! காவி நிறச் சேலகட்டிய பெண்ணொருத்தி முதுகு காட்டி உக்காந்திருந்தா. காதுல தண்டட்டி மாதிரி இல்ல. வளையம் போல ஒன்னு ஆடிக்கிட்டு இருந்துச்சு. ரவிக்க அணியல. சத்தம் கேட்டுத் திரும்பிப் பார்த்தா. நெற்றியில பட்டை போட்டு இருந்தா. மிடுக்கும், அழகும் நிறைஞ்ச தேவத போல இருந்தா. மெலிந்த தேகமா இருந்தா. சட்டென யோசித்து விக்கித்து நின்னார். மெல்லிய சிரிப்பு சிரிச்சா.

“யாரு நீங்க? இங்க வந்து உட்கார்ந்து இருக்கீக”ன்னு.

“யேன் செல்ல மகனுக்காகத்தேன் காத்துக்கிட்டு இருக்கேன். அவேன் பேரு சுந்தரமாம்”ன்னு கெக்கர போட்டுச் சிரிச்சா செல்லம்மா.

“அம்மா!அம்மா!” ஒதடு துடிச்சது; “அம்மா! அம்மா!” என்ற வார்த்தைய முழுங்கிக்கிட்டே இருந்தாரு. பேச்சே வரல. ஓடிக் காலுல விழுந்தாரு. காலப் பிடிச்சுகிட்டு சத்தமே வராம அழுதார். செல்லம்மா அவரத் தொட்டுத் தூக்கினா. செல்லம்மாவின் முகத்தையேப் கண்கொட்டாம பாத்தார். பாத்தார். கண்ணீரு நின்ன பாடில்ல. அந்த மொகத்தில இருந்த தெய்வீகக் களை அவரப் பேசவிடல. செல்லம்மாவின் அந்தச் சிரிப்பு மொத முறையா பொடி பயலா இருக்கைக்க அவர மடியில் கிடத்தித் தலையில் தடவிக் கொடுத்த போது பாத்தது போலப் புதுசாக இருந்துச்சு.

“சுந்தரம்! எப்படிய்யா இருக்க? ஏன்ய்யா அழுவுற? அப்படியா வளத்தேன். உனக்காகத்தேன் இத்தனை நா காத்துக்கிட்டு இருந்தேன். அம்மாவுக்கு ஒன்ன விட்டு வர மனசே இல்லைய்யா. என்ன செய்ய? நோவு வந்துடுச்சு. போக போற நேரம் வந்துடுச்சு. கடைசிக் காலத்துல உனக்குக் கஷ்டம் கொடுத்துட்டேன்யா. பீ, மூத்திரம் அள்ளிப் போடுற

அளவுக்கு வச்சுட்டேன். நல்லா இருக்கும் போதே சாவு வரத்தேன் மாரியாத்தாகிட்ட வேண்டினேன். அவ அந்த வரத்தைத் தரல. மன்னிச்சுடுயா! எனக்குத்தேன் பெத்துக்குற வாய்ப்பே இல்லாமப் போச்சு. நீ தான்யா எம் மடிக் கனத்தைக் குறைச்ச ராசா. நீ மட்டும் இல்லைன்னா என்னக்கோ போய்ச் சேர்ந்து இருப்பேன். உம்ம அப்பாரக் கட்டினத்துக்கு ஒரே புண்ணியம் நீதான்யா! அவர் விட்டுப் போன சொத்தய்யா நீ! எனக்குன்னு இருந்த ஒரே ஒலகம் நீதான்யா! இங்க வந்த பெறவு இந்தப் புள்ளக தான் எனக்கு எல்லாம். ஒன் நியாபகம் வரும் போதெல்லாம் இந்த அருவியப் பாத்தா நீ அம்மானு கூப்புட்றது போல இருக்கும்"

"இருக்கும் போது தெரியாத அரும, நீ போன பெறவு வீடே காடு மாதிரி ஆயிடுச்சு அம்மா. நீ படுத்து இருந்த கட்டிலப் பாக்கும் போதெல்லாம் மனசு குத்தும். எல்லாத்துக்கும் கோளாறு சொல்லுறதுக்கும், யாரும் பேசாம கெடந்தாவோ, இல்லை மூஞ்சுல சோகம் தெரிஞ்சாவோ, ஆறுதல் தர்றதுக்கோ, சமாதானம் சொல்லுறதுக்கோ யாரும் இல்லைங்கிறத தாமசமாத்தேன் புரிஞ்சிக்கிட்டேன். நீ ஒருத்தி அம்புட்டுப் பேரையும் உம் அன்பாலக் கட்டி வச்சு இருந்திருக்க. ஒன் இடத்த என்னால நிரப்ப முடியாம போனதுதேன் வாழ்க்கயே தரிசாப் போச்சு"

"நீ ஏம்மா மன்னிப்பு கேட்குற? நாந்தேன் கூக மாதிரி இருந்துட்டேன். இரண்டாம் தாரமா அப்பாருக்கு வாக்கப் பட்டாலும், என்ன உம்புள்ள போலப் பொத்திப் பொத்தி வளத்த! அடுப்படியே கெதியா கிடந்த, எனக்கு புடிச்சதயே செஞ்ச. உனக்கு நா ஏதும் செய்யலையேம்மா. ஒரு நா ஒரு பொழுது இது வேணு, அது வேணுன்னு கேட்டு இருப்பியா. மாரியாத்தாகிட்ட மட்டுந்தேன் நீ வேண்டுவ. அதுவும் என் பொண்டு, புள்ளக நல்லா இருக்கத்தேன் வேண்டுவ. நீ அழுது ஒரு நா கூடப் பாத்ததுல்ல. சிரிச்ச முகத்தோடே வாழ்ந்துட்டுப் போயிட்ட. உம் புத்தி எனக்குக் கொஞ்சம் கூட வரலம்மா. நா வாழ்ந்த வாழ்க்க ஆடு, மாடு போல ஆச்சு. அப்படிக் கூடச் சொல்லக் கூடாது. ஆடு மாடுக என்ன இளக்காரமா போச்சு. அதுகனாச்சும் மத்தவங்களுக்கு புரோயசனமா இருந்துச்சுக. நா அப்படிக் கூட இல்ல"

"யார் பேச்சையும் கேக்கல. உங்க அம்ப மட்டும் நா பயன்படுத்திக்கிட்டேன். சொயநலவாதியா இருந்துட்டேன். யேன் நிலமை என்னான்னு உணரல. தறிகெட்டுத் திரிஞ்சுட்டேன். நா எது செஞ்சாலும் எம் மனசு நோவக் கூடாதுன்னு எத்தனய தாங்கிருப்ப.

நீ காட்டின அன்புல, கொஞ்சத்தக் கூட உங்கிட்ட நா காட்டல. எந்த அக்கறையும் காட்டாம இருந்துட்டேன்னு” மேலுதடும், கீழுதடும் ஒட்டிக்கிட்டு வார்த்தைக வர முரண்டு பிடிச்சது.

“என்னய ஆளாக்க நீ பட்ட பாட்டுக்கு எந்த உபகாரமும் செய்யல. யேன் நாலு புள்ளைகளக் கூட நீதேன் பாத்தம்மா. கல்யாணமும் செய்ஞ்சுக்கல. எலும்பு தேய்ஞ்சு போச்சுன்னு நீ படுத்த படுக்கையா இருந்த போது சரியா மருந்து வாங்கித் தரல. மூஞ்சக் காட்டினேன். வலியில “அய்யோ! அம்மா!”ன்னு கத்தும் போது இரக்கம் இல்லாத பாவியா நின்னேனே. எப்பவுமே நீ என்ன தப்பா பேசினதே இல்ல. ஒன் உசுரு கொஞ்சங்கொஞ்சமா யென் கண்ணு முன்னாலயே போனதப் பாத்த கொலைகாரன்ம்மா நா. ஒன்ன நானே கொன்னுட்டேனம்மா. ஒன்ன நல்லா கவனிச்சு இருந்தா கொஞ்ச நாளாவது எம் பொழப்பு ஓடியிருக்கும். கையில் இருந்த பொக்கிஷத்தத் தவற விட்டுட்டேன். எனக்காகவே வாழ்ந்த ஒன்னக் காவந்து பண்ணத் தவறிட்டேன். இந்தப் பாவிய மன்னிப்பியா?”ன்னு செல்லம்மாவின் இருகையையும் புடிச்சுக்கிட்டு மொகம் புதைச்சு விசும்பினாரு. அம்மாவின் கைய எடுத்துத் தன் தலையில வச்சுக்கிட்டாரு.

செல்லம்மா சிரிச்சுக்கிட்டே இருந்தா. “யென் புள்ள நீ! ஒன்னப் பாத்துக்குறதுதேன் எம் பொறுப்பு. இன்ன வரக்கும் ஒன்ன நா பாத்துக்கிட்டுத்தேன் இருக்கேன். ஒன் ஆத்தாவோடு உசுருதேன் போச்சு. ஆனா நெனப்பு எல்லாம் ஒன்னப் பத்தித்தேன். சரி வா. வெளியில போலாமு”ன்னு சுந்தரத்தை இழுத்துக்கிட்டு வெளிய போனா. சின்னப் புள்ளக எல்லாரும் தூங்கிக்கிட்டு இருந்தாக.

என்ன சாப்புடுற?

“இந்த மனசுதாம்மா கடவுளு! அம்மா எனக்கு ஏதும் வேண்டாம். ஒங் கூட விளையாடணும். விளையாடுவோமா?”ன்னு சுந்தரம், செல்லம்மாவின் கையப் பிடிச்சுக்கிட்டு ராட்டினம் போலச் சுத்த ஆரம்பிச்சாரு. செல்லம்மா பதினாறு வயசுல சுந்தரத்தப் பிடிச்சுக்கிட்டு சுத்தியத, இன்னைக்கு அவர் செஞ்சாரு. ரெண்டு பேருக்கும் மூச்சு வாங்கிச்சு. அருவியப் பாத்தபடி உக்காந்திருந்தாக.

“அம்மா!அம்மா! அஞ்சு கல்லு விளையாடுவோமா?” ன்னு கேட்டாரு. அங்க இருந்த நீலநிற கல்ல எடுத்துக்கிட்டு வந்தாரு. ஒரு கல்லு, ரெண்டு கல்லு, மூனு கல்லுன்னு விளையாடிக் கொண்டிருந்தா செல்லம்மா. வெள்ளைச் சேலயில சின்னப் பொண்ணு விளையாடுறது போலச் சுந்தரத்துக்குத் தெரிஞ்சுது. அவ தோற்கவே இல்லை.

“நாம நேசிச்சவக பத்தி தகவலு கேட்டா தருவாக. அப்படித்தேன் நீ படுற கஷ்டத்த நா கேள்வி பட்டேன். பெரியவக எடுக்குற முடிவு கூட தப்பா போயிடுதுய்யா. உனக்குன்னு ஒரு பொழப்பு ஏற்படுத்தி தராம இப்படி தருசாக்கிட்டோமேன்னு வருத்தந்தேன். எதா இருந்தாலும் வாழ்க்கைய நாம எப்படி எடுத்துக்குறோமுங்குறதுல எல்லாமே சுந்தரம். உனக்காகத்தேன் இத்தனை நாளா அலைஞ்சுக்கிட்டு இருந்தேன். யென் மனசு நிறைஞ்சு போச்சு அய்யா. நீ இனிமே வருத்தமே படக்கூடாது. அம்மாவயும் இனி தேடாத”ன்னு தன்னையே பாத்துக் கொண்டிருந்த சுந்தரத்தப் பாத்துச் சொன்னா.

சுந்தரம் கண்ண மூடித் தலைய ஆட்டினார். கண் முழிச்சப்ப செல்லம்மா மறைஞ்சு போயிட்டா. குகக்குள்ள போய்ப் பாக்கும் போது உள்ள யாருமே இல்ல. அம்மா உக்காந்து இருந்த கல் மேட மேல சுந்தரம் கண்ண மூடி அருவியப் பாத்த படி உக்கார்ந்தாரு.

19

உக்காந்திருந்த கல் லேசாக ஆடிச்சு! கண்ணத் தொறந்து பாத்தார். நடுக்கம் வந்துச்சு. கொஞ்சங் கொஞ்சமா நகர ஆரம்பிச்சது. பட்டெனக் கால மேல தூக்கிக் கொண்டார். அந்தக் கல் மேல எழும்ப ஆரம்பிச்சது; நூறு அடி உயரத்துக்கு எழும்பியது. அப்படியே பறக்க ஆரம்பிச்சது! "அச்சோ! இந்தக் கல் லேசா ஆடிய போதே குதுச்சு இருக்கலாமே, ஏன் இறங்காம விட்டேன். வாய்ப்பத் தவற விட்டுட்டு வாயி வயித்துல அடிச்சுக்குறது என்ன எனக்குப் புதுசா"ங்குற எண்ணம் வந்ததும் சமாதானம் ஆனார். இங்கே வந்த பெறவு பக்குவம் வந்து விட்டதாக எண்ணிக் கொண்டார். நீல அருவி, நீல மல, நந்தவனங்க, பச்சப் பசேல்ன்னு இருக்கும் மரங்க, வண்ண மலர்க, இளம்பச்சை நெற ஒளி என மேலிருந்து பார்க்கும் போது அதிசயித்துப் போனார். மேல பறக்கிறோம் என்பத மறந்து லயிச்சு போனார். சந்தன வாசம் நெறஞ்ச காத்து அடிச்சது. அது பெரும்சுகத்தைத் தந்துச்சு.

நீல மலையக் கடந்து அந்தக் கல் பறந்துச்சு. தொலைவுல இருந்து அந்த நீல மலையப் பாக்கும் போது ஜொலியா ஜொலிச்சுச்சு. அந்த மலையில இருந்து நீலக்குழம்புகள் வெளிவருவது போலத் தெரிஞ்சுது. அந்த மலையக் கடந்து, போகப் போக இளம்பச்சை நெற ஒளி கொறஞ்சு மஞ்ச நெற ஒளி அதிகரிக்க ஆரம்பிச்சது. ஆச்சரியம் தாழல. வெளிச்சம் எங்கிருந்து வருதுங்குற கேள்வி வெகு நேரமா இருந்துச்சு. வெளிச்சத்தின் நெறம் ஒரு இடத்துக்கும், இன்னொரு இடத்துக்கும் எப்படி மாறுபடுதுங்குற குழப்பம் இருந்தாலும் அந்தச் சூழலோடு லயிச்சுப் போயிருந்தார். அந்தக் கல் மிதந்து கொண்டிருந்தது. அடுத்து எங்க போறோமுங்குற ஆவலைக் கிளப்பிச்சு.

திடீரென அந்தக் கல் கொஞ்சங் கொஞ்சமாக மேலும் கீழும் அசைந்தாடத் தொடங்கிச்சு. அடர்ந்த காடுகளத் தாண்டிப் போய்க்கிட்டு

இருந்துச்சு. அந்தப் பகுதி முழுசுமே மஞ்சளுல குளிச்சது போல வெளிச்சம் பரவி இருந்துச்சு. மேலிருந்து பாக்கும்போது எதுவுமே கண்ணுக்குத் தெரியல. சட்டெனக் கல் கீழே இறங்க ஆரம்பிச்சது. பிடித்துக்கொள்ள இசவு இல்ல. அந்தக் கல்லையே இறுக்கிப் பிடித்துக்கிட்டாரு. எவ்வளவு தூரம் பறந்தாருங்குற கணக்கு தெரியல. இது எல்லாமே சொல்லி வச்சது போலத்தேன் நடந்துச்சு. தான் ஏதும் செய்யல என்பதப் புரிஞ்சுகிட்டார்.

அவர் எதிர்பாத்ததைவிடக் கல் வேகத்தக் குறைக்க ஆரம்பிச்சது. மெதுவாத் தரையில இறங்குச்சு. இறங்கிய இடத்திலிருந்து பாத்தா ஒரே ஒரு வீடு மட்டுந்தேன் இருந்துச்சு. அந்த வீட்டச் சுத்தி வயல் பரப்புக் கொஞ்சம் தெரிஞ்சுது. நாலாப் பக்கமும் தண்ணீர்தான் சூழ்ந்து இருந்துச்சு. ஒரு தீவிலதேன் இறங்கி இருக்குறோமுங்குறது அப்பதான் புரிஞ்சது. தண்ணியின் நெறமும் மஞ்சளா இருந்துச்சு. கல்லிலிருந்து இறங்கிக் கடல நோக்கிப் போனாரு. தண்ணீரத் தொட்டுப் பாத்தார். வழுவழுப்பா இருந்துச்சு. மோந்து பாத்தார். மணம் ஜாதிமல்லிப் போல இருந்துச்சு. இந்தக் கடலுல உயிருக வாழுமா? இத்தன வழுவழுப்புல நீச்ச அடிக்க முடியுமான்னு யோசிச்சாரு. ஒவ்வொரு இடத்திலும் கேள்விக மட்டுமே மிஞ்சிச்சு. பதில் தர யாருமில்ல. தண்ணிக்குள்ள இறங்க ஆசப்பட்டார்.

கால உள்ள வச்சார். காலு கடல் மண்ணில் புதைஞ்சுக்கிட்டே போச்சு. ஆனா களிமண் மாதிரி இறுக்கமா இல்ல. இலகுவாத்தேன் இருந்துச்சு. உள்ள செல்லச் செல்ல நீரின் வழுவழுப்பு குறைவாக இருந்துச்சு. அந்தக் கடலுல அலை இல்ல. கடல் அது பாட்டுக்குத் தேமேன்னு இருந்துச்சு. அலை இல்லாததால எந்தச் சலசலப்பும் இல்லாத கடலின் மீது பிடிப்பு வரல. நெஞ்சு வர நீர் இருக்கும்படி முட்டி போட்டு அமர்ந்தார். கைய நீருக்குள் முக்கி வெளியில் எடுத்துப் பாத்தார். மஞ்சள் நிறம் உடலில் ஒட்டியது போலத் தெரியல. நீருக்குள் உயிரினங்கள் ஏதும் தென்படுகிறதா?ன்னு பாத்தார். ஒன்றும் தட்டு படல.

கிணத்துல குளிச்சு பல வருஷமாச்சு. முங்கிக் குளிக்க ஆசப்பட்டு முங்கினார்; நீச்ச அடிக்க ஆரம்பிச்சாரு. சுந்தரத்துக்கு நீச்சலடிக்கக் கத்துக் கொடுத்த சின்னய்யா நியாபகம் வந்துச்சு. சின்னய்யா எங்க இருக்காரோ? எப்படி இருக்காரோ?ன்னு நெனச்சுகிட்டே குளிச்சு முடிச்சார். ஜாதிமல்லிப்பூ மணம் உடலெங்கும் சூழ்ந்து கொண்டு கிறங்கடிச்சது. சுத்தி முத்திப் பாத்தார். ஆள் ஆரவாரம் சுத்தமா இல்ல.

திரும்பவும் கரைக்கு வந்தார். கரைக்கு வர்றதுக்குள்ள சட்டை காய்ஞ்சு போச்சு. கரைய அடஞ்சதும் வேட்டியும் உலர்ந்து போச்சு. ஏதோ ஒரு அதிசய உலகத்துக்குள் வந்துவிட்டோமுங்குற நெனப்பு வர அங்கிருந்த வீட்ட நோக்கி நடக்க ஆரம்பிச்சார்.

வீட்டுல கதவுக ஏதுமில்ல. உள்ள நுழைஞ்சார். மணி அடிக்கும் சத்தம் கேட்டுச்சு. அந்தச் சத்தம் கேட்ட தெசய நோக்கி நடந்தார். ஒரு தடிச்ச உருவம் அறையில இருந்து வெளிய வந்துச்சு. அந்த உருவம் வேறு அறை நோக்கி நடந்துச்சு. தலை நிறைய ஜாதிமல்லிப்பூ போல இருந்துச்சு. அந்தப் பெண்மணி கட்டியிருந்த சேலை மின்னுச்சு. மணம் நெறைஞ்ச வாசன திரவத்த தெளிச்சபடி போனா. அந்த நெடி குப்புன்னு ஏறித் தும்ம ஆரம்பிச்சாரு. மணிச் சத்தமும் தொடர்ந்து கேட்டுக் கொண்டே இருந்துச்சு.

அந்தப் பெண் பின்னாலேயே போனார். அந்த அறை முழுக்க ஓவியங்க இருந்துச்சு. அந்த ஓவியத்தில வண்ணங்க கொட்டிக் கெடந்துச்சு. அதற்கு அவ தீபராதனை காட்ட ஆரம்பிச்சா. தொடர்ந்து தும்மினார். அறைக்குள்ள இருந்து "சுந்தரம் வாய்யா! நம்ம வீடுதாய்யா!"ன்னு குரல் அதிர்ச்சியா இருந்துச்சு. சுந்தரம் மிரண்டு போனார். அந்தப் பெண்மணி திரும்பினா. மொகம் பாத்ததும் சிலுத்து போச்சு.

"சின்னம்மா! சின்னம்மா! நீயாம்மா?" ன்னு பக்கத்துல போனார். சின்னம்மா சுந்தரத்த அணைச்சா. காலத் தொட்டு வணங்கினார். கண்ணு என்னவோ சின்னய்யாவத் தேடுச்சு. மனசு கெடந்து அடிச்சுகிச்சு.

"சின்னய்யா எங்க சின்னம்மா?"

"அவகளா, தோட்டத்துல இருக்காக சுந்தரம். போயிப் பாருய்யா! எப்பவும் ஒன் பேச்சுத்தேன் அவருக்கு. எம் புள்ளயத் தனியா விட்டுட்டு வந்துட்டேன். எப்படி எல்லாம் தவிச்சானோ? தவிக்க விட்டுட்டு வந்துட்டேன்னு புலம்பித் தள்ளிட்டாரு உம் சின்னய்யா. ஒன்னப் பாத்தார்ன்னா எல்லாம் சரியாப் போயிடும். சரிய்யா போயி பாத்துட்டு வாய்யா"

தலையாட்டினார். அங்கிருந்து நகர்ந்தார். அந்த வீடு அவருக்குப் பரிச்சமாக இருந்தது போல ஓடினார். வீடே நறுமணத்தால நெறஞ்சு இருந்துச்சு. புகைமூட்டமா இருந்துச்சு. வீட்டின் பிம்புறமா போனார். வெள்ளக் கால்சட்டை போட்ட பெரியவர் ஒருத்தர் தோட்டத்தில் வேல பாத்துக்கிட்டு இருந்தாரு. தலையில முண்டாசு கட்டி இருந்தார். அடி மேல் அடி வச்சு நடந்தார்.

“சின்னய்யா! சின்னய்யா!”ன்னு அந்தப் பெரியவர நோக்கி வரப்புல ஓடினார். வரப்பெல்லாம் செதுக்கியது போல இருந்துச்சு. நெல் போலவே கதிர் முற்றிய பயிர் விளைஞ்சு இருந்துச்சு. அந்தப் பயிர் மணிமணியாய் மின்னியது. மழை இல்லாமச் செத்துப் போன பயிர்களப் பாத்து பழகிய அவருக்குக் கண்ணில் ஒத்திக்கொள்ள வேண்டும் போலிருந்துச்சு. சுந்தரத்தின் இடுப்பு வர வளர்ந்திருந்துச்சு. தொட்டுத் தடவி கொடுத்தார். உடம்பெல்லாம் புல்லரிச்சது.

அந்தப் பெரியவரு வேறப் பக்கம் திரும்பி இருந்தாரு. வரப்ப மட மாற்றிக்கிட்டு இருந்தாரு. “ஏலே முத்தையா! எங்க இருக்கடா? கிழக்கால போறதக் கொஞ்சம் மாத்தி விடுடா?” ன்னு பெரியவரு சொன்னாரு. சுந்தரத்தின் ஒடம்பே அதிர்ந்துச்சு. அதே குரல்! எம் சின்னய்யாவின் குரலேதேன். நா பாத்து ரசித்த மொத ஆண்மகனின் குரல். என்னத் தங்கத்தட்டில் தாலாட்டின அப்பாரின் குரல். இயற்கைய ரசிக்க வச்ச வெவசாயியின் குரல். அந்தக் கம்பீரம் இன்னும் கொறையாம இருந்துச்சு. அவர் முத்தையான்னு அழைச்சதுதேன் குழப்பதத் தந்துச்சு அவருக்கு.

பெரியவர நெருங்கி பக்கத்துல போனாரு; அவரு முதுகுல கை வச்சாரு. பெரியவரு திரும்ப முயற்சி பண்ணும் மும்பே சுந்தரம் பெரியவர கட்டிகிட்டார். சின்னய்யா சுகமா இருக்கீகளா? சின்னய்யா வின் உடம்ப இறுக்கப் புடிச்சாரு. இத்தன நா பிரிவ அந்த அணைப்புல இருந்துச்சு. சுந்தரத்தின் குரல் கேட்டுச் சின்னய்யாவின் கண்ணு கலங்கிடுச்சு. “வந்துட்டீயா சுந்தரம்! எப்படிய்யா இந்த இடம் தெரிஞ்சுது? கண்டுபிடிக்கக் கஷ்டப்பட்டியாய்யா? எனக்கு ஒரே வெசனமாவே இருந்துச்சு. நீ எப்படி இந்த இடத்தத் தேடி வருவீயோ”ன்னு

எந்தப் பதிலும் சொல்ல விரும்பல. அவர அரிச்சுட்டு இருந்த ஒரு விசயத்ததேன் கேக்க நெனச்சாரு. “சின்னய்யா ஏன் மருந்தக் குடிச்சீக? நீங்க சாவத்தேடிக்க நா ஏதும் காரணமா? வேற ஏதும் காரணம் உண்டா?”

“சுந்தரம்! தப்புதானய்யா! ஒரு கடுதாசியாவது எழுதியாவது வச்சு இருக்கலாந்தேன். அன்னைக்கு இருந்த நெலமைக்கு வெவசாயி மீடேற முடியாத சூழலு உண்டாச்சு. கண்ணு முன்னால மழ இல்லாம பயிரெல்லாம் பட்டுப் போறதும், பூச்சி, பட்டயில நாசமாப் போறதும் பாக்க முடியல. மருந்து அடிச்சு வெவசாயம் செய்ய மனசுக்கு ஒவ்வல. செலவுக்கும், வரவுக்கும் சரியாப் போச்சு. எப்படி மீதி

நாளச் சமாளிக்கப் போறோமுனு மனசுல பயம் வந்து போச்சு. பயிரு விளவிச்சுப் பாதுக்காக்கவும் முடியல. திருட்டும், கொள்ளையும், ஏமாத்துற குணமும் அதிகமாச்சுப்பா நம்ம ஊருல! இங்க பார்த்தியா சுந்தரம்! இங்க வெளச்சல் ரொம்ப நல்லா வருதுயா. விவசாயம் நல்லா செழுபா வர்ற மாதிரி கடல் பக்கமா வந்துட்டேன் இங்க. இப்படி வெளச்சல் நம்ம பூமியில இருந்து இருந்தா, நா வெசனப்பட்டு இருக்க மாட்டேன். அப்படி ஒரு சாவத் தேடி இருக்க மாட்டேன்”

“ஓம் கடசி மக, எம் பேத்தி சமஞ்சு இருந்தா. அவ கல்யாணம் எப்படி பண்ணப் போறோமுனு வெசனம் வந்து பாடாப் படுத்துச்சு. மத்த எல்லாத்தயும் யோசிச்சவன் ஒன்னப் பத்தி யோசிக்கல. ஒங்கிட்ட இத எல்லாம் சொல்ல மனசு வரலய்யா. சாகுறவரக்கும் உனக்கு எந்தக் கஷ்டமும் தர மாட்டேன்னு உம் அப்பாருட்ட சத்தியம் செஞ்சு கொடுத்து இருந்தேன். அறிவுமதியும் வேலக்குப் போகாம கடத்தெருவுலேயே இருந்தாப்புல. அது மனசுல முள்ளாக் குத்த ஆரம்பிச்சுச்சு. அத நா கேக்க “நீ யாரு”ன்னு அறிவுமதி கேட்டுட்டாப்புல. அந்தப் பய கேட்டதுல இருந்து ஒரு மாசமா ஒறக்கம் வரல. கிறுகிறுப்பு அடிக்கடி வர ஆரம்பிச்ச சமயந்தேன். இப்பவே நமக்கு மரியாதை இல்லைனா, வருமானமும் போச்சுன்னா சுத்தமா இருக்காதுன்னு தோனுச்சு. அதுலேயும் படுக்கையில விழுந்துட்டா பாக்க யாரும் இல்லங்கிற எண்ணம் மனசுல போட்டு அரிக்க ஆரம்பிச்சுது. அவதேன் சீக்காக் கெடந்து என்னத் தவிக்க விட்டுட்டு இங்க வந்துட்டா. எம் பொஞ்சாதி போனப்பவே பாதி உசுரு போயிடுச்சு”ன்னு நிறுத்தினார் சின்னய்யா.

“மருந்தக் குடிச்ச பெறவுதேன் உங்க மொகமெல்லாம் கண்ணுல நின்னுச்சு; மனசு மாறுச்சு; எழுந்திருக்க முயற்சி செஞ்சேன்; கொடிய வெசமுள்ள பூச்சி மருந்தில்ல. உடனே வேலயக் காமிச்சிடுச்சு. மருந்தக் குடிச்சுச் சாவேன்னு நினைக்கல. ஒன்ன அனாதை ஆக்கிட்டேன்னு இன்னும் மனசு உறுத்துதய்யா”ன்னு சின்னய்யா சொன்னதும் சுந்தரம் நடுங்கிப் போனார். சின்னய்யா எதற்காகச் செத்தார் என்ற மர்ம முடிச்சு வெலகிச்சு.

“சின்னய்யா! நா நல்ல மகனா இருந்திருந்தா நீக இந்த முடிவு எடுத்துருக்க மாட்டீக! நீங்க செத்ததும் என்னாலதேன். நானும் உங்களுக்கு உதவல. எம் புள்ளைகளும் உபயோகமா இல்லாம போச்சய்யா. எம் அப்பாருக்குச் செஞ்ச ஒரு சத்தியத்துக்காகச் சத்தியவானா வாழ்ந்தீக. என்ன உம்மபுள்ளையா வளர்த்தீக. உம்ம உழைப்புல சேத்த சொத்தக் கூட எனக்கு எழுதி வச்சீக. நீங்க எழுதி

வச்ச உயில்ல அஞ்சு காசு கூடக் கணக்கு எழுதி வச்சு இருந்த. சாவுச் செலவைக் கூட எனக்குத் தரக் கூடாதுன்னு அதத் தனியா ஒரு துணியில முடிஞ்சு வச்சுருந்தீக. செத்த அன்னைக்குக் கூட எனக்குத் தெனமும் தரும் அஞ்சு ரூவாவ வச்சுட்டுப் போன வள்ளலய்யா நீங்க. கொள்ளி வச்சதத் தவிர வேற எந்தச் சந்தோஷத்தயும் தரலயே. நீங்க காட்டின அன்பு இருக்கும் போது புரியல. நீங்க போன பெறவுதேன் குடும்பத்த எப்படிக் கட்டுக்கோப்பா பாத்து இருந்தீங்கன்னு புரிஞ்சுது. எல்லாத்தயும் தொலைச்சுட்டுப் புலம்பி என்ன பண்ண?"

"நீங்க மனசுல இம்புட்டு வச்சு மருகி இருக்கீக. இந்தக் கோட்டிக்காரனுக்கு இது ஒன்னுமே புரியாமப் போச்சே. இந்தக் கடன எப்படி அடைக்கப் போறேனோ?. இந்தப் பாவத்த எப்படிக் கரைக்கப் போறேனோ? ஒரு வேள சோறு கூட என் உழைப்புல போடலயே. ஒரு நா, ஒரு பொழுது ஒரு நூல் சட்டையாவது வாங்கித் தரலயே. உனக்குக் கோடித் துணி போட்டபோதுதேன் நா வாங்கியாந்த துணி உம் மேலுல விழுந்துச்சு. இது எதுவுமே செய்யாம என்னத்தச் சாதிச்சுபுட்டேன்"

"நீங்க ஒரு பரம்பரைக்கே சோறு போட்டீக! நானோ ஒரு பரம்பரயே அழியக் காரணமா இருந்துட்டேன் சின்னய்யா. எம் புள்ளைகளக் கண்டிச்சு வளக்கல. இல்ல... இல்ல... கண்டுக்கவே இல்லன்னுதேன் சொல்லணும். நீ எங்கிட்ட காட்டின கரிசனத்த எம் புள்ளைககிட்ட காட்டல. நீ என்னப் பத்தாவது படிக்க வச்சீக. ஒழுங்காக் கிடச்ச அரசாங்க வேலக்குப் போயிருந்தா ஒன்ன சாகவிட்டு இருக்க மாட்டேனே. தேவையானத எல்லாம் பாத்துப் பாத்துப் பண்ணின உனக்கு, எதையும் பண்ணலயே சின்னய்யா"ன்னு சுந்தரத்தின் அழுகுரல் சின்னய்யாவ உலுக்குச்சு.

"அழாதய்யா சுந்தரம். வந்த துன்பம் அனைத்தும் எனக்கானதுய்யா. எப்பவும் அந்தத் துன்பம் உனக்கு வந்திடக் கூடாதுன்னுதேன் நெனச்சேன். உம் மொகம் எப்பவும் வாடக்கூடாதுன்னுதேன் நெசமா ஆசப்பட்டேன். நா எடுத்த தற்கொலை முடிவு ஒன்னு மட்டுந்தேன் நா செஞ்ச பெரிய தப்பு. ஆண்டவன் கொடுத்த உயிர மாய்ச்சுக்க நமக்கு எந்த உரிமயுமில்ல"ன்னு சின்னய்யா சுந்தரத்தின் நெஞ்சில் சாஞ்சார். கண்ணீர் பொட்டுப் பொட்டாய் விழுந்துச்சு.

அதே நேரம் பண்ணையாள் முத்தையா அங்க வந்தாப்புல. "பெரியய்யா! வேல முடிஞ்சுது! அட! சின்ன மொதலாளி! எப்ப வந்தீக? எப்படி இருக்கீக?. பெரியய்யாவுக்கு உங்க வெசனந்தேன்

எப்பவும்". சுந்தரம் கண் கொட்டாம பாத்தார். அவரால நம்ப முடியல. பண்ணையாள் முத்தையாவின் இருப்பு ஆச்சரியம் தந்தது.

"பெரியய்யா இருக்கும் இடம் தேடி வந்துட்டேன். அவரு அன்பு அப்படி!"

"அன்புப் பொதயலோடு இருக்குற பாக்கியம் பெற்ற பாக்கியசாலி நீயி"ன்னு சுந்தரம் சொல்ல முத்தையாவும், சின்னய்யாவும் சுந்தரத்தின் கையப் பிடித்துக் கொண்டாக. சுந்தரத்தின் விரல் பிடித்து நடந்தார் சின்னய்யா. சின்ன வயசுல சின்னய்யா கை பிடிச்சு நடப்பது போல இருந்துச்சு. "இனி எல்லாமே ஜெயந்தேன்! ஒன்னோட கருமம் எல்லாம் கரைஞ்சுடுச்சு அய்யா! வெசனத்த விடு!" ன்னார் சின்னய்யா.

சுந்தரத்த அந்த வீட்டின் அறையில உட்கார வச்சுவிட்டுக் குளிச்சுட்டு வரேன்னு சின்னய்யா கடல் பக்கம் போனார். சின்னம்மா துண்டு எடுத்துக் கொடுக்கப் போனா. முத்தையாவும் உடம்பெல்லாம் நசநசன்னு இருக்குன்னு சொல்லிக் கொண்டு அவனும் கடலுக்குள்ள எறங்கினான். நெடுநேரமாகியும் யாரும் வரல. கொள்ளநேரமாயும் யாரும் வரல. வெளியில போய்ப் பாத்தார். ஆள் ஆரவாரம் சுத்தமா இல்ல. தோட்டத்தில் இருப்பாங்களோன்னு பாக்க ஓடினாரு. அங்கேயும் யாருமில்ல.

அந்த இடத்தில இன்னொரு வீடு முளைத்து இருந்துச்சு. கர்நாடக சங்கீதம் ஒலிக்கும் சத்தம் கேட்டுச்சு. வெளியில ஒரு பிராமணர் வந்தார். அவரு பக்கத்துல போனாரு சுந்தரம். "சின்னய்யா, வெவசாயம்....."ன்னு சொல்ல, இப்போதேன் புதுசா குடி வந்திருக்கோமு ன்னுனார்.

திரும்பிப் பாத்தா, சின்னய்யா இருந்த வீடு கோவிலாக மாறி இருந்துச்சு. அவருக்கு ஏதோ புரிஞ்சுது. ஆனா தெளிவா உணர முடியல. சின்னய்யாவப் பாத்த நிறைவிலிருந்து இன்னும் அவரால் விலக முடியல. இனி எங்கே போவது?ன்னு யோசனை வர, வந்திறங்கிய கல்லப் பாக்கப் போனார். கல் இருந்த தடம் இல்லவே இல்ல. அந்தப் புது வீட்டின் பின்னால் நடக்க ஆரம்பிச்சாரு, நடந்துகிட்டு இருந்த போது மண் ரொம்பவும் பொல பொலன்னு இருந்துச்சு. கால் பதித்ததும் ஆத்துச் சொழல் போல அவர உள்ளிழுக்க ஆரம்பிச்சது. "யாரு? யாரு?"ன்னு மொத கொரல் கொடுத்தவருக்குப் பெறவு, மூச்சுத் திணறிச்சு. ஒடம்பு சொழண்டுகிட்டே மண்ணுக்குள்ள போயிக்கிட்டே இருந்துச்சு.

20

அந்தப் பொதமணல்ல இழுத்துட்டுப் போன வேகம் மணிக்கு நூறு கிலோமீட்டர் மேலதேன் இருக்கும். பெரும்புயல் ஒன்னு அடிச்சுட்டுப் போறது போல இருந்துச்சு. சுனாமி இப்படித்தேன் இருந்திருக்கும் போல. ஆழ்துளைக் கிணறுல போல இருந்துச்சு. மண் எந்த உறுத்தலயும் தரல; சிராய்ப்பு ஏதும் ஏற்படல; அரிப்பு ஏதும் ஏற்படல; கண்ணு நல்லா தெரிஞ்சுது. ஆனா அப்படி ஒரு இருட்டு. அந்த இருட்ட அவரால ரசிக்க முடியல. எப்படி அம்மா வயித்துல மொளச்சோம், வளந்தோமுன்னு நெனக்கையில வியப்புதேன்.

கொஞ்ச நேரத்தில் உடம்புல ஏதோ தட்டுப்பட்டுச்சு. ஊர்றது போல இருந்துச்சு. அந்தத் துளை அவரது ஒடம்பு அளவுக்கே இருந்ததால், அவரது கைய அவரால் அசைக்க முடியல. புழு போல ஒன்னு ஊர்ந்துகிட்டு அவருக்கு அருவருப்பத் தந்துச்சு. உடம்பயே உலுக்கிப் பாத்தார். குமட்டிக்கிட்டு வந்துச்சு. ரோலர் கோஸ்டர் போலச் சுழன்றார். அந்தச் சுழலு எங்க கொண்டு போகுதோ? இல்ல, அங்கய சுத்துதான்னு புரியல. தீக்கொழம்பு போல அவர அந்தச் சுழலலு தூக்கி எறிஞ்சுது. அந்த வேகத்தில சுந்தரம் இருநூறு அடி ஒயரத்துக்கு தூக்கி அடிச்சுது. பறவை போலப் பறக்க ஆரம்பிச்சாரு; கைகள விரிச்சாரு. கைக செறகாக மாறி இருந்துச்சு; இஷ்டத்துக்கு பறந்தாரு. அவரின் ஒடலுல ஒட்டிக்கிட்டு இருந்த புழுவெல்லாம் பட்டாம்பூச்சி போலப் பறக்க ஆரம்பிச்சது. பறக்குறத பாக்கும்போது அது கண்கொள்ளாக் காட்சியா இருந்துச்சு.

அவர் எந்த வழியே வெளிவந்தோமுன்னு தேடிப் பாத்தாரு. அங்க எந்தக் குழியும் தென்படல. அப்பதேன் அந்த இடமே இளம்சிவப்பு நிறத்தில் இருந்ததக் கவனிச்சார். கடந்து வந்த நந்தவனங்க, நீல மலை, மஞ்சள் கடல் இங்கிருந்து பாத்தா தென்படுதான்னு பாத்தார். ஒன்றும் தட்டுப்படல.

அங்கே மரங்க ஒவ்வொன்னும் முன்னூறு அடிக்கு இருந்துச்சு. பறந்து கொண்டிருந்தவர் மரத்தின் மேல போயி உக்காந்தாரு. அந்த ஆலமரம் பரந்து விரிந்து இருந்துச்சு. அந்த மரத்தின் கிளைக ஒவ்வொன்னும் திருமலைநாயக்கரு மகால இருக்கும் தூண் போல இருந்துச்சு. மரத்தின் இலைக செவப்பு நெறத்திலும், கிளைக புறஊதா நெறத்திலும், மரம் பழுப்பு நெறத்திலும் இருந்துச்சு.

அந்தக் கிளைகள்ல படிக்கட்டுகள் இருந்துச்சு. அதக் கண்டு புல்லரிச்சுது. மெதுவாய் அடி வச்சு இறங்க ஆரம்பிச்சாரு. மரத்திலிருந்து இறங்கும்போது திடீரென அலறல் சத்தம் கேக்க ஆரம்பிச்சது. ஒரு குரல் பல குரல்களா மாறிச்சு. அந்தப் பிளிறல் காதக் கிழிச்சுது. அவரால தாங்க முடியல. செங்குத்தா இருந்த கெளைய இறுக்கிப் பிடிச்சுக்கிட்டு நின்னாரு. அப்ப கெளைக்குக் கெளை யாரோ தாவுவது போல இருந்துச்சு. அந்த உருவம் கண்ணில் பட்டுச்சு. இனிமே இங்கே இருக்கக் கூடாதுன்னு அவரும் அந்த மரத்தின் விழுதுகளப் பிடிச்சுக் குரங்கு போலத் தாவ ஆரம்பிச்சாரு. இறங்கவே வெகுநேரம் பிடிச்சது. மண்ணுல கால் பட்டதும் இறங்கி நடக்க ஆரம்பிச்சாரு.

அது மண் அல்ல. மணல்ன்னு தெரிய சில நொடிக பிடிச்சது. மண்ணும் சிவப்பு நெறத்துல இருந்துச்சு. நடக்கும் போது கால் பொதஞ்சுகிட்டே போச்சு. ஆனா இந்த புது ஒலகத்துல வாழப் பழகி இருந்தாரு. நடக்கும் வேகம் அவருக்கே பிரமிப்பா இருந்துச்சு. காத்துல ஈரப்பதம் அதிகமா இருந்துச்சு. அந்த ஈரப்பதம் உடலில் ஒட்டிக் கொள்ள ஆரம்பிச்சது. அந்தப் பிசுபிசுப்ப கையும் மொகமும் நல்லாவே உணர ஆரம்பிச்சது. கையில ஒட்டிருந்ததத் தொட்டுப் பாத்தாரு. அந்த ஈரப்பதமும் செவப்பா இருக்க அரண்டு போனாரு.

“அய்யோ!”ன்னு அலறினாரு; கைகள உதறினாரு; அந்த நெறம் கைய உதறியதும் இல்லாம போனது வியப்பாக இருந்துச்சு. இதுவர யாரயும் பாக்கல என்பதே ஒரு அசௌரியத்த கொடுத்துச்சு. இதுவர நடந்து வந்த தொலவு இருபது மையிலு இருக்குந்தேன்னு அவரே சொல்லிக்கிட்டாரு. போகப்போகப் பனிப்பொழிவு அதிகமாக இருந்துச்சு. அந்த ஒரு இடத்தில் மட்டும் அவர் பாத்தது அதிர்ச்சியாக இருந்துச்சு. இளம் செவப்பில பனிப்பொழிவு பாறயப் போல அடர்த்தியா இருந்துச்சு. பாதய அடைச்சது போல இருந்துச்சு. கண்ணுக்கு ஏதும் புலப்படல. ஆனாலும் அந்த வழியில போகச் சொல்லிதேன் மனசு சொல்லுச்சு. வந்த வழியே போகவும் மனசில்ல. பனி மூட்டத்துக்குள்ள நுழைஞ்சார். கைலாயம் போல ஒணர்வு வந்துச்சு!

அங்க ஆங்காங்கே சிலைக கண்ணுல தட்டு பட்டுச்சு. நகந்துகிட்டே போன பனி மூட்டத்துக்கு எடயே அவைக தெரிஞ்சுது. அந்தச் செலைக அம்மனின் செலைக்கு இணையாக இருந்துச்சு. அவர் நடக்கும் பாத மட்டும் தெளிவாத் தெரிய ஆரம்பிச்சது. அந்தப் பாத ஏதோ ஒரு மேட்டில் ஏறிச்சு. வளைஞ்சு, நெளிஞ்சு போச்சு!

போகப் போக சாமந்திப்பூவின் வாசம் வரத் தொடங்கிச்சு. சிறிது நேரத்துல சலசலப்புச் சத்தம் மெலிசாக் கேட்டுச்சு. போகப்போக சத்தம் தெளிவாக் கேட்டுச்சு. நூறு பேருக்கு மேல் அங்க உக்காந்து இருந்தாக. கருப்பு நெறச் செலை ஒன்னு இருந்துச்சு. அந்த செலை முப்பது அடிக்கும் மேல இருக்கும். பெரியபெரிய செவப்பு நெறப் பூமால அந்தச் சிலையின் மேல் போட்டு இருந்தாக.

பெரிய ஆலயமணியின் ஓசை கேட்டுச்சு. ஆனா அந்த மணி எங்கிருந்து அடிக்குதுன்னு தெரியல. அந்த ஓசை ரம்மியமாக இருந்துச்சு. மூனு தடவ மட்டுமே ஒலிச்சது. சாம்பிராணிப் புகை போல அந்தச் செலையின் கீழிருந்து வந்துச்சு. ஆனா அங்கு கங்கு ஏதும் தட்டு படல. அந்த நெருப்பு மண்ணிலிருந்து வருவது போல இருந்துச்சு. இத எல்லாம் வச்சு, அப்பதேன் வழிபாடுக நடந்து முடிஞ்சு இருக்குமுன்னு உணர்தாரு.

ஒருத்தி கூட்டத்தில் இருந்து எழுந்து வந்தா; அவ உள்ளங்கையில ஏதோ தடவினா; அவ ஒரு சொடுக்குப் போட்டா; ஒரு பெரிய சுவாலை அவளது கையிலிருந்து எழும்புச்சு! எல்லாரும் எந்திரிச்சு நின்னாக. குலவை சத்தம் போட்டனர். அந்த சத்தம் காதுக்கு இதமா இல்ல. ஆராதனை காட்டினா. அவ அந்தக் கூட்டத்துக்கு வழிகாட்டியாவோ இல்ல தலைவியாவோ இருக்கலாமுன்னு தோணுச்சு சுந்தரத்துக்கு. குழாய் கட்டிப் பாடும் பாட்டுப் போல யாரோ பாடினாக. குரல் துல்லியமாக இருந்துச்சு. ஆனா மொழி சுத்தமாகப் புரியல. சமஸ்கிரதம் மாதிரி ஏதோ ஒரு மொழின்னு நெனச்சுக்கிட்டார்.

அந்தத் தலைவி மொகத்த மூடி இருந்தா. தலயில கிரீடம் இருந்துச்சு. கறுச்சட்டி கணக்கா எல்லாமே கறுப்பு. போர்க்களத்தில் சண்டயிட்ட ஜான்சி ராணி போல கறுப்பு நிறச் சேல அணிஞ்சுருந்தா. உடம்பில ஆங்காங்கே இறகுக சொருகி இருந்துச்சு. கண்ணுல மை அப்பிருந்துச்சு. அந்தப் பார்வையில ஒரு தீப்பொறி பறந்துச்சு. இன்னொரு ஆச்சரியம், பொம்பள ஆளுக மட்டுமே அங்க இருந்தனர். ஒரு ஆண் கூடத் தட்டுப்படல. தலைவி ஆரத்தி காட்டிய பெறவு குலவைச் சத்தம் நின்னுச்சு. அவ ஏதோ வெள்ளை நிற வில்லய

எல்லாத்துக்கும் கொடுத்தா. அத வாயில் போட்டுக்கிட்டாங்க. அந்தக் கூட்டத்துல கடைசியாதேன் சுந்தரம் வந்து நின்னாரு.

புது மனுசன் தென்பட, அந்தத் தலைவி சுந்தரம் பக்கத்துல வரும் மும்பே, மத்தவக அவரச் சுற்றி வளைத்தனர். கையில் கத போல உருளைய வச்சு இருந்தாக. "எனக்கு ஏதும் தெரியாது. நா தெரியாம இங்க வந்துட்டேன்"னு சொன்னார். சுந்தரத்தின் கை கால் நடுங்குச்சு.

தலைவி சுந்தரத்தின் அருக வந்தா. அனைவரயும் தள்ளிப் போகச் சொன்னா. அவளின் பேச்ச அனைவரும் கேட்டு நகர்ந்து போனாக. ஏதோ ஒரு கொலகாரிகிட்ட வந்து மாட்டிக்கிட்டோமுங்குற நெனப்பு வரப் பீதியானாரு. மொகத்துல இருந்த முகமூடிய தலைவி கழட்டினா. வாய் பொளந்து நின்னாரு; தொண்டை கம்மிச்சு; பேச முடியல. "பா, பா"ன்னு இழுத்தாரு. அவ அவர் கையப் பிடிச்சா. சுந்தரத்தின் மனைவி பார்வதிதேன் அவர் முன் நின்னுக்கிட்டு இருந்தா!

பார்வதி கண்ணசைக்க, அருகே இருந்த ஒருத்தி தலையில் இருந்த கிரீடத்தை எடுத்தா. சேலைக்கு மேல போட்டிருந்த அங்கியக் கழட்டினா; உடம்புல சொருகியிருந்த இறகுகள ஒவ்வொன்னா எடுத்தா. இது போல பிராத்தனை செய்யும் போது மட்டும் அணியும் ஆடையாக இருக்குமோன்னு சுந்தரம் நெனச்சாரு. சுந்தரத்துக்கு நம்ம சம்சாரத்துக்கா இவ்வளவு பவுசுன்னு ஆச்சரியம். அவரால நம்ப முடியல.

“அத்தான்!னு ஒரு முறை கூப்பிட்டுக்கவா” ன்னு கேட்டா. தலையாட்டினாரு. கல்யாண ஆனப் புதுதுல பார்வதி அப்படிக் கூப்பிட்டா அவருக்குப் பிடிக்காது. “இனிமே இப்படிக் கூப்பிட்டா மானம் கெட்டுடுமு”ன்னு சொன்ன பெறவு, அவ அப்படிக் கூப்பிட்டதில்ல. இன்னைக்குதேன் அப்படி அழைக்கப் போறா. “அத்தான்னு கூப்பிட்டுக்கவா?”ன்னு அனுமதி வாங்கி நின்ன நேரம், மொகம் சுருங்கி நின்னார்.

“அத்தான்! நல்லா இருக்கீகளா?”

அவருக்கு வார்த்தயே வரல. ஹ்ம்ம் என்றார்.

“வாங்க! வேற இடத்துக்கு போவோமு!”ன்னு கைப்பிடிச்சு இழுத்தா. அவ இழுத்த விதத்துல இளங்காதலன் போலச் சுந்தரம், பார்வதியோடு நடந்தாரு. இளம்சிவப்பு நெறம் பூசிய அந்தப் பனிமூட்டத்துல சுந்தரமும் பார்வதியும் நடந்து போனது ஈசனும் ஈஸ்வரியும் நடந்து போற மாதிரி இருந்துச்சு. பார்வதி அவ கைய

உயர்த்தி அசைத்தா. கதவு திறந்துச்சு. உள்ள நுழைஞ்சாங்க. அந்த அற பெருசா இருந்துச்சு. ஒயரம் இருபது அடிக்கு மேல் இருந்துச்சு. அந்த அற தங்க நெறத்துல இருந்துச்சு. மின்னிக்கிட்டு இருந்துச்சு.

"நா இந்தக் கூட்டத்தின் தலைவி. இந்த இடம் எனக்கானது. இங்கே யாரும் எளிதுல வரமுடியாது. நாங்க யாரயும் தேடிப் போக கூடாது. அது எங்க விதிமுறை. யாரோ ஒருத்தர் வர்றதா எனக்குத் தகவல் வந்துச்சு. உங்களப் பத்தின தகவல் வந்ததும் பூஜைக்கு ஏற்பாடு செஞ்சேன்"

"அப்ப இந்தப் பூஜை எனக்காகத்தேன் நடந்துச்சா?"

"ஆமா!"

கூனிக் குறுகி நின்னாரு. அறயில பஞ்சு நாற்காலிக இருந்துச்சு. அதுல அவர அமர வச்சுட்டு, அவரின் காலடியில உக்காந்தா. கால எடுத்து மடியில் வச்சுக்கிட்டா. அவரின் கால விரல நீவிட ஆரம்பிச்சா. அவரின் உடலெங்கும் அந்த நீவுதல் கெட்டதெல்லாம் உதிர்ந்து போச்சு. அவருக்கு எப்படிப் பேச்ச ஆரம்பிக்கிறதுன்னு தெரியல. அவளே ஆரம்பிச்சா.

"உங்ககிட்ட குறும்பாப் பேசணும். பிடிச்சதை செஞ்சு தரணும். உனக்கு எண்ணெய் தேய்ச்சி குளுப்பாட்டனும். தெனமும் நீ தூங்கும் போது கை கால் அமுக்கி விடணும். நீ என்ன கிண்டல் செஞ்சு ஒரண்ட இழுக்கனும். நீயே கூட்டிட்டுப் போய் எனக்குப் பிடிச்சத வாங்கித் தரணும். நா சோறு வச்சாதேன் சாப்பிடுவேன்னு நீ அடம் பிடிக்கணும். வயலுல இருந்து வந்ததும் எம்பேரையே கூப்பிடணும். நல்லது, கெட்டதுக்கு எல்லாம் எங்கிட்ட கலந்துக்கிட்டு முடிவு எடுக்கணுமுன்னு சின்னச் சின்ன எதிர்ப்பார்ப்போடுதேன் அந்த வீட்டுக்கு வந்தேன். உம் மடியில் படுத்துத் தூங்கணுமுனு தோணும். அது பேராசைன்னு அத மனசுலேயே கொன்னுப் போட்டுடுவேன். பெறவுதேன் தெரிஞ்சுது உனக்கு நா ஏத்தவ இல்லன்னு. ஒரு மன்மதனைக் கட்டிக்கிட்டா சும்மாவான்னு மனச தேத்திப்பேன்"

"நீ பாக்கும் போதெல்லாம் சண்டக்காரியாத்தேன் பாத்து இருக்க. அந்தச் சண்ட கூட உம்மப் பத்தியும், நம்ம குடும்பத்தைப் பத்தியும் பேசினத்துக்காகத்தேன் சக்களாத்தி சண்ட போட்டேன். அதனால யென் காதலு உனக்குத் தெரியாம போச்சு. புரியாமலும் போச்சு. உம் நெனப்புல உம் மேல் உள்ள அன்ப, வய வேலக்கு வந்தவகிட்டயெல்லாம் சொல்லி ஆத்திப்பேன். நீ என்ன அப்படித்

தாங்குவேன்னு சொன்னாப் போதும், அவ அவளுக்கு வவுரு பத்திகிட்டு எரியும்"

"நீ ராசம்மா மேல உசுரே வச்சு இருந்தன்னு தெரியும்! கலியாணத்துக்குப் பெறவும் அவளோட ரவுசு பண்ணுனீக. உங்க சந்தோசம் யென் சந்தோசமுன்னுதேன் நெனச்சேன். எப்படியும் யென் பாசம் ஒரு நா புரியுமுன்னு நெனைச்சேன். கை காலு இழுத்துகிட்டு கட்டில விழுந்த அன்னைக்கு, நீ சொன்னது எனக்குக் கேட்டுச்சு. பார்வதி இருந்தா எம் பதம் வேறன்னு சொன்ன. அந்த ஒத்த வார்த்தக்குத்தேன் இன்னும் உனக்காகக் காத்துகிட்டு இருக்கேன். ஒங்கண்ணீரைத் தொடைக்க முடியலைன்னு வருத்தந்தேன். ஆனா அன்னைக்கே இந்தச் சென்மம் நெறஞ்சுடுச்சு"ன்னு சாந்தமாய்ச் சொன்னா. சுந்தரத்துக்கு அவளின் சாந்தக் குரல் புதிதாய் இருந்துச்சு.

"பார்வதி ஒங்கிட்ட மன்னிப்புக் கேட்க எனக்கு அருகத இல்ல. ஆனா இப்போ நா தப்புப் பண்ணிட்டேன்னு உங்கிட்ட ஒத்துக்க முடியும் புள்ள. ஒன் நிறத்தை வச்சு ஒன்ன ஒதுக்கி வச்சேன். ஒன் உருவத்த கேலி செஞ்சேன். நீ எதிர்ல வந்தாவே இஞ்சி தின்ன கொரங் காட்டம் முகத்தக் காட்டி இருக்கேன். ஆசயா உங்கிட்ட பேசினதில்ல. ஒனக்குன்னு ஆச இருக்குமேன்னு நெனைச்சது கூட இல்ல. இளம முறுக்குல அழக மட்டுமே பாத்தேன். எம் ஒடம்பு வேகம் எடுக்கும் போதெல்லாம் இசைஞ்சு போவ.

"உம் மனசு யாருக்கும் வராது புள்ள. நீயா இருக்கப் போயி என்ன சொகந்தரமா இருக்க விட்ட. குண்டு மணி தங்கத்துக்கும் ஆசப்பட்டதில்ல. எல்லா நாளும் காடு வீடுன்னு வேல பாத்தா. ஒரு நா ஒரு பொழுது ஒன் மாச விலக்குப் பத்தி கூடத் தெரிஞ்சுக்கிட்டது இல்ல. ஒனக்கு சுகம் இல்லாதபோது கூட உனக்கு எந்த ஆறுதலயும் தரல. இப்படிப்பட்ட அயோக்கியன்கிட்ட கண்ணியமா நடந்துகிட்ட. ஊரே சண்டக்காரின்னு சொல்லும். நீ எங்கிட்ட அப்படிப் பேசினதே இல்லயே."

"எதயும் ஒங்கிட்ட பகிர்ந்துகிட்டது இல்ல. மொத்தத்துல ஒன்ன ஒரு மனுசியா நெனச்சுப் பாத்ததில்ல. ஒரு உசுருக்குத் தர்ற மரியாதயக் கூட உனக்குத் தரல. என்னப் பாத்துப் புள்ளைகளும் மட்டு மரியாதை இல்லாம பேசுனத்துக்கு நா மட்டுந்தேன் காரணம்"

"சொயநலத்தின் மொத்த உருவமா இருந்து இருக்கேன். நீ போன பெறவுதேன், ஒன்னாலதேன் எனக்கு மதிப்பு மரியாதயே கெடச்சுருக்குனு புரிஞ்சுகிட்டேன். கண்ணு போன பெறவு சூரிய

நமஸ்காரம் கததேன் எங்கத. நீ என்ன விட்டுப் போன பெறவு ஒன்ன நினைக்காத நா இல்ல. எப்போதும் சத்தம் போடுறான்னு எதக் கொறையாச் சொன்னேனோ, அந்தச் சத்தம் கேட்காம அடிக்கடி நெஞ்சு அடைக்கும். ஒன் குரல் கேக்காம மனசு அடிச்சுக்கும். பொம்பளைங்கனா புருசனுக்கு அடங்கித்தேன் நடக்கணும். சொல்லுறதத்தேன் கேட்கணும். அவளப் படுக்க கூப்பிட்டா அவ சம்மதிக்கணுமுன்னு வாழ்ந்துட்டேன். ஒரு தடவகூட நா மனுசனா வாழணுமுன்னு நினைக்கல. யாரு மனசயும் நோகடிக்காம பேசணுமுன்னு தோனல. பொம்பளதேன் இந்த உலகத்துல எல்லாமே. அவுக இல்லாத வாழ்க்கயே நரகந்தேன். அதுக்கு மேல ஆம்பளைக்கு வேற நரகமில்ல. மீசை வச்சா மட்டும் ஆம்பள இல்ல. நம்ம நம்பி வந்தவங்க மனசப் புரிஞ்சு வாழறவந்தேன் ஆம்பள"

"இப்படியெல்லாம் பேசாத!. கழுத்த நீட்டச் சொன்ன இடத்துல கழுத்த நீட்டினேன். நீ எப்படி இருந்தியோ அப்படியே நா ஏத்துக்கிட்டேன். ஒத்த ஆளா வளந்த. எந்தக் கொறையும் இல்லாம வளந்த. நா அப்படி இல்ல. காடு கரைன்னு துன்பப் பட்டு, துயரப்பட்டு, கஞ்சிக்குச் செத்து வளந்தோம். ஆனா அன்புக்கு குறவு இல்லாம வளந்தோம். என்ன ஒன் மேல அம்புட்டு அன்பு வச்சிருந்தேன். அத காட்ட முடியல. பரவாயில்ல. எனக்கு ஒன் கூட இருந்தபோது ஒரு குறைச்சலும் இல்ல. நீயே சொல்லு! ஒன் வீட்டுக்கு வந்த பெறவு தானே எல்லாமே கிடைச்சது. மகாராணி மாதிரி ஊரே சுத்தினேன். "முதலாளியம்மா"ன்னு பட்டம் வேற. வானத்துல பறக்கிற மாதிரி இருக்கும். இரட்டை வடச் சங்கிலி எல்லாம் நீ தானே வாங்கியாந்த. யென் கழுத்து நெறஞ்சு இருக்கும். ஒன் கைப்பட்ட நேரத்தை எல்லாம் நெனச்சு மனசெல்லாம் பூரிச்சுப் போகும்"

"எப்போதுமே நாம காட்டுற அன்பு, யார்கிட்ட காட்டுறோமோ அவகளுக்குப் புரியறது இல்ல. அத நா புரிஞ்சுக்கிட்டேன். அதனால எனக்கு உம் மேல துளியும் கோவமில்ல. நீ எப்பவும் எங்க எல்லாத் துக்கும் ராசாதேன்"னு பார்வதி சொல்லி முடிச்சா. அறைக்குள்ள ஓலமிட்டுக் கொண்டு ஒருத்தி வந்தா. புரியாத சைகை தந்தா.

"அத்தான் வாங்க! சாப்பிடப் போலாம்! சாப்பாடு தயார்! இன்னைக்கு உனக்கு நா ஊட்டி விடவா?"ன்னு கேட்டுவிட்டு, வெட்கப்பட்டுத் தலை குனிஞ்சா. சுந்தரம் வாஞ்சயாப் பார்வதியின் கையப் புடிச்சாரு. அவளப் படக்குனு இழுத்தாரு. அவ அதற்காகவே ஏங்கின மாதிரி இழுத்த இழுப்புல அவரின் நெஞ்சில தலை வச்சா. அவளின் மொகத்த ஒயர்த்திக் கன்னத்துல இரு கைகளயும் வச்சார். அவ

கண்கள உத்துப் பாத்தாரு. காதல் கசிஞ்சது. கன்னத்திலும் நெத்தியிலும் முத்தம் கொடுத்தாரு. பார்வதியின் காதல் அவரின் உடலெங்கும் பரவிக் கெடந்துச்சு. சுந்தரம் பட்டென்று அவ காலில் விழுந்தாரு.

அவரின் கண்ணீர் அவளின் பாதத்துல பட்டுச்சு. அழுக வீரியமா இருந்துச்சு! சிறிது நேரத்தில பாதபூசை செஞ்சது போலக் கண்ணீரால நனச்சாரு. சில வினாடியில அவளின் பாதம் கறுப்பாய் மாறிச்சு. அவர் சட்டென்று நிமிர்ந்து பாத்தாரு. அங்க பாத்த முப்பது அடி செலையின் விஸ்வரூபம் தெரிஞ்சுது அவருக்கு; கையெடுத்துக் கும்பிட்டாரு; அம்மனின் ஒளி அவர ஏதோ செய்தது; மனசு லேசாச்சு; அந்த ஒளி அவர பவித்திரமாக்கி இருந்துச்சு; சோகங்கள் கரைஞ்சு போச்சு; மொகம் பொலிவு அடைந்து இருந்துச்சு; புன்னகை தவழ்ந்துச்சு!

சுந்தரத்தின் குற்ற உணர்ச்சியத் துடைச்சு விட்டிருந்தா. அறையவிட்டு வெளிய வந்தாரு. அங்கே பார்வதி உணவு பரிமாறிக் கொண்டிருந்தா. அப்ப உள்ளே இருந்தது யாருன்னு கொழப்பம் வேற வந்துச்சு.

“யோவ்! நீ ஏய்யா என் கால்ல விழுவுற? வா சாப்பிடலாம்!”

“பார்வதி இத முன்னாடியே நா செய்து இருக்கணும். மன்னிப்பு அந்தந்த நிமிசத்துல கேட்டு இருந்தா, நா பட்ட வலி யாருக்கும் இருக்காது. சரி நீயே எனக்கு ஊட்டி விடு!”

ஒவ்வொரு கவளமாக உள்ள போச்சு. அவளின் கறுத்த விரலயும் சேர்த்துச் சொவச்சார். பார்வதி இளகிக் கொண்டிருந்தா. இருவரும் சாப்பிட்டு முடிக்கும் தருவாயில் ஒரு செய்தி வந்துச்சு. “நமது இருப்பிடத்த மாத்தப் போறோம். வந்த விருந்தினரத் திருப்பி அனுப்பி விடுங்க! அவகளுக்கென்னு வேறு இடம் ஒதுக்கப்பட்டிருக்கும். அந்த வழி தானாகவே அவகளுக்குத் தெரிய வருமு”ன்னு செய்திய வாசித்து முடித்தா.

“சரியா! பாத்துப் போ”ன்னு பார்வதி சொன்ன பெறவும் சுந்தரம் அவளின் விரல்களப் பிடிச்சுக்கிட்டு நின்னார். “இங்க பாருயா! இந்த வாய்ப்பே எல்லாத்துக்கும் கெடைக்காது. நமக்குக் கெடைச்சு இருக்கு. சந்தோசமாப் போயிட்டு வா!”ன்னு மேக மூட்டமா இருக்கும் பக்கம் வழியக் காட்டினா. அவ விரல் காட்டிய தெசயில மேக மூட்டம் விலகி ஒரு புதிய பாத உருவாச்சு. அவருக்கான பாத தெளிவாய்த் தெரிஞ்சுது. அந்தப் பாதயப் பாத்துக் கொண்டே இருந்தவர், திரும்பிப் பார்க்கையில பார்வதியோடு சேர்த்து அங்கு யாருமே இல்லை. அங்கிருந்த சிலைகள அனைத்தும் எந்த வழி போச்சுன்னு தெரியல. சுந்தரம் புது மனுஷனா நடக்க ஆரம்பிச்சாரு.

21

சுந்தரம், பார்வதி காட்டிய வழியில் நடந்து போயிக்கிட்டு இருந்தாரு. ஐம்பது அடி தூரம் வரைதேன் பாத தெரிஞ்சுது. அந்த நேரத்தில் திடீர்ன்னு அவரு முன்னே நாய் ஒன்னு போயிக்கிட்டு இருந்துச்சு. இதுவர எந்த வெலங்கயும் பாக்கலயேன்னு இருந்த ஏக்கம் இந்த நாயைப் பாத்ததும் நெறைவா இருந்துச்சு. அதப் பின் தொடந்தார். அந்த நாய் பச்ச நெறத்துல, நான்கடி உயரத்துல இருந்துச்சு. நாக்கு அரை அடிக்குத் தொங்குச்சு. எட்டு வச்சு நடக்கும் போது சிங்கம் போல இருந்துச்சு. வாயில இருந்து வழிஞ்ச எச்சிலு சுண்ணாம்பு நெறதுல இருந்துச்சு.

ஆனா அது சுந்தரத்த ஒரு பொருட்டாகப் பாக்கல. சுந்தரத்துக்கு வழி சொல்லுன்னு யாரோ சொல்லி அனுப்ச்சது போலதேன் நடந்துச்சு. அதனோட பாதம் பட்ட இடமெல்லாம், பூக்கள் மொளச்சு, அந்தப் பாத மலர்ப் பாதயா மாறிச்சு. அந்த மலருல வாசம் ஏதுமில்ல; டிசம்பர் பூ நெறத்துல இருந்துச்சு; வடிவத்துல ரோஜாப்பூப் போல இருந்துச்சு. அவர் பார்வதியப் பாக்க வந்த போது இருந்த பாதை இல்ல இதுன்னு புரிஞ்சுச்சு. இதுவர கரடு முரடாய் நடந்த பாதத்துக்கு அந்த மலர்ப் பாத பதமா இருந்துச்சு.

பனிப்பொழிவு சுத்தமா இல்லாம பளிச்சுன்னு இருந்துச்சு. இந்தத் திடீர்க் காலநெல மாற்றம் அவருக்கு மீண்டும் மீண்டும் குழப்பத்தத் தந்துச்சு. போயிக்கிட்ட இருந்த நாய், கொஞ்ச நேரத்துல ஓட ஆரம்பிச்சது. இவரும் ஓட ஆரம்பிச்சாரு. அதுக்கு இணையா ஓடினாரு. வயலுக்குப் போகும் போது நடந்தாவே மூச்சு வாங்குமே, இப்போ மூச்சு வாங்கவே இல்ல என்பது தெம்பத் தந்துச்சு. இளந்தாரியாய் மாறிட்டேனோன்னு நெனச்சாரு. போன இடத்துல பெரிய பெரிய மலை முகடுக தென்பட்டுச்சு. மேல ஏறிச் செல்ல ஆரம்பிச்சது. சதுரகிரி மலையில ஏறுவது போல இருந்துச்சு. மூனு மலைகளக் கடந்து

ஓடிச்சு. ஆறாவது மல வந்ததும் நாய் நின்னுச்சு. அங்க ஓர் அறை இருந்துச்சு. அந்த அறப் பக்கம் திரும்பி ஊளையிட்டுச்சு. அந்த நாயின் குரல் புல்லாங்குழல் இசை போல இனிச்சுசு. இத்தன நேரம் இந்த நாய் இப்படி இசைத்துக்கிட்டு வந்திருந்தா நல்லா இருந்திருக்குமேன்னு நாயப் பாத்துக் கோவிச்சுகிட்டார். அந்த அறைக்குள்ள இருந்து ஜடா முடி வைத்த ஒருவன் வெளியே வந்தியான். சுந்தரம்கிட்ட அவேன் பேசவே இல்லை. அவேன் பாட்டுக்கு நாயைப் பாத்து "வா!"ன்னு சைகை காட்டினான், அது அவேன் பின்னாலேயே போனுச்சு.

சுந்தரத்திற்கு என்ன செய்யுறதுன்னு தெரியல. "சும்மா தானே இருக்கிறோமு!"ன்னு ஜடாமுடிக்காரன் இருந்த அறைக்குள்ள சுந்தரம் போயி பாத்தார். உள்ள போனதும் அந்த அறை தானா அடைச்சுகிச்சு. அந்தக் கரும் இருட்டு அவர அரற்றியது. அந்த அறை எட்டுக்கு எட்டு அளவுக்குத்தேன் இருந்துச்சு. மின்தூக்கி போல அந்த அறை மேல் நோக்கிப் போக ஆரம்பிச்சது. "யாரு இருக்கா இங்க? கதவத் திறங்க!"ன்னு குரல் கொடுத்தாரு. அது வேகமா போச்சு. படார் என்ற சத்ததோடு நின்னுச்சு; கதவு திறந்துச்சு!

வெளியில் வந்தாரு. வேறு எங்கோ இறக்கிவிட்டு இருக்குது. இந்த இடம் முற்றிலும் வேறு விதமாக இருந்துச்சு. நடக்க ஆரம்பிச்சாரு. அங்கே இருந்த மண் கொழைவா இருந்துச்சு. காலில் மண் ஒட்டல. அங்க ஆங்காங்கே சின்னச்சின்ன மேடுகளா இருந்துச்சு. அந்த மேட்டுல நெருப்புக் கங்குக தெரிஞ்சுது. அந்தக் கங்குக இருக்கும் இடம் நோக்கி செல்லச்செல்ல அதிலிருந்து செந்தூர வாசனை வந்துகிட்டு இருந்துச்சு. நூத்துக்கணக்குல அது போல மேடுகள் அந்தப் பகுதியில இருந்துச்சு. தூரத்தில் இருந்து பார்க்கும்போது கங்குகள் தீபங்கள் போல ஒளிர்ந்துச்சு. பக்கத்துல போனதும் செந்தூர வாசனை மூக்கத் துளைச்சது. தலைவலி வருவது போல இருந்துச்சு. இத எரிப்பது யாரா இருக்கும்? எதற்கு எரிக்கிறாக? எரியுற பொருளு என்ன மாதிரியான பொருளு? போன்ற கேள்விக வழக்கம் போலப் பெரும் குழப்பமா இருந்துச்சு அவருக்கு. அந்த மேட்டப் பாக்கும்போது சுடுகாட்டப் போல இருந்துச்சு.

ஒவ்வொரு மேட்டிலும் ஒவ்வொரு செடி நடப்பட்டிருந்துச்சு. அது ஒவ்வொன்னும் ஒவ்வொரு ரகமாக இருந்துச்சு. எரிஞ்சுகிட்டு இருக்குற நெருப்பு மேடுகளுக்கு நடுவே நடந்து போயிக்கிட்டு இருந்தாரு. சிறிது தொலவு நடந்துகிட்டு இருந்த போது அவருக்குப் பாத காட்டின நாயும் ஜடா முடிவச்சு இருந்தவனும் அங்க உக்காந்து இருக்குறதப் பாத்தார். அவகள நோக்கி ஓடினாரு.

“எப்படி அதுக்குள்ள இங்க வந்தீக?”

“நீ எங்களக் கேட்காத! உனக்கு என்ன வேணும்?”.

“நீங்க யாரு? கங்கு இங்க எப்படி வந்துச்சு? இது ஏதோ இடுகாடு மாதிரி இருக்கே!”

“ஆமாம் இடுகாடுதேன்” ஜடாமுடி வைத்தவனின் கண்கள் செவந்து நெருப்பக் கக்குற மாதிரி இருந்துச்சு. “வேற என்ன தெரிஞ்சுக்கணும்?”

“இங்க யாரெல்லாம் வருவாக? ஏன் இப்படிச் செய்யுறீக?”

“நீ இங்க எதுக்கு வந்தன்னு தெரியுமா?”

“தெரியாதே! நா குழம்பிப் போயித்தேன் இருக்கேன்”

“இந்த இடம், மனுஷன் பூமில வாழக்கைய முடிச்ச பெறவு, அடுத்தப் பிறப்பத் தேர்ந்தெடுக்கத்தேன் இங்க வருவாக”

“அப்ப, நா உயிரோட இல்லயா?”

“இது மாதிரி யாரும் என்னக் கேட்டதில்ல! நீ கேக்குற! எல்லாத் துக்கும் என்னால பதில் சொல்ல முடியாது. தெரிஞ்சதச் சொல்லுறேன்”

“பூமிப் பற்று அதிகம் உள்ளவக உடனே அடுத்தப் பொறப்பு எடுக்கத் துடிப்பாக. இந்த இடத்துல அடுத்த பொறப்புக்கு ஏங்கு பவர்களுக்குத்தேன் முன்னுரிமை கொடுக்கப்படும். அவகளுக்கு இறுதி முடிவு எடுக்க வாய்ப்பு வழங்கப்படும். அப்படி முடிவு எடுக்கும் மும்பு இங்க இருக்குற விதிமுறைகள எல்லாம் சொல்வோம். ஒரு வேள கொஞ்ச நா இங்க இருக்க ஆசப் பட்டா அதுக்கு வேறு விதிமுறை. சிலபேரு “அடுத்த ஜென்மமே வேண்டாமு!”ன்னு சொல்வாக. அவகளக் கௌரவிக்கும் விதம் வேறு மாதிரி இருக்கும்”

“அடுத்த பொறப்பு எடுக்க என்ன செய்யணும்”

“அதோ அங்க தெரியுற எடை மேடையில் ஏறி நிக்கணும். அங்க நீங்க முழு மனசா அடுத்த பொறப்பு வேணுமுன்னு உறுதி கொடுக்கணும். எந்தச் செயல் எல்லாம் தப்பாச் செய்திட்டோமுன்னு தோனுதோ, அதுக்காக வருந்தினா கர்மா கொஞ்சம் கொறைக்கப்படும். நிறைவேறாத விஷயமோ, இல்லை ஏக்கமோ இருந்தா அதுவும் அப்படியே அடுத்த பிறப்புக்குக் கூட வரும். அப்படி உறுதி கொடுக்க முடிவு எடுத்துட்டா, அந்த மேடையில் இருக்கும் வட்ட வடிவச் சக்கரத்தில் கை வைக்கணும். அப்ப சக்தி வாய்ந்த மின்னல் ஓடம்புல பாயும். பாய்ஞ்சதும், போன பிறப்பு நெனவுக எல்லாம் அழிக்கப்படும். கொஞ்ச நேரத்துல நினைவே இல்லாத ஆன்மா உருவாகும். பெறவு அந்த ஆன்மா நாங்க சொல்லுறத மட்டுந்தேன் கேக்கும்”

“இவ்ளோ இருக்கா!”

“ஆமா! அப்புறம் நெருப்பு மேடைக்குக் கீழே படிக்கட்டு இருக்கும். அந்தப் படிக்கட்டு வழியா அந்தப் புது ஆன்மாவ அழைச்சுட்டுப் போயி கல்லு மேடையில படுக்க வைப்போம். அந்தக் கல்லு தானாவே கங்கா மாறும். செந்தூர வாசம் வரும். அந்தக் கங்குல இருந்து செந்தூர வாசம் வந்ததும் ஆன்மா பரிசுத்தமா மாற ஆரம்பிக்கும். பெறவு அந்த ஆன்மாவக் கூட்டிட்டுப் போயி அவக குணத்துக்கு ஏத்த அம்மா, அப்பாவத் தேர்வு பண்ணச் சொல்வோம். ஊரு, பேரு, உருவம் எல்லாம் அவக முன்னாடி படம் மாதிரி ஓடிக்கிட்டே இருக்கும். அது அவக கண்ணுக்கு மட்டுந்தேன் தெரியும். அதுக்கு எவ்ளோ காலம் வேணா எடுத்துப்பாக. தேர்வு செஞ்ச பெறவு அந்த ஆன்மாவுக்குச் சரியான நேரத்துல தகவல் கொடுப்போம். அடுத்த பிறப்பு எடுப்பாக. இதுதேன் முதல் பிறப்பெடுக்க விதிமுறை”

“சில ஆன்மாக்கள் உடனே முடிவு எடுக்க மாட்டாக. அவக பட்ட பாட்டை நெனச்சு ரொம்ப யோசிப்பாக. அந்த ஆன்மாவ, அதோ அங்க தெரியுது பார்! பிரமிடு! அந்தப் பிரமிடுக்குள் இருக்குற இருட்டு அறையில வச்சுப் பூட்டிடுவோம். அந்த ஆன்மாவே ஒரு நா அந்த அறைய விட்டு வெளியில் வரும். அப்படி வெளியே வந்தாகனா அவக அடுத்த பிறப்பு எடுக்க முடிவு எடுத்துட்டாகன்னு அர்த்தம். அப்போது அடுத்த பிறப்புக்கான விதிமுறைக பின்பற்றப்படும்”

“ஒரு வேள அடுத்த பிறப்பே வேண்டாமுன்னு சில பேரு சொன்னாலும் அவகளுக்கு என்று வேறு விதிமுறைகள் இருக்கு. பூமியில் நல்ல மனசு உள்ளவகளுக்கோ அல்லது நல்லது செய்யுறவகளுக்கோ ஏதும் கெடுதல் நடக்கப் போறத மேல இருந்து பாக்கணும். நல்லவகளுக்கு கெட்டது நடக்காம முடிந்தவர குறைப்பதே இவகளுக்கு வேல. அதே போலத் தப்பு செய்யுறவகளத் தண்டிக்கும் வண்ணம் சூழல ஏற்படுத்த வேண்டும். அதச் சொல்லி ஏற்றுக் கொண்ட பின்னாலே அத நடைமுறைப்படுத்துவோம். அவகளுக்கு இந்த மாதிரி வேறு வேலைகள தருவோம். பல காலங்கள் இந்த வேல பாத்த பெறவு அவர்களுக்கு மீண்டும் அடுத்த பிறப்புப் பிறக்க ஆச வந்தா அதயும் ஆலோசனை செய்து முடிவு எடுப்போம். சிறந்த வேலை செய்பவர்களுக்கு எப்பையுமே அடுத்த பிறப்பு குறித்த ஆச வரலைனா அவகளின் ஆன்மாவுக்கு ஓய்வு கொடுப்போம். அதுவும் அவர்கள் விருப்பந்தேன்”

“அப்புறம் இன்னொரு கோரிக்கையும் உங்களுக்கு வைக்க உரிமை இருக்கு. அது என்னான்னா, அடுத்த பொறப்புல பொண்ணா பொறக்கணுமுன்னா ஒரு கோரிக்கை வைக்கலாம். அது உடனே நடக்காது. நீங்க எவ்ளோ உறுதியா இருக்கீங்கன்னு சோதிப்போம். அதப் பத்தி இப்போ சொல்ல முடியாது!”ன்னு ஜடாமுடிக்காரன் முடிச்சான்.

சுந்தரம் அமைதியாக இருந்து விட்டு, “இந்த நாய் எதுக்கு?”

“அடுத்த பிறப்பு வேண்டாமுன்னு சொல்லுற ஆன்மாக்களக் கொண்டு போய் வேறு இடத்தில் விட்டுவிடும் வேல இந்த நாய்க்கு. சரி நீ என்ன முடிவு எடுத்து இருக்க?”

எல்லா விதிமுறைகளையும் ஜடாமுடிக்ககாரன் தெளிவாச் சொல்லி விட்டதால, என்ன முடிவு எடுப்பது என்பதில் எந்தக் குழப்பமும் இல்லை சுந்தரத்துக்கு. ஒரு முடிவுக்கு வந்திருந்தாரு.

“நீ ஒன் தப்ப உணர்ந்திட்டதா எனக்குச் செய்தி வந்துச்சு! அழுது, மன்றாடி மன்னிப்புக் கேட்டதாக சொன்னாக! பார்வதி தேவியின் கணவனாமே நீ? அவக ஏற்கனவே உங்களப் பவித்திரமாக்கித்தேன் அனுப்பி இருக்காக. ஆனா ஒன் நினைவு இன்னும் அழிக்கப்படல. அதுனால நீ என்ன முடிவு செய்து வச்சு இருக்கன்னு சொல்லு”

பார்வதியைத் தெய்வமாய்ப் பாத்தாரு. “இப்போ அடுத்த பிறப்பும் வேண்டாம்! அதே நேரம் திரும்பவும் பூமிக்குப் பக்கமும் போகாம இருக்க வழி இருக்கா?ன்னு” கேட்டுட்டு ஜடாமுடிக்காரனைப் பாத்தார். அவேன் அந்த நாயின் காதில் ஏதோ சொன்னியான். சட்டெனே நாய் மறைஞ்சது. சுந்தரத்துக்கு ஒன்னுமே புரியல. “வாய்ப்பிருக்கா? இல்லையா? ன்னு சொல்ல ஏன் இத்தன நாடகம்?”

திரும்பவும் அந்த நாய் தோன்றுச்சு. வாயில ஒரு ஓலை இருந்துச்சு. அத எடுத்து ஜடாமுடிக்காரன் வாசிச்சான். சுந்தரம் கேக்க ஆர்வமா இருந்தாரு.

“வழி இருக்கு! அதுக்கு வாய்ப்பு இருப்பதாகத் தகவல் கெடைச்சுருக்கு! நீ என்ன முடிவு பண்ணிருக்கன்னு சொல்லு. நா உனக்கு வழி சொல்லுறேன்”

“எனக்கு அடுத்த பிறப்பு வேணாம்! பூமிக்குப் போகுற வேலயும் கொடுக்க வேணாம்! அதுக்கு ஏற்பாடு செய்யுங்க”ன்னு சுந்தரத்தின் கண்களில் திருப்தி இருந்துச்சு.

“ஏன் பூமிக்குப் போக விரும்பல? காரணம் தெரிஞ்சிக்கலாமா?”

“மனுச வாழ்க்கயே எனக்கு வாழத் தெரியல. அங்க வாழுறது ரொம்பக் கஷ்டம். மனுஷன் மனசு புரிஞ்சு வாழத் தெரியல. வாழ்க்க முழுக்க உறவுகள அரவணைச்சுப் போறது ரொம்பக் கடுசா இருக்கு. புள்ள, குட்டிகளக் கர சேர்க்க முடியாம, அவகளும் கஷ்டப்படுறதப் பாக்க முடியல. பெரும்பாலும் குறுகிய நோக்கத்தோடே பழகுறாக. அனுபவங்கள் முழுக்க வலியாத்தேன் இருக்கு. இப்படியே வாழ்ந்துதேன் நம்மகிட்ட அன்பு காட்டினவகளக் கண்டுக்காம போயிட்டேன். சொயநலமா இருந்துட்டேன். எப்பையும் சூதானமாவே இருக்கிறது அம்புட்டு கடுசா இருக்கு. எளிதா இல்ல. இப்படி வாழ்ந்துட்டுத் திரும்பிப் பார்த்தா சுத்தமாவே வாழலங்குறதுதேன் மிச்சம். பெறவு எதயும் சரி செய்ய முடியாமலே உயிரு போய்டுது. அதனால எனக்கு இனி எந்த ஜென்மமும் வேணாமு”ன்னு சுந்தரம் தீர்க்கமாய்ச் சொன்னது ஜடாமுடிக்காரனுக்கு ஆச்சரியத்தத் தந்துச்சு.

“சரி, வா! அந்தச் சதுரங்க மேடையில போய் நில்லு! அங்கே தொங்குற பவித்திரக் கயிறப் பிடித்து இழுத்து விட்டாப் போதும். அது நீ உறுதி கொடுத்ததுக்கு சமம்”

சுந்தரம் அந்த மேடையில் நின்று பவித்ரக் கயித்த இழுத்தாரு. அந்தக் கயிறு அவரது ஒடலச் சுத்திக்கிச்சு. அந்தக் கயிறு மென்மையா உடம்பெல்லாம் பாம்பு போல நெளிஞ்சு ஒரு வித மணத்த உருவாக்கிச்சு. சுந்தரத்துக்கு கயித்தின் பிடியும், வாசனயும் கிறக்கத்தத் தந்துச்சு. பட்டெனக் கயிறு, பிடிப்ப விட்டுச்சு. உடம்போடு மணம் ஒட்டிக்கிட்டு வந்துச்சு. சுந்தரத்த அந்த மேடையிலிருந்து இறங்கச் சொன்னான் ஜடாமுடிக்காரன்.

ஜடாமுடிக்காரன் நாயிடம் சுந்தரத்த அழைத்துப் போகச் சொல்லி சைகைக் காட்டினான். அடுத்த நொடியே அந்த நாய் ஐந்தடி உயரமாச்சு. ஜடாமுடிக்காரன் சுந்தரத்திடம் ஏறி அமரச் சொன்னான். சுந்தரம் ஏறி அமர்ந்தார். தோல் கருங்கல்லைப் போல இருந்துச்சு. வாலால் உடம்போடு சேர்த்துச் சுந்தரத்தக் கட்டிக்கிச்சு. நாலு கால் பாய்ச்சலில் ஓடிச்சு. அசுர வேகத்துல போச்சு. பல மலைகளக் கடந்துச்சு; விதிமுறைக என்னென்ன என்பதக் கேட்காம வந்து விட்டோமுன்னு அப்பதேன் நெனவுக்கு வந்துச்சு. நாயிடம் எப்படி கேக்க?”ன்னு புரியாம இருந்தார். முதன் முதலாக வானத்துல பறந்தபோது இருந்த அதே ஒணர்வு இப்போது இருந்தாலும், பைரவனின் மேல உக்காந்து போறது இன்னும் புதுசா இருந்துச்சு.

தூரத்தில் தீப்பொறி ஒன்று மட்டும் கண்ணுக்குத் தட்டுப்பட்டுச்சு.

கொஞ்சங்கொஞ்சமா அந்தப் பொறி சிறு அடுப்பு எரிவது போலத் தெரிஞ்சுது. நெருங்க நெருங்கப் பெரிய ஜுவாலையா மாறிச்சு. அந்த நெருப்பு, பனை மரம் உயர்த்துக்கு எரிஞ்சுகிட்டு இருந்துச்சு. பக்கத்துல போன பெறவு பெரிய குன்று அளவுக்குக் கொழுந்துவிட்டு எரிய ஆரம்பிச்சது. அந்தத் தீ தரையிலிருந்து மலையளவுக்குப் பற்றிக் கொண்டு எரிஞ்சுது. அந்த அனல் அவரத் தாக்கிச்சு.

நாய் அந்த மலைக்குச் போனதும் சுந்தரத்த கீழ இறக்கிவிட்டுச்சு. அவர் வந்திருந்த மலை மட்டும், எதோடும் ஒட்டாது தனி மலையாக இருந்துச்சு. அங்கிருந்த பகுதி முழுவதும் கறுமையா இருந்துச்சு. அந்தக் கரும்இருட்டுல அந்த நெருப்பு மட்டுமே வேறு நெறத்துல தெரிஞ்சுது. சுந்தரம் அந்த ஜோதியின் வெளிச்சத்தில் மின்னினார். நாயின் மீது அந்தச் செந்நிறம் பட்டுக் கருப்பு உடம்பெங்கும் பொன்னிறமாக மாறி இருந்துச்சு. ஏன் இங்க வந்து இருக்கிறோமுன்னு நெனச்சுக்கிட்டு இருக்கும் போது நாய் மறைஞ்சுருச்சு. அதே சமயத்துல ஒரு குரல் மட்டும் எங்கிருந்தோ வந்துச்சு. அது பறவையின் குரல் போல இருந்துச்சு. சுத்திச் சுத்திப் பாத்தார். ராட்சசக் கழுகு ஒன்னு அவர நோக்கிப் பறந்து வந்துச்சு. எட்டு அடி உயரமும், பன்னிரண்டு அடி நீளமும் இருந்துச்சு. நிழல் அரை காணி அளவிற்கு விழுந்துச்சு. அது அவர நோக்கி வருவது தெரிஞ்சும், ஓட முடியாம திணறினார். அசுர வேகத்தில் பறந்து வந்த கழுகு, சுந்தரத்தத் தூக்கி அந்த நெருப்புல எறிஞ்சது. அந்தத் தீயினுள் விழுந்தார். இராட்சசத் தீயில சுந்தரம் புழு போலத் தெரிஞ்சார்.

22

சுந்தரம் அந்த நெருப்புல தூக்கி எறியப்பட்ட வேகத்துல அனுமாரு சஞ்சீவி மலையத் தூக்கி வர்றது போல அந்தரத்தில் மிதந்தாரு. ஏன் இந்தக் கொடுமை எல்லாம் அனுபவிக்கணும்?ன்னு நெனக்கையில, அந்தச் சுவால அவர எரிக்கல. மலையின் மீது இருந்தபோது அடித்த அனல் உள்ள வந்ததும் இல்ல. சூடு அவர ஒரு பொட்டும் ஒன்னும் செய்யல. கண்கள் மிகத் தெளிவாத் தெரிஞ்சுது. மின்விளக்குக இருந்தா எப்படிக் கண் தெரியுமோ? அப்படி தெளிவாத்தேன் தெரிஞ்சது. சுருங்கிப் போயிருந்த தோல்கள் எல்லாம் புத்துயிர் பெற ஆரம்பிச்சது. கைகளில இருந்த நரை முடி எல்லாம் நெறம் மாற ஆரம்பிச்சது. தலையில இருக்கும் நரையும் மாறியிருக்குமுன்னு தோணுச்சு. சீதை தீக்குளிச்சது போல நாமும் குளிக்கிறோமுன்னு எண்ணம் மேலோங்குச்சு. நெனவுக எல்லாம் அழிஞ்சுடுமோங்குற அச்சம் இருந்துச்சு. பூலோகத்தின் நெனவுக இன்னும் எரியமா செழுப்பா இருக்கு.

பெரும் நெருப்பு அணையத் தொடங்கிச்சு. தீ எரிவது நின்னதும் அந்தரத்தில தொங்குகிறோமுங்குறது புரிஞ்சது. எட்டிப் பாத்தாரு. எப்படியும் ஆயிரம் அடி இருக்கும். விழுந்தா ஏதும் தேறாதுன்னு யோசிச்சுக்கிட்டு இருக்கும் போதே, மிதந்துகிட்டு இருந்த அவரது ஒடம்பு இறங்கிய அதே மலையில் வந்து இறங்கிச்சு. உடம்பெல்லாம் நீல நெறமாக மாற ஆரம்பிச்சது. முழுசா நீலநெறம் அவரது உடல ஆக்கிரமிச்சு இருந்துச்சு. சுருங்கி இருந்த தோலெல்லாம் பளபளப்பா மாறிச்சு. நரைச்ச முடியெல்லாம் காணல. சுருக்கிப் பாத்த கண்கள் தெளிவா இருந்துச்சு. கைகளும் கால்களும் வலுவா மாறிச்சு. இளம் வயசு சுந்தரம் நீலநெறத்தில் கம்பீரமா நின்னுக்கிட்டு இருந்தாரு. சட்டுன்னு அவரது கை கால்களப் பாக்க நேரிட, நீல நெறம் அவருக்கு

அச்சத்தத் தந்துச்சு. இளமையா மாறி விட்டோமுங்குற ஒணர்வு வரவும், பூமிக்கு அனுப்பி விடுவாகளோன்ங்குற பயமும் தொத்திக்கிச்சு.

தன்னை நெருப்பில் தூக்கி எறிந்த அதே கழுகு குரல் எழுப்பிக் கொண்டு வந்துச்சு. இந்த முறை மெதுவாய் வந்து தரை இறங்கியது. சாந்தமாய் இருந்துச்சு. அந்தக் கழுகின் மீது ஏறுவதற்குப் படிக்கட்டுப் போல ஒன்று இருந்துச்சு. சுந்தரம் ஏறி அமர்ந்தார். கழுகு பறக்க ஆரம்பிச்சது. மிதமான வேகத்திலேயே பறந்தது. கழுகு பறந்த திசை காவி நிறத்தில் இருந்துச்சு.

நீலநெறமும், இளமையும் அவரக் குதூகலப்படுத்துச்சு. வில் இல்லாத ராமனா, குழல் இல்லா கிருஷ்ணனா தன்ன நெனச்சுக்கிட்டாரு. ஒரு மொற தன்னைக் கண்ணாடியில பாக்க ஆச வந்துச்சு.

காத்துல வெள்ள வெள்ளையா ஏதோ ஒன்னு பறந்து வந்துச்சு. அந்தக் காத்து இதமா இருந்துச்சு. அந்தக் காத்துல மல்லியப்பூ வாசம் போல மலர்க சிறுசிறு துகள்களாப் பறந்துக்கிட்டு இருந்துச்சு. அந்த வாசம் அவரப் பரவசம் அடைய வச்சது. இலக்கு எங்க இருக்குன்னு தெரியாம பறந்துகிட்டு இருந்தாரு. மின்விளக்குக கொண்ட பகுதி ஒன்னு கண்ணுல பட்டுச்சு. மேல இருந்து பாக்கும் போது மின்மினிப் பூச்சி போலக் கொத்தா இருந்துச்சு. கழுகு அவர அந்தப் பகுதிய நோக்கிதேன் அழைச்சுட்டுப் போச்சு. பக்கத்துல போனதும் அங்கு இருந்த தரைப்பகுதி தங்க நிறத்தில் ஜொலிச்சுது. கழுகு அவரத் தரை இறக்கிச்சு. இறக்கி விட்ட நிமிஷத்தில மறைஞ்சு போச்சு.

தரையில பாதத்த வைக்க பயந்து வந்துச்சு அவருக்கு; தரையில பட்டதும் பாதம் குளிர்ந்துச்சு; அந்த மண் அவ்வளவு குளிர்ச்சியா இருந்துச்சு. அந்தச் சில்லாப்பு நடக்க வேண்டுமுன்னு ஆசயத் தூண்டிச்சு. அதுமட்டுமல்ல அந்த மண், தண்ணி கொதிக்குறது போலப் பொங்கிக் கொண்டே இருந்துச்சு. அங்கிருந்த தெருக்களில மின்விளக்குக போல எரிஞ்சுகிட்டு இருந்துச்சு. மின்விளக்குக வெளிச்சம் தரையில பட்டு, அவரது உடலுல பட்டு அவரின் உடலுல இருந்த நீலநெறம் இன்னும் மெருகேறிச்சு. பக்கத்துல போயி பாத்தார். அது மின்கம்பங்க அல்ல என்பத உறுதி செஞ்சார். அந்த மரம் பலவருடங்களுக்கு எரியும் தன்மை கொண்டவன்னு யூகிச்சார். சுளுந்தீ மரங்க போல இவையும் எரியும் தன்மை கொண்டதுன்னு தெரிஞ்சுகிட்டார்.

இதுவர இலக்கு இல்லாம சென்றவர் இப்போது தனக்கான இடம் வரப்போகுதுன்னு ஆவலோடு நடந்தாரு. பொங்கிக்கிட்டு இருந்த மண்ணுல உக்காந்து பாத்திட ஆச வந்துச்சு. நடக்க, நடக்க அல

அடிக்கும் சத்தம் கேட்டுச்சு. அந்தச் சத்தம் வந்த தெசயில நடந்தாரு. இருள் அப்பிக் கெடந்துச்சு. ஒரு இடத்துல நின்னுட்டாரு. ஒரு உருவம் எங்கிருந்தோ பறந்து, இவர நோக்கி வந்துக்கிட்டு இருந்துச்சு. அந்த வெளிச்சம் அவருக்கு உற்சாகத்தத் தந்துச்சு.

தொலவுல இருந்து பாக்கும் போது அவருக்கு வேதாளம் நினைவுக்கு வந்துச்சு. சிரிச்சுக்கிட்டே நடக்க ஆரம்பிச்சாரு சுந்தரம். நெனச்சு முடிச்ச தருணத்துல அந்த மின்கம்பத்தோடு வேதாளம் போல இருந்த உருவம் பேச ஆரம்பிச்சது. "சுந்தரம் எப்படி அய்யா இருக்கீரு?. பயணம் எல்லாம் எப்படி இருந்துச்சு? ஆச எல்லாம் நிறைவேறிடுச்சா?"ன்னு என்று கேட்டதும் சுவாரசியம் கூடிச்சு சுந்தரத்துக்கு.

"ஆமா! எல்லாம் நிறைவேறிடுச்சு! பயணம் அற்புதமய்யா! வேறு உலகத்தப் பாத்தேன்! இந்த உலகத்துல எனக்குப் பிடிச்ச பூக்களும், காடு கரைகளும் இருந்துச்சு. மனசு குளிர்ந்து போச்சு. இது தெரிஞ்சு இருந்தா, முன்னாடியே இங்கு வந்து இருப்பேன். இப்படி மனசு லேசா இருந்ததே இல்ல"ன்னுனார்.

"சந்தோஷம். இப்போ மண்ணுல உட்கார ஆசப்பட்டயில்ல! வா! நா சொல்லுற இடத்துல உட்காரு"

வேதாளம் சொன்ன இடத்துல உக்காந்தாரு. கால் நீட்டி உக்காரச் சொன்னாரு. பொங்குற மண்ணின் குளிர்ச்சி உடம்பெங்கும் பரவிச்சு. உடலத் தொட்டியில புள்ள போலத் தாலாட்டிச்சு. முன்னும், பின்னும் போயிக்கிட்டு இருந்துச்சு. சிறு புள்ளப் போல "கெக்கர" போட்டுச் சிரிச்சார் சுந்தரம். அந்த இடத்துல அந்தச் சிரிப்பு எதிரொலிச்சுக்கிட்டே இருந்துச்சு. வேதாளமும் சேந்துகிட்டு சிரிக்க ஆரம்பிச்சது.

வேதாளத்தத் திரும்பி பாத்தாரு. வேதாளம் பெரிய வெட்டருவாள ஏந்திக்கிட்டு மிதந்துச்சு. "ஏ வேதாளமே! என்ன செய்யப் போற? இப்படி நீ நிக்குறது எனக்குப் பயமா இருக்கு!"

"பயப்படாத சுந்தரம்! நீ ரொம்ப நல்லவன்தேன்! ஆனா எது அன்புங்குற குழப்பம் வந்துருச்சு. அப்பா, அம்மா அன்பு கிடைக் காததால, ஒன்னச் சரியா வழி நடத்த ஆளில்ல. ஒன்னக் கண்டிக்க ஆளில்ல. அநாதப்பயங்குற எண்ணம் ஒன் ஒடம்பு முழுக்க ஊறிப் போச்சு. அந்த எண்ணம் ஒன்ன அச்சுறுத்திக்கிட்டே இருந்திருக்கு. புது முயற்சி எடுக்கப் பயந்திட்ட. அப்படியே வாழ்ந்துருவோமுன்னு நெனச்சுட்ட. ஒன் வாழ்க்க நல்லா இருந்தா போதுமுன்னு நெனச்சுட்ட.

எடுக்குற முடிவுல நல்லது கேட்டத நீ பாக்கல. அதுதேன் இப்போ ஒன்னோடு சேர்ந்தவகளயும் பாதிச்சுடுச்சு"ன்னு சொன்ன வேதாளத்தின் வாயப் பொத்தப் போனார். வேதாளம் நிமிஷத்தில் மறைஞ்சு போச்சு.

"விளையாட்டுக் காட்டுறீயா? என்னப் பாத்தியா? இளவட்டமா மாறிட்டேன். தவ்வி ஒன்னப் புடிக்க முடியாதுன்னு நினைக்கிறியா?. எல்லாத்தயும் உணர்ந்துட்டேன்னு உனக்குத் தெரியாதா? இன்னும் என்னச் சந்தேகப்படுறீயா? இதுவே எனக்கு மறுபிறப்புத்தேன். என்ன நம்பு!"ன்னு சொல்லிட்டுச் சுந்தரம் பலமாய்ச் சிரிச்சார். வேதாளம் முன்னே வந்து நின்னுச்சு. வேதாளம் தன் கையில் இருந்த வாளை அவரிடம் கொடுத்து இத வாங்கிக்கோ! இது ஒரு நேரத்துல பயன்படும்!" சொல்ல, சுந்தரம் வாங்கிக்கிட்டாரு.

வேதாளம் திடீர்ன்னுச் சுந்தரத்தக் கட்டிக்கிச்சு; சுந்தரத்தக் கொஞ்சியது; சுந்தரத்த ஒரு கிணறு இருக்கும் இடத்துக்கு அழைத்துக்கிட்டு போச்சு. அந்தக் கிணத்துல குதிக்கச் சொன்னதும், சுந்தரம் மறுபேச்சு பேசாது குதிச்சார்; குதித்ததும் முங்கி போனார்; முங்கியவர் உந்திக் கொண்டு மேல வந்து பாத்தாரு. அது சமுத்திரமா இருந்துச்சு. அந்த மகாசமுத்திரம் பரந்து விரிந்து இருந்துச்சு. நீந்தத் தொடங்கினாரு. எதிர்த்தெசயில கரடு முரடான உருவம் ஒன்னு உருண்டு வர்றது போல இருந்துச்சு. அவர் முன்னே வந்து நின்னுச்சு. அது கடல் உயிரினமாத்தேன் இருக்கனுமுன்னு அத தொட்டு பாத்தார். வேண்டும். வால் பிடிச்சு ஏறி அமர்ந்தாரு. அதற்குக் கண் மூக்கு எல்லாம் இருப்பது போலத் தெரியல. ஆனா, சுவாசிப்பது தெரிஞ்சுது. அது முட்டை, முட்டையா வாயில் இருந்து வந்த நீர்க்குமிழிகளிலிருந்து தெரிஞ்சுகிட்டார். தொலவுல தூரமா பறவைக கூட்டம் மாதிரி இருந்துச்சு. அவர நோக்கி வந்துகிட்டே இருந்துச்சு.

பக்கத்துல வந்ததும் அது வலைன்னு தெரிஞ்சுது. சட்டாருன்னு அவரு மேல விழுந்துச்சு. அதல மாட்டிக்கிட்டாரு. அந்த வேதாளம் ஏன் வாள் கொடுத்துச்சுன்னு இப்ப புரிஞ்சுது. வச்சுருந்த வாளை வச்சு வலையக் கிழிக்க பாத்தார். அப்போது, வாள் தெரியாம அந்த உருவத்தை குத்திக் கிழிச்சது. அந்த உருவம் ஐந்து தலை நாகமாகப் படமெடுக்க ஆரம்பிச்சது. பயந்து வந்துச்சு. அதுவே அவர பதுசா தூக்கி மேல உக்கார வச்சது. அந்த வலைய காணல. ஐந்து தலை நாகம் படமெடுத்தபடி நிற்க, சுந்தரம் வாளோடு அது மேல நின்னுக்கிட்டு இருந்தாரு. ஐந்து தலை நாகம் கரைய நோக்கி நகர ஆரம்பிச்சது. அந்தக் கரையில ஒரு கூட்டம் நிற்பது போல இருந்துச்சு. அந்தக் கூட்டம் அவர வரவேற்கதேன் வர்றாகன்னு நெனச்சார். கைதட்டிக்கிட்டே எல்லாரும்

வந்தாக. ஐந்து தலை நாகம் சுந்தரத்த வளைச்சுப் பிடிச்சுக் கரையில தள்ளுச்சு. கைதட்டி வரவேற்றவக யாருமே சுந்தரத்துக்குப் பரிச்சியப் பட்டவகளா தெரியல. ஆனா, அவக சுந்தரத்த சிரிச்ச மொகத்தோடு வரவேற்றாக.

“நாங்க எல்லாம் உங்கள மாதிரி மறுபிறப்பு வேண்டாமுன்னு இங்க வந்து இருக்கோம். ஆனா, உங்கள மாதிரி யோசிக்கல. நல்லது பண்ணுறதுக்குக் கூடப் பூலோகத்துக்குப் போக நீங்க விரும்பலங்கற சேதி இங்க பரவிடுச்சு. அதேன் உங்களப் பாக்க வந்தோம். உங்களப் பாத்ததுல சந்தோஷமு” ன்னு சொன்னாக.

இதுவர நடந்தது எல்லாம் சுந்தரத்துக்குப் பெரும் ஆத்ம திருப்தியத் தந்துச்சு. பெரிய சந்தோஷத்த மொகத்துல காட்டிக்க முடியாம, உணர்ச்சி வசப்பட்ட நெலயில் இருந்தாரு. ஆண், பெண் வேறுபாடு அங்குத் தென்படல. அனைவரும் கைகோர்த்துக் கொண்டு இருந்தாக. சுந்தரத்தக் கைப்பிடிச்சு கூட்டத்தின் தலைவரிடத்துல அழைச்சுக்கிட்டு போனாக.

“இங்க எங்க தங்குவீக? வீடுக ஏதும் இல்லையே!”ன்னு சுந்தரம் கேட்டாரு.

“எங்களுக்குச் சிறப்பான வரம் இருக்கே. எங்களால மிதந்துகிட்டே தூங்க முடியும்! எங்களுக்குப் பசி வராது! உடம்பக் காத்தாவும் மாத்திக்கலாம்! சுகந்திரப் பறவை நாங்க! முக்காவாசி, பிரச்சனையைத் தீர்க்கப் போய்டுவோம். வாழும் போதே நல்லது செஞ்சு இருந்தா எப்படி இருந்திருக்குமுன்னு தோனும். நாங்க சில பேரத் தேர்வு செஞ்சு, அவக கனவுல போய் நல்லது ஏதும் நடக்கப் போறதா இருந்தாலும், கெட்டது ஏதும் நடக்கப் போகுதுனாலும் அதக் கனவுல போய்க் குறிப்பாச் சொல்லிட்டு வந்திடுவோம். அத எங்க கடமையாத்தேன் செய்யுறோம்” என்றார் கூட்டத்துல ஒருத்தரு.

சுந்தரம் பதில் ஏதும் தரவில்லை. ஒரு சிறிய நுழைவாயில் மட்டும் தென்பட்டுச்சு. ஜடாமுடிக்காரன் அழைச்சுட்டு வந்த நுழைவாயிலு போல இருந்துச்சு. அந்த நுழைவாயிலு வரதேன் எல்லாரும் வந்தாக. சுந்தரம் உள்ள நுழைஞ்சதும் பல நெறம் கொண்ட ஒளி ஒளிர ஆரம்பிச்சது. நீல வண்ண ஒடம்பு அந்த ஒளிபட்டு இன்னும் மினுமினுப்பா மாறிச்சு. அந்தச் சின்ன நுழைவாயிலு போகப் போகப் பரந்து விரிந்து இருந்துச்சு. அந்த விட்டம் நூறு அடி உயரமும், இருநூறு அடி அகலமும், ஐநூறு அடி நீளமும் இருக்கும். வாய் பிளந்து பாத்துக்கிட்டே போனாரு.

"சுந்தரம், உனக்குப் பெரிய பரிசு ஒன்னு கொடுக்கப் போறோம். இது நீ எதிர்பார்க்காத, எப்பவும் யோசிச்சே பாக்க முடியாத பொக்கிஷம் அது. ஒன்னப் பாப்பதற்காக ஒருத்தரு பல வருசமாக் காத்துக்கிட்டு இருக்காக. அவக ரொம்ப தூரத்தில் இருந்து வந்து இருக்காக. ஜடாமுடிக்காரனிடம் கேட்டுத் தெரிஞ்சுகிட்டு இங்க வந்து இருக்காக"ன்னு ஒரு குரல் மட்டும் அந்த அறையில ஒலிச்சது.

"எங்க இருக்காக? யார் அவக? நா எல்லாத்தையும் பாத்துட்டேனே. எனக்கு வேறு யாரும் இல்லையே"ன்னுனார் சுந்தரம். யாரா இருக்குமுங்குற பரபரப்பு தொத்திக்கிச்சு.

"அதோ வலதுபுறத்துல இருக்கும் சந்து வழியாப் போ" ன்னு சொன்னுச்சு அந்த குரல்.

அந்தச் சந்தின் வழியாகச் சுந்தரம் செல்ல ஆரம்பிச்சாரு. அந்தச் சந்து ஒரு ஆள் செல்லும் அளவுதேன் இருந்துச்சு. "சுந்தரம்.!. சுந்தரமு!"ங்குற முனங்க சத்தம் கேக்க ஆரம்பிச்சது. இது வர கேட்டிடாத குரல். ஆனா, அந்தக் குரல் அவரப் போட்டுப் பிசைஞ்சு எடுத்துச்சு. நடந்துகிட்டே இருந்தவர், ஓட ஆரம்பிச்சாரு. அந்த முனங்க சத்தம் திரும்பத் திரும்ப எதிரொலிச்சது.

உள்ள பெரிய அறையில யாரோ ஒருத்தர் படுத்து இருப்பதப் பாத்து அந்தப் பக்கம் ஓடினாரு. பெண் குரலாதேன் இருந்துச்சு. அந்தக் குரலுக்குச் சொந்தக்காரி படுக்கையில படுத்து இருந்தா. பக்கத்துல போனாரு. அந்த முகத்தப் பாத்தாரு. அவ படக்கென்று எழுந்து "சுந்தரம்! சுந்தரம்!" ன்னு கன்னம், நெத்தி, கழுத்து எனக் கொஞ்சித் தீர்த்தாக. அந்தத் தொடுதல் செல்லம்மாவ நெனவு படுத்துச்சு.

"நீ யாரும்மா? நா யாருன்னு தெரியுமா? எம் பேரு எப்படி உங்களுக்கு தெரியும்"

"ஒன்னப் பெத்து மட்டும் போட்ட பாவிய்யயா நா. ஓம் அப்பாரு மொகம் அப்படியே உருச்சி வச்ச மாதிரி இருக்க. பெத்தக் கொடுப்பின மட்டுந்தேன் இருந்துச்சு. மாருல முழுசா உனக்குப் பால் கொடுக்க முடியாமப் போச்சய்யா. தொழுநோயி வந்துருச்சுயா. அதோடு இழுவயும் அடிக்கடி வரவும், துப்புரவா உனை என் கையில தரமாட்டாக. ஒன்னத் தூக்கிக் கொஞ்சக் கூட முடியல. என் மாருல நீ சவச்சா காலமே கொஞ்ச நா தாய்யா. ஓம் மொகம் கூட அப்ப நியாபகத்துல இருக்காது. பல நா நீ அழுகுற சத்தம் மட்டுந்தேன் கேக்கும். எம்புள்ளய எங்கிட்ட தூக்கிட்டு வந்து தாங்கன்னு கெஞ்சுவேன். இந்த உசுரு ஒன்ன மட்டும்தாய்யா தாங்கிக்கிட்டு

இருந்துச்சு. ஒன்னத் தவிக்க விட்டுட்டு வந்துட்டேன். இந்த அம்மாவ மன்னிச்சுடுய்யா" ன்னு சொன்ன பரமேஸ்வரி அம்மாளைத் தொட்டுத் தூக்கினாரு.

"அய்யா! வேண்டாமய்யா! வேண்டாம்! வேண்டாம்! என்னத் தொடாத. தொழுநோயி வந்தவ. உனக்கு ஒட்டிக்கப் போவுது. விட்டுடுயா"ன்னு ஒரே கூப்பாடு போட்டாக அம்மா.

"அம்மா! அம்மா! இப்போ யாரு தடுக்கப் போறான்னு பாக்குறேன்" ன்னு சொல்லிக்கிட்டே அம்மாவக் கையில எடுத்துச் சுத்தினாரு. அவ சுந்தரத்தின் கழுத்த இறுக்கப் பிடிச்சுக்கிட்டு நெஞ்சில் தல வைத்திருந்தாக. தன்னைச் சுமந்த அம்மாவ அவரு சொமந்தாரு.

"அம்மா! அம்மா! எனக்காகவா நீ காத்திருந்த?. ஓம் மொகம் எப்படி இருக்குமுன்னு பல நா கரித்துண்டுல வரஞ்சு, வரஞ்சு பாப்பேன். பெத்த தாய் இல்லாம ஒவ்வொரு நாளும் வாழுறது இருக்கே, ஒரு மானு, ஒரு சிங்கம் இருக்குற இடத்துல வாழுற மாதிரி இருக்கும் அம்மா. நீ பேசாம ஒங்கூடவே என்னயும் கூட்டிட்டு வந்து இருக்கலாமே அம்மா?"

"அய்யா, மனுஷ ஜென்மம் அவக அவக கையிலே இல்லையா! ஒன்னு ஆண்டவன் கையில! இல்ல நம்ம கூட இருக்குறவக கையில தானே இருக்கு. என்கையில ஒன்னும் இல்லாமப் போச்சு அய்யான்னு" பரமேஸ்வரி நிறுத்தினா.

"அம்மா! எம்புட்டுக் காலமா இங்க இருக்க? அப்படி இருக்க விடுவாகளா?

"இருக்க விடமாட்டாக. எனக்கு மறுபிறப்பு எடுக்க நேரம் வந்து பல காலமாச்சு. ஒன்னப் பாக்கமாப் போக மாட்டேன்னு வைராக்கியமா இருந்தேன். வீம்பு புடிச்சேன். எம் ஆங்காரத்த புரிஞ்சுகிட்டு இந்தச் சந்தர்ப்பத்தத் தந்தாக. எம் மகன் பாசம் கடைசியா ஜெயமாச்சு அய்யா. நா கேள்விப் பட்டேன் மறுபிறப்பே வேண்டாமுன்னு சொல்லிட்டீயா. அய்யா? அய்யா! தயவுசெஞ்சு நீ ஒன் முடிவ மாத்திக்கய்யா! என் வயித்துல வந்து பிறந்துடுய்யா! இந்த முறை நா ஒன்ன அனாதையாக்கிடமாட்டேன்" என்றாள் பரமேஸ்வரி

"அம்மா! ஒன்னப் பாத்ததே பாக்கியம்தேன். இந்த ஒரு ஏக்கம் இருந்துச்சு. நிறைவேறாத ஆச என்னான்னு கேட்டா, இதத்தேன் சொல்லலாமுன்னு இருந்தேன். ஏக்கமே இல்லாமப் போகணுமுன்னு நெனைச்சேன். அது நிறைவேறிடுச்சு அம்மா"ன்னார்.

"நேரம் முடிவடைஞ்சுச்சு! சுந்தரம் வந்த வழியே வா!"ன்னு குரல் ஒலிக்க, பரமேஸ்வரி சுந்தரத்தின் தலையில் கை வச்சு ஆசீர்வதித்தாக. அம்மாவின் முந்தானைய எடுத்து ஒருமுறை தன்னோடு சுத்திக்கிட்டார். மேலிருந்து ஒரு பெஞ்சு போல ஒன்னு அவ முன்னே வந்து நின்னுச்சு. அதுல உக்காந்து போறதப் பாத்துக்கிட்டே இருந்தார். பரமேஸ்வரி அம்மா மறைஞ்சாக!

23

சுந்தரம் வந்த வழியே வந்தாரு. மீண்டும் அந்த அறையின் மையப் பகுதிக்கு வந்தாரு. தலைவென் உக்காரும் நாற்காலி போல ஒன்னு இருந்துச்சு. அந்த நாற்காலி அம்பது படிக்கு மேல இருந்துச்சு. "மறுபிறப்பு வேண்டாக் கூட்டத்தின் தலைமையே வருக! வருக!" ன்னு குரல் எழுப்பப்பட்டுச்சு. "எல்லாரும் கண்ண மூடுங்க!" என்ற உத்தரவு பொறந்துச்சு. சுந்தரம் சுந்தரமும் கண்ணை மூடினாரு; மீண்டும் தொறக்கச் சொல்லி உத்தரவு வரவும் தொறந்தாரு.

அந்த நாற்காலியில நீல உருவத்தோடு அகல மொகம் கொண்ட ஒருத்தர் உக்காந்திருந்தார். ஒரு கால மடிச்சு இன்னொரு காலத் தொங்கவிட்டிருந்தாரு. கைகளும் கால்களும் பருத்து இருந்தன; தலைமுடி இடுப்பு வர இருந்துச்சு; காலில் தண்டை அணிஞ்சுருந்தாரு.

சுந்தரம் போல இங்க வந்தவக கொஞ்ச பேருதேன். "நம்ம தலைவரின் தரிசனம் கெடச்சது சுந்தரத்துக்குப் பாக்கியம்தேன். சுந்தரம், இனிமேல எந்தப் பிறவியும் வேண்டாமுங்குற முடிவ எடுத்து இருக்காரு. அதேன் இங்க அவர் வந்து இருக்காரு. இங்க மீண்டும் அவரது முடிவ மாத்திக் வாய்ப்பு வழங்கப்படும். ஒரு வேள அதே முடிவில் உறுதியாக இருந்தா, அவருக்கான இறுதி மரியாத வழங்கப்படுமு"ன்னு மீண்டும் அதே குரல் வந்தது. சுந்தரத்தின் பதிலுக்காகக் காத்திருந்தாக.

"வேணாம்! வேணாம்! நா எடுத்த முடிவுல உறுதியா இருக்கேன்!"

"சரி" ன்னு குரல் கேட்டதும், அறையின் மேற்கூரையில் இருந்து பச்ச நெற பூக்கள் மேல வந்து விழுந்துச்சு. அதுல சூடம் வாசனை மிகுந்து இருந்துச்சு. அவரின் இடுப்பு வர மலர்கள் குவிந்து இருந்துச்சு. அந்த வாசம் அவர ஏதோ செஞ்சது. அதே இடத்துல கண்ண மூடி நின்னுக்கிட்டு இருந்தாரு. அருள் வந்தவரு போல உடம்ப முறுக்கினாரு. அப்ப இசை ஒலிப்பரப்பாச்சு. அதுல மேளதாளங்க ஓங்கி ஒலிச்சது. சுந்தரம் தன்ன மறந்து ஆட ஆரம்பிச்சாரு; அந்த

மலர்கள் எல்லாம் பறக்க ஆரம்பிச்சது. அவரச் சுற்றி மலர்க வலம் வந்திட, சுந்தரம் நாட்டியம் ஆட ஆரம்பிச்சாரு. ஆட்டம் உக்கிரமா மாறிச்சு; அந்த அரங்கமே அதிர்ந்துச்சு; ஆனந்தக் கூத்தாட்டம் அரங்கேறிச்சு!

ஒரு மூலையிலிருந்து ஒருவன் ஓடி வந்தான். வந்தவன் "ஒன் மொகம் பாக்க ஆசப்பட்டாயே! விருப்பமா?"ன்னு கேட்டான். "சரி"ன்னு தலை அசச்சாரு. ஒன் உள்ளங்கைய உரசிக் கொண்டே இரு. ஒன் கையில் அதிகமாச் சூடு உணர ஆரம்பிச்சதும், ரெண்டு கைகளயும் ஒரே நேரத்தில் திறந்து பார்! சரியாகச் செய்! ஒரு முறைதேன் வாய்ப்பு!" என்றான். அவேன் சொன்னபடியே செஞ்சார். உள்ளுக்குள்ள பக்பக்கென்று இருந்துச்சு. "இப்படி விதிமுறையோடு வாழ்ந்திருந்தா, இப்படி யாராவது என்னச் செதுக்கிருந்தா, இந்நேரம் நானும் சிறப்பாய் வாழ்ந்திருப்பேன்"னு அந்த நேரத்திலும் தோன்றியது.

சூடு கையில் தாங்குவதத் தாண்டி அதிகமாகிக்கிட்டு இருக்கும் போது, ரெண்டு கைகளயும் விரிச்சார். நீல நெறத்துல இளமை ததும்பிய அவரது மொகம் பிரமிப்பத் தந்துச்சு. ஈசனின் நீலத்தைத் தானும் சுமந்து இருப்பதாக எண்ணினாரு. கண் மட்டும் பளிச்சுன்னு இருந்துச்சு. உதடுகள் சிவப்பாய் இருந்துச்சு. கழுகு முதுகில் இருந்தபோதுதேன் மனதுல நெனச்ச விஷயம் எப்படி நிறைவேறுச்சுன்னு குழப்பம் வந்துச்சு. அவரிடமிருந்த கோவமெல்லாம் சுத்தமா அவரிடத்துல இல்ல. எரிச்சலும் தூற்றலும் சிறுதுளியும் இல்ல. அவரயே ரசிச்சார். அன்புல முக்கிய மனுசனா அவரது உடம்பெல்லாம் பரவசத்துல இருந்துச்சு. அவரது மொகம் பாவனை காட்டிச்சு.

"பாத்தது போதும்! கைய மூடிக்கவும். தங்களின் முடிவு ஏற்றுக்கொள்ளப்பட்டது. உங்களுக்கு இப்போது ஒரு வரம் கேட்கும் வாய்ப்பு கொடுக்கப்படும். அத ஏற்றுக்கொள்வதும், கொள்ளாததும் தங்கள் விருப்பந்தேன். அந்த விருப்பத்தத் தெரிவிச்சா அது கண்டிப்பாக நிறைவேத்தப்படுமுன்னு" விதிமுறைய அந்தக் குரல் சொல்லி முடிச்சது.

"எல்லாரையும் பாத்தாச்சு! வேற எந்த ஏக்கமும் இல்லை!"ன்னு யோசனையில் ஆழ்ந்தார். சட்டென ஒன்று தோணுச்சு. நிறைவேறுமா?ன்னு அவருக்குத் தெரியல. சாத்தியமா?ன்னு குழப்பமும் இருந்துச்சு. இருந்தாலும் கேட்டு விடுவோமுன்னு நெனச்சார்.

"அறியாமையில நா வாழ்ந்த வாழ்க்க உங்களுக்கே தெரியும். நா தப்பு செஞ்ச இடமெல்லாம் சரி செஞ்சா ஒரு வாழ்க்க இருந்திருக்குமே,

அப்படியொரு வாழக்கைய நா வாழ்ந்த மாதிரி பாக்கணும். அப்படி ஒரு வாழ்க்கயைக் காட்ட முடியுமா?"ன்னு கேட்டார். தலைவர் கைய உயர்த்தி ஐந்து விரல்களயும் மடிச்சுச் சுத்தினாரு. திரைச் சீலை ஒன்னு கீழே இறங்கிச்சு. ஒரு படம் ஓடுச்சு. சுந்தரம் பல்லு வெளியே தெரியுமாறு சிரிச்சுகிட்டே பாக்க ஆரம்பிச்சாரு. அதில் சுந்தரம் ஐந்து வயதுச் சிறுவனாகச் சின்னய்யாவின் விரல் பிடிச்சு நின்னார். சின்னய்யா இளமையா வந்தாரு. சுந்தரம் அப்பாருக்கும் செல்லமாவுக்கும் திருமணம் நடந்துச்சு; சுந்தரத்த இருளாயி, ராமாயிடம் ஒப்படைக்கிறாக; பெறவு சுந்தரம் இருளாயி, ராமாயிடம் "அம்மா! அம்மா!"ன்னு கொஞ்சு விளையாடுகிறாரு; ஒருத்தி தலைசீவி விடவும், ஒருத்தி சோறு ஊட்டி விடவும் இருக்க, ரெண்டு பேரும் குளிர்ந்து போறாக.

இந்த ஊருல் சுந்தரத்த வச்சிருந்தா நல்லா வளக்க முடியாதுன்னு சொல்லி சின்னய்யாவிடம் கொண்டு விடுறாக இருவரும். இருளாயியையும், ராமாயியையும் கட்டிப் பிடிச்சுக்கிட்டு அழுகிறார். "அய்யா இங்கதேன் இருக்கப் போறோம். எப்போ வேணா வந்து பாக்கப் போறோம் என் தங்கத்த" ன்னு சொல்லிட்டு, விட்டுட்டுப் போறாக.

சுந்தரம் பத்தாம் வகுப்பு படிச்சு முடிக்க, அரசுப்பள்ளியில ஆள் எடுக்கிறாக. வாத்தியார் வந்து சின்னய்யாவிடம் கேக்க "சுந்தரம் நா போறேன்"னு சொல்கிறாரு. பத்தொம்பதாவது வயசுல வாத்தியார் ஆகுறாரு. சின்னய்யா தனது அக்கா மகளான பார்வதியக் கல்யாணம் கட்டிக்கச் சொல்ல, "உங்க விருப்பந்தேன் என் விருப்பமு"ன்னு சொல்ல. சின்னய்யா, சுந்தரத்த "எம் புள்ள இவன்! எம் புள்ள இவன்!"ன்னு பெரும பேசி திரியுறாரு.

பார்வதியக் கலியாணம் கெட்டிக்கிட்ட பெறவு "கறுப்பி! கறுப்பி!"ன்னு செல்லமா அழைக்கிறாரு. பார்வதி போற இடத்துக்கு எல்லாம் அழைத்துச்சிட்டு போறாரு. "அத்தான்! அத்தான்!"ன்னு அவளும் உருகுறா. அவளின் குரலுல கெறங்கிக் கெடக்குறார். பார்வதிக்கு விதவிதமா சேலைக வாங்கித் தர்றாரு. வாத்தியார் சம்சாரம் என்ற தோரணையோடு வலம் வர்றாக.

அடுத்தடுத்து புள்ளக பொறக்க, அவகளப் படிக்க வைக்கிறார். ஊர் சுற்றித் திரிந்த அறிவுமதியக் கண்டிச்சுப் புத்திமதி சொல்லிப் புதிய பாதையக் காட்டுகிறாரு. வேதவள்ளி அந்த வீட்டின் முதல் பட்டதாரி ஆகுறா. அறிவுமதி இரட்டைப் பட்டம் பெறுகிறான். சுந்தரம் பள்ளி ஆசிரியர் பதவியில் இருந்து தலைமையாசிரியர் ஆகிறார். அந்த ஊரில் இருக்கும் பலருக்குக் குருவாக இருக்குறாரு.

இருளாயியும், ராமாயியும் அடுத்தடுத்து மூப்பு அடைஞ்சு செத்து போக, அவகளுக்கு கொள்ளி வச்சு, அவகளின் இறுதி ஆசைய நிறைவேத்துறாரு.

செல்லம்மா படுக்கையில் விழுந்ததும், நல்ல மருத்துவம் பாக்குறாரு. செலவு பத்தி வெசனப்படும் அம்மாவிடம் "அம்மா! ஒரு செலவும் இல்ல! நா இருக்கேன். நா சொல்லுறத மட்டும் கேளு! நீ எங்களுக்கு ரொம்ப முக்கியம். நீ எங்களோட எத்தன நா இருக்கியோ அதுதேன் எங்களுக்குச் சந்தோஷமே. மனச விட்டுடாத"ன்னு ஆறுதல் சொல்லுறாரு. பல்லு போன செல்லம்மா பொக்கைச் சிரிப்போடு "நா இருப்பேன்ய்யா, ராசா, நீ வெசனப்படாத!" ன்னு சுந்தரத்தின் விரல் பிடிச்சு மெச்சுறாக. தூக்கத்திலேயே இயற்கை மரணம் நிகழ்கிறது செல்லம்மாவுக்கு.

வெவசாயத்துல புதிய யுத்தியப் புகுத்துறாரு. வெவசாயம் சார்ந்த விழிப்புணர்வ ஏற்படுத்திப் புரட்சி செய்யுறாரு. அமோக வெளச்சல உருவாக்கி ஊரையே வெவசாயத்துல தேர்ச்சி அடையச் செய்யுறத பாக்கும் சின்னய்யா உச்சி குளிர்கிறார். சின்னய்யா தோப்பு துரவிலே பெரும்பாலும் நேரத்தைக் கழிக்கிறார். "அய்யா சுந்தரம் என்னப் பெருமைப்படுத்திட்டான்"னு அடிக்கடி சொல்லுறது வாடிக்கையாகுது. சின்னய்யா ஒடம்பே தளர்ந்து தொண்ணூற்றி எட்டாவது வயதில் உட்கார்ந்த இடத்திலேயே இறக்கிறாரு.

சுந்தரம் சின்னய்யா பெயரில் அறக்கட்டளை ஒன்றை உருவாக்கி, அறக்கட்டளை மூலமாகக் கல்விக்கும், வெவசாயத்துக்கும் உதவி செய்யுறாரு. தன்னம்பிக்கை ஊட்டும் சொற்பொழிவு தருகிறார். சுந்தரத்தைப் பாக்கத் தெனமும் ஒரு கூட்டம் வந்து போகுது. பார்வதிதேன் என் நெலைக்குக் காரணமுன்னு ஊரு சனம் முன்னாடி சொல்லப் பார்வதி சொக்கிப் போறா.

வேதவள்ளி, அறிவுமதி மற்ற இரு மகள்களும் எந்தக் கொறையும் இல்லாமல் வாழ்வதப் பாக்குறாரு. அந்தக் காட்சி நிறைவு பெறுகிறது. தன்னிலை மறந்து நின்னார். கையெடுத்துக் கும்பிட்டுத் தன் நன்றிய அந்தத் தலைவனிடம் தெரிவிச்சாரு. உச்சகட்ட சந்தோஷத்தில் "என் ஆன்மா குளிர்ந்துருச்சு! குளிர்ந்துருச்சு!"ன்னு ஆரவாரமாக் கத்த ஆரம்பிச்சாரு.

"சுந்தரம்! இனி உனக்கு எந்தப் பிறப்பும் இல்ல! கடைசியா என்ன சொல்ல விரும்புற?"ன்னு மீண்டும் அந்தக் குரல் கேக்குது.

"அன்பா இருந்தாலே போதும். அன்ப உணர்ந்தாலே போதும். நல்லது கெட்டத அதுவே முடிவு செய்யும். மற்ற எல்லாத்தையும்

அதுவே வழி நடத்தும். அது புரியாம எழுவத்தேழு வருஷத்த வீணாக்கிட்டேன். அதுதேன் நா ஒணர்ந்தது"

"சரி! உங்க ஆன்மாவ எரிக்கப் போறோம்!"

"ம்ம்!" என்கிறார். சுந்தரத்தின் ஆன்மா எரிக்கப்படுகிறது. அவருக்குள்ள ஓடிக்கிட்டு இருந்த எண்ணமெல்லாம் நின்னு போச்சு.

பதினைந்து நிமிடம் கழித்துச் சுந்தரத்தைப் பரிசோதனை செய்ய நர்ஸ் வருகிறாள். இதயத் துடிப்பு பூஜ்ஜியத்தில் வந்து நின்று இருப்பதாகக் கணினி காட்டுது. "தாத்தாவுக்கு மூச்சு இல்ல! உடலில் அசைவு ஏதும் இல்ல! தலைமை மருத்துவரக் கூப்பிட ஓடுறா. மீண்டும், மீண்டும் நர்ஸ் சுந்தரத்துக்குப் பல்ஸ் பாக்க அதிபாதாளத்துக்கு பல்ஸ் போகுது. ஆக்ஸிஜன் அளவைச் சரிபார்க்குறா. நாற்பதுக்கும் குறைவாக் காட்ட. இன்னொருத்தி சிபிஆர் வச்சு இதயத்தின் துடிப்பக் கொண்டு வரப் பார்க்குறா. வெளியில போயிருந்த அறிவுமதி உணர்ச்சி வசப்பட்ட நெலயில இருந்தியான். வேதவள்ளி ஆஸ்பத்திரியில இருக்கும் விநாயகர் சிலை மும்பு பிராத்தனை செஞ்சுகிட்டு இருந்தா.

தாமிரா ஆஸ்பத்திரிக்கு வரக் கிளம்பிக்கிட்டு இருப்பதா போன்ல வேதவள்ளியிடம் தகவ சொன்னா. இரவு முழுக்க முச்சந்தியில நாய் தொடர்ந்து ஊளையிட்டுக் கொண்டிருந்தத சொல்ல வேதவள்ளிக்கு சுரீர்ன்னு இருந்துச்சு. தாமிரா பேசிக்கிட்டு இருக்கும் போதே கோயில் திருவிழாவின் போது அவர் தனியாக எடுத்துக் கொண்ட கண்ணாடி போட்ட போட்டோ கீழ விழுந்து ஒடஞ்சு போனதா சொன்னா. திடீரென மேகம் இருண்டுகிட்டு வர்றதா தாமிரா சொல்ல, "தூத்த போடும் முன்னே வந்து சேரு!"ன்னு சொல்லிட்டு போனை வச்சா வேதவள்ளி.

தலைமை டாக்டர் அவசர அவசரமா உள்ள நுழைய, பரப்பரப்பு தொத்திக்கிச்சு. வேதவள்ளிய உடனே சுந்தரம் இருந்த அறைக்கு அழைச்சான் அறிவுமதி. பிரஷர் அதிகமாகி மாரடைப்பு வந்துவிட்டதாவும் "தாத்தா நம்மள விட்டுட்டுப் போயிட்டாக!"ன்னு நர்ஸ் சொல்ல, வேதவள்ளியின் அழுகச் சத்தம் அந்தக் கட்டடத்த அதிர வச்சுது.

அறிவுமதி, அப்பா இறந்த தகவல உறவுகளுக்கு போன்ல சொல்லிக்கிட்டு இருந்தியான். கரட்டுப்பட்டியில சோவென மழ பேஞ்சுகிட்டு இருக்க, சுந்தரத்தின் ஆன்மா குளிர்ந்து பறக்க ஆரம்பிச்சது.

★★★ சுபம் ★★★